ഗ്രീൻ ബുക്സ്

വെൺചാമരങ്ങൾ

പി. ഉണ്ണിമേനോൻ

1940 ജനുവരി 19ന് പെരുവല്ലൂരിൽ, ഉളനാട്ട് കുഞ്ഞുണ്ണിപ്പണിക്കരുടെയും പത്മാവതിയുടെയും മകനായി ജനനം. എറണാകുളം ലോ കോളേജിൽനിന്നും നിയമബിരുദം നേടി. തൃശൂർ കോടതിയിൽ അഭിഭാഷകനായി ഔദ്യോഗികജീവിതം ആരംഭിച്ചു. ആകാശവാണിയിലും തുടർന്ന് ഏറെക്കാലം ദുബായ് ഗവൺമെന്റ് സർവ്വീസിലും ഉദ്യോഗസ്ഥനായിരുന്നു.
ഇപ്പോൾ തൃശൂരിൽ ശങ്കരയ്യർ റോഡിലുള്ള വസതിയിൽ വിശ്രമജീവിതത്തിലാണ്.

ഗ്രീൻ ബുക്സ് പ്രസിദ്ധീകരിച്ച
ഗ്രന്ഥകർത്താവിന്റെ ഇതര കൃതി

ഗഗനചാരിപക്ഷികൾ
(ജീവിതം)

ഓർമ്മ
വെൺചാമരങ്ങൾ
വിടവാങ്ങിയ ഒരു
തൃശൂർക്കാലത്തിന്റെ ഓർമ്മയ്ക്ക്

പി. ഉണ്ണിമേനോൻ

ഗ്രീൻ ബുക്സ്

green books private limited
gb building, civil lane road, ayyanthole,
thrissur- 680 003, kerala, ph: +91 487-2381066, 2381039
website: www.greenbooksindia.com
e-mail: info@greenbooksindia.com

malayalam
venchamarangal
memoirs
by
p. unnimenon

first published june 2018
copyright reserved

cover design : oaktree
cover photo : bindu menon, thrissur

branches:
thrissur 0487-2422515
palakkad 0491-2546162
kannur 0497-2763038
thiruvananthapuram 0471-2335301

isbn : 978-93-87331-93-8

---

no part of this publication may be reproduced,
or transmitted in any form or by any means,
without prior written permission of the publisher.

GBPL/1016/2017

സമർപ്പണം

ജീവിച്ചിരിക്കെത്തന്നെ എനിക്ക്
ഒരു സ്മാരകം സമ്മാനിച്ച്,
പറന്നുപറന്നകന്ന പ്രിയ സ്നേഹിതനുള്ള
ആദരാഞ്ജലി കൂടിയാണിത്.
കൃതജ്ഞതാപൂർവം ഈ കൃതി,
ഞാൻ ശ്രീമതി രാധാലക്ഷ്മിപത്മരാജന്
സമർപ്പിക്കുന്നു

Future is an unknown Mystery
past is a well known History
Present is a gift given by God
That's why we call it Present
It is that eternal stage for all the Plays
Which include our golden Memories.

Bil Keane

ആമുഖം

ആദ്യമായി, സൗഹൃദസൗരഭ്യം നുകർന്നും പകർന്നും നിറഞ്ഞാടിയ ആ സുകൃതജന്മങ്ങളെ പ്രണമിക്കുന്നു.

ഗതകാലസ്മരണകൾക്ക് ചേരുന്ന ഒരാമുഖമാവുമ്പോൾ, നേരിയ ഒരു പശ്ചാത്തല സൂചന കോറിയിടുന്നത് നന്നായിരിക്കുമല്ലോ. അല്ലലും അലട്ടും ഏശാത്ത സമൃദ്ധിയുടെ കേദാര നഗരത്തിൽനിന്നാണ് ഞാൻ തൃശ്ശൂരിന്റെ തിരുമുറ്റത്തേക്ക് തിരിച്ചെത്തിയത്.

ഇരുപതുവർഷത്തെ വിദേശവാസത്തിനു ശേഷം ഇവിടെ, ഉഷയും ഞാനും സ്വസ്ഥമായി കഴിയുന്ന സമയം. ഒന്നിനു പുറകെ മറ്റൊന്നായി വന്നുവീണ അതികഠിനമായ അടികളേറ്റിട്ടും തളരാതെ പിടിച്ചുനിൽക്കാൻ പാടുപെടുന്ന കാലം.

വായനയോടും എഴുത്തിനോടും രണ്ടുമൂന്നു പതിറ്റാണ്ടുകളായി ഏറെക്കുറെ നീണ്ട അകലം പാലിച്ചിരുന്ന ഞാൻ, ആകസ്മികമായി ആ ചാലിലേക്ക് എങ്ങനെയോ തെന്നിവീഴുകയാണുണ്ടായത്.

അതിന് ഒരതിരുവരെ നിമിത്തമായത്, അഭിമുഖങ്ങൾക്കായി വീട്ടിൽ എന്നെത്തേടിയെത്തിയിരുന്ന ചാനൽ സംഘങ്ങളും പത്രലേഖകരുമാണ്. 'കലാപൂർണ്ണ' മാസികയുടെ സ്നേഹാഭ്യർത്ഥനകളും പ്രചോദനം നൽകുന്നതിൽ നല്ലൊരു പങ്കു വഹിച്ചിരിക്കുന്നു.

കെ.ആർ. പ്രസാദും ദിനേശൻ കരിപ്പള്ളിയും കൈത്തഴക്കം വന്ന പുനരെഴുത്തിന്റെ ഇടനാഴികളിൽ, എനിക്കു നേരെ തെളിഞ്ഞുനിന്ന വഴിവിളക്കുകളായിരുന്നു. എം. കൃഷ്ണൻ നമ്പൂതിരിയും വിനോദ് കോട്ടയിലുമാകട്ടെ, താങ്ങും തണലുമായി എത്തിച്ചേർന്ന രണ്ടു വ്യത്യസ്ത നിയോഗങ്ങളും!

വൈകിവന്ന വിശ്രമവേളയിൽ എനിക്കുചുറ്റും എങ്ങനെയോ ആ യുവസുഹൃദ്സംഘം രൂപംകൊള്ളുകയായിരുന്നു.

മറ്റെന്തിനേക്കാളുമുപരി ഞങ്ങൾക്ക് ആശ്വാസം കിട്ടുന്നത് ഇമ്മാതിരി വിലയേറിയ സൗഹൃദങ്ങളിൽനിന്നാണ്.

ആത്മീയഗ്രന്ഥങ്ങളിലേക്ക് വഴി കാണിച്ചുതന്ന് ആശ്വാസം തന്നത് കെ വേണുഗോപാൽ ആണ്. ഈയിടെ അദ്ദേഹം തന്റെ ആദ്യകൃതിയിലൂടെ, ഓർമ്മകൾ മരിക്കുന്നില്ല എന്ന് സധൈര്യം പ്രഖ്യാപിക്കുകയുണ്ടായി. ആ വിശ്വാസപ്രമാണത്തിനു കീഴേ ഇപ്പോൾ ഒരു കൈയൊപ്പിടാൻ കഴിഞ്ഞതിൽ വളരെ സന്തോഷം തോന്നുന്നു.

എന്റെ കാച്ചിക്കുറുക്കിയ ഒരേകദേശ ജീവചരിതം കെ. സജിമോനെക്കൊണ്ട് 'ഗഗനചാരിപ്പക്ഷികളാ'ക്കി പറത്തിച്ച ഗ്രീൻ ബുക്സിനുതന്നെയാണ് ഈ പുസ്തക പ്രസാധനത്തിന്റെയും സാരഥ്യം. ആ സന്മനോഭാവത്തോട് തികഞ്ഞ ആദരവാണെനിക്ക്.

ഓർമ്മയുടെ വെളിച്ചം മങ്ങിയ അകത്തളങ്ങളിൽ പരതി നടക്കവേ, പരുത്ത കൈത്തലങ്ങളിൽ തടഞ്ഞ ഏതാനും ചിലതെല്ലാം ഞാൻ വാരിയെടുക്കുകയായിരുന്നു. അവയൊക്കെ പുതുക്കി മിനുക്കി ഒന്നൊതുക്കിവെച്ചിരിക്കയാണിവിടെ.

പുസ്തകത്തിൽ പരാമർശവിധേയരായ സിനിമാ, സാഹിത്യ, സാംസ്കാരിക മണ്ഡലങ്ങളിൽപ്പെട്ട പ്രശസ്തരും അപ്രശസ്തരുമായ മാന്യദേഹങ്ങൾ ഒട്ടുമിക്കവരും എന്റെ ചങ്ങാതിക്കൂട്ടായ്മയിൽ ഉൾപ്പെട്ടവരാണ്. പലരും ഇന്നിവിടെ ഇല്ല എന്നത് ഒറ്റപ്പെട്ട ഒരു ദുഃഖസത്യം. അവരെയെല്ലാം ഒന്നോർത്ത് പുതുവെളിച്ചത്തിലൂടെ കാണാൻ, ഇങ്ങനെ ഒരവസരം കൈവന്നതിൽ ചാരിതാർത്ഥ്യം തോന്നുന്നു.

നമ്മുടെ പതിവു നാലുമണിച്ചായയ്ക്കൊപ്പം വരുന്ന പലഹാരതരം പോലെ, ഒരു കൊച്ചുകൃതിയാണിത്. ഒരിടവേളയിൽ വല്ലപ്പോഴും ഓടിച്ചുവായിക്കാവുന്ന ഒന്ന്. ലാഘവത്തോടെ നീങ്ങുന്ന വായനയിലെ നേരിയ ആസ്വാദ്യതയ്ക്കാണ് ഇവിടെ ഊന്നൽ. പൂരക്കാഴ്ചയിലെ ആനപ്പൊക്കങ്ങളിൽ പൊങ്ങി ചിരിച്ചു വിരിയുന്ന വെൺചാമരങ്ങൾ തലോടുന്ന ഒരു തരം സുഖം.

വായന മുന്നേറുന്നതോടെ, പ്രശസ്തിയുടെ ഔന്നത്യത്തിലെത്തിയ പല മുൻകാല മിത്രങ്ങളെയും ദൂരക്കാഴ്ചയിൽപ്പോലും തെളിഞ്ഞുകാണാം. അതോടൊപ്പം അനുവാചകർക്കും ആ ഇഷ്ടതോഴന്മാരുമായുള്ള സാങ്കല്പിക സല്ലാപങ്ങൾക്ക് പ്രസക്തി ഇല്ലാതില്ല!

ഇത്തരത്തിലുള്ള ഒരക്ഷരസൗഹൃദത്തിൽ പ്രായഭേദമെന്യേ പങ്കാളികളാവുന്ന പ്രിയവായനക്കാരുടെ സൗമനസ്യത്തെ തീർത്തും ഞാൻ മാനിക്കുന്നു. ഇടനേരച്ചായയ്ക്ക് ചേരുന്ന പലഹാരമെന്ന് പറയുമ്പോഴും ഓമനിച്ചുപോന്ന ഓർമ്മച്ചാർത്തുകളെ, ഐശ്വര്യപ്രതീകമായ ഒരു നെൽക്കതിർക്കുലയെന്ന് സങ്കല്പിക്കാനാണ് എനിക്ക് കൂടുതൽ ഇഷ്ടം. അത്, കാലേ കണ്ടറിഞ്ഞ എന്റെ കവിമനസ്സ്, ആ കതിർമണിക്ക് കന്നി കാഴ്ചയായി, ഇങ്ങനെ ഒരു കാവ്യശകലം ആരോരുമറിയാതെ ചൊല്ലിപ്പോവുന്നു.

"അകത്തളത്തട്ടിന്മേൽ സാക്ഷിയായ് തൂങ്ങിക്കാണും
നെൽക്കതിർക്കുല മൗനദീക്ഷ വിട്ടുണരവേ
കൊഴിഞ്ഞുപോയ് പാതിനെന്മണികൾ, വർഷങ്ങളും
കഴിഞ്ഞകാല സ്മൃതിമുദ്രകൾ പവിത്രങ്ങൾ
ഓർമ്മകൾ നെഞ്ചകത്തുടിപ്പിൻ തരംഗങ്ങളായ്
ചേർന്നിണങ്ങീ ചില നൽശീലുകളീണം മീട്ടി
ഈ വിധം വിരിയുന്ന വീചികൾ വിചിത്രമാം
ജീവിതവസന്തത്തിൻ വീരഗാഥകൾ മാത്രം
മുൻകാലദൃശ്യച്ചാർത്തിൻ ചഞ്ചലപ്രകാശത്തിൽ
അന്തരേ മന്ദം മൂളും മുരളീഹിന്ദോളമേ,
ഉണർത്തുപാട്ടായി ചിരിച്ചുനിൻ ചിറ്റോളങ്ങൾ
പുണർന്നുവന്നിട്ടെന്നെ പുളകം കൊള്ളിച്ചെങ്കിൽ...."

പി. ഉണ്ണിമേനോൻ

ഉള്ളടക്കം

ഓർമ്മകൾ 15

തലമുറകളിലെ
കുഞ്ഞുണ്ണിമാർ - വെറും മിഥ്യ! 24

ഒരു പാതിരയിൽ
പണിക്കാരി പെണ്ണിനൊപ്പം... 28

സത്യത്തിനു മുന്നിലെ
വിട്ടുവീഴ്ചയില്ലാത്ത വാശി 30

എന്റെ ക്ഷിപ്രകോപം 32

നായാട്ട് യാത്രയുടെ കഥ 35

മുളച്ചുയരുന്ന സൗഹൃദത്തിന്റെ
കുരുന്നു മുഖങ്ങൾ 38

അനുസ്മരണ പ്രഭാഷണം 40

ഓർമ്മയിൽ
എഴുപതുകളിലെ ദുബായ് 45

ഉണർത്തുപാട്ടിന്റെ
ചിറ്റോളങ്ങൾ 51

ഓർമ്മച്ചെരാതിൽ
ഒരു നെയ്ത്തിരിനാളം 55

തീർത്ഥജലത്തിലെ
തുളസിയിലകൾ 61

രാമു കാര്യാട്ടും
ചെമ്മീനും 73

പത്മരാജന്റെ
തൃശൂർക്കാലം 85

'ചെമ്മീനിനു' ശേഷം
രാമു കാര്യാട്ട് 97

എന്റെ ആദ്യ പുസ്തകം,
മുണ്ടശ്ശേരിമാഷും പ്രേംജിയും 109

ഓർമ്മകൾ

കെ. കരുണാകരൻ,
ഉമ്മൻചാണ്ടി തുടങ്ങിയവർ

ഞാനാരാണ്? ഈ ചോദ്യത്തിനു മുന്നിൽ പകച്ചുനിന്നു പോകുന്നു. ജീവിതം എന്ന സമസ്യയുടെ ഉണ്മ അറിയാനുള്ള ഭാവുകത്വ സന്നദ്ധത. മാനവിക സ്നേഹത്താൽ സ്പന്ദിതമായൊരു ഹൃദയം. ആകെത്തുകയിൽ എന്നെ നയിച്ചത് കലാകാരന്മാരും സാഹിത്യകാരന്മാരും അടങ്ങിയ സർഗ്ഗാത്മകലോകത്തിന്റെ അഭിനിവേശങ്ങളായിരുന്നു. ഹൃദയബന്ധ ങ്ങളെ അമൂല്യമാക്കിത്തീർക്കുന്ന ധാരാളം സുഹൃത്തുക്കൾ എനിക്കു ണ്ടായിരുന്നു. വ്യക്തിത്വത്തിന്റെ സവിശേഷതകൾ സൂക്ഷ്മതയോടെ ഉൾക്കൊള്ളുന്ന രാഷ്ട്രീയക്കാരും സുഹൃത്തുക്കളായി ഉണ്ടായിരുന്നു. ഞാനും ഉഷയുമടങ്ങിയ ഏകാന്തനിസ്വനങ്ങളുടെ ഒരു ലോകമാണെന്റെ മുന്നിലിപ്പോൾ. കൂടെ അവശേഷിച്ച കുറേയേറെ ഓർമ്മകളും! എന്തു കൊണ്ടോ ഞാനിപ്പോൾ തേറമ്പിൽ രാമകൃഷ്ണനെ ഓർത്തു. കേരള വർമ്മ കോളേജ് കാലം തൊട്ടേ അദ്ദേഹം എന്റെ സുഹൃത്തായിരുന്നു. അക്കാലത്ത് രാഷ്ട്രീയത്തിൽ നിലയുറപ്പിച്ചു കഴിഞ്ഞ ധാരാളം സ്നേഹി തന്മാർ എനിക്കുണ്ടായിരുന്നു. കെ.പി. വിശ്വനാഥൻ, ജോസ് താണിക്കൽ, വി.എം. സുധീരൻ, പി.സി. ചാക്കോ, വി.ബാലറാം, അങ്ങനെ എത്രയോ പേർ.

വിശ്വനാഥൻ ലോ കോളേജിലെ എന്റെ സഹപാഠിയാണ്. ഉമ്മൻ ചാണ്ടിയും വയലാർ രവിയും അന്ന് ലോ കോളേജിലുണ്ടായിരുന്നു. ഓർക്കാൻ അങ്ങനെ എന്തെല്ലാം ഉണ്ട്? കാരിക്കത്ത് ലെയ്നിലെ ഇന്നത്തെ 'കരുണാകരൻ സപ്തതിമന്ദിരം' ഉഷയുടെ 'കാരിക്കത്ത്' തറ വാടായിരുന്നു. അത് പിന്നീട് എ.കെ. ആന്റണി സ്നേഹപൂർവ്വം പറഞ്ഞി ട്ടാണ് ഡി.സി.സിക്ക് വിൽക്കപ്പെട്ടത് എന്ന് തോന്നുന്നു. തൊട്ടടുത്തുള്ള ഉഷയുടെ വലിയമ്മയുടെ വീട്ടിൽ ഇവരടക്കമുള്ള ഇന്നത്തെ പ്രമുഖ രാഷ്ട്രീയക്കാർ സ്ഥിരം പോക്കുവരവുണ്ടാകും. അവർക്കവിടെ എല്ലാ സ്വാതന്ത്ര്യവും ഉണ്ടായിരുന്നു. സുധീരന് ചിക്കൻ പോക്സ് വന്നപ്പോൾ

കിടന്നത് ആ വീട്ടിൽതന്നെ ആയിരുന്നു. പ്രമുഖനേതാവായി മാറിയിട്ടും ഉമ്മൻചാണ്ടി എന്നെ മറന്നില്ല. അദ്ദേഹത്തിന്റെ തട്ടകമായ കോട്ടയം മെഡിക്കൽ കോളേജ് ആശുപത്രിയിൽ, ഞാൻ കിടക്കുമ്പോൾ വന്ന് ആശ്വസിപ്പിച്ചത് മറക്കാൻ കഴിയില്ല. പി.സി. ചാക്കോയുടെ അച്ഛൻ കോട്ടയ്ക്കൽ ആശുപത്രിയിൽ കിടക്കുമ്പോൾ A.I.Rലെ മണികണ്ഠൻ നായരും ഞാനും കാറിൽ ചാക്കോയുടെ ഒപ്പം കോട്ടയ്ക്കലേക്ക് പോയ യാത്ര ഇന്നലെ പോലെ ഓർക്കുന്നു. ഈവക സൗഹൃദങ്ങളുടെയൊക്കെ അനന്തരഫലമായാവാം, ഒരുനാൾ അന്നത്തെ മുഖ്യമന്ത്രി കരുണാകരന്റെ മുന്നിൽ ഞാൻ എത്തിച്ചേർന്നു.

"കുട്ടി ഇരിക്കൂ" അദ്ദേഹം പറഞ്ഞു. (ഞാൻ ഇരുന്നില്ല) "കണ്ടിട്ട് ഒരു കലാകാരനാണെന്ന് തോന്ന്ണൂ." എന്തിനേറെ എട്ട് പത്ത് മിനുട്ടിനകം എനിക്ക് ഫിലിം ഡെവലപ്മെന്റ് കോർപ്പറേഷനിൽ നല്ല ഒരു ഉദ്യോഗം കിട്ടാൻ പോകുന്നു എന്ന സംതൃപ്തിയോടെ മനസ്സ് തുള്ളിച്ചാടിയാണ് മടങ്ങിയത്.

എന്നാൽ, പിറ്റേന്ന് ദുബായിൽ നിന്നും ഒരു നല്ല ജോലിസാധ്യത എത്തിപ്പെട്ടതോടെ ഉടനെ ഗൾഫിലേക്ക് പോയി.

എക്സ്പ്രസ് ജോർജ്ജ്, കൃഷ്ണകുമാർ, അമ്പലശ്ശേരി വിജയൻ, സി.കെ. മേനോൻ എന്നിവരുടെ നിരന്തരമായ പ്രോത്സാഹനം അഡ്വ. പി. ഉണ്ണിമേനോനെയും ദുബായിലെത്തിക്കുന്നു.

വിധിയുടെ കളികൾ ഒന്നും നമ്മുടെ കൈപ്പിടിയിലൊതുങ്ങുന്നവയല്ല. തീർത്തും അവിചാരിതമായ കോണുകളിൽനിന്ന് സഹായങ്ങളും സദുപദേശങ്ങളും പറന്നെത്തിക്കൊണ്ടിരിക്കും.

ഒരു നല്ല കാര്യം നാം ചെയ്യുന്നു. നമുക്ക് അതിന്റെ ഗുണം പ്രതീക്ഷിക്കാത്തവരിൽ നിന്നാവും ചിലപ്പോൾ വന്നുചേരുന്നത്. സൗഹൃദത്തിന്റെയും സന്മനസ്സിന്റെയും ഊർജ്ജം ഈ വിശ്വമാകെ വ്യാപിച്ചുകിടപ്പാണെന്ന് നാം മനസ്സിലാക്കും. കാര്യകാരണങ്ങൾക്കൊന്നും വലിയ പ്രസക്തി കാണാത്ത വിചിത്ര പ്രതിഭാസമായി നമ്മെ അവ അദ്ഭുതപ്പെടുത്തും. നമ്മളാരുംതന്നെ ഒറ്റയ്ക്കല്ലെന്നും വലുതും ചെറുതുമായ കൂട്ടായ്മകളുടെ അംശങ്ങളാണെന്നും അറിയുമ്പോൾ ഭാരക്കുറവും ആശ്വാസവും അനുഭവപ്പെടുന്നു. അതുതന്നെയാണ് ശാന്തി.

എന്തിന്, മൂന്നുനാലു കൊല്ലം മുമ്പ് ഒരു സന്ധ്യയ്ക്ക് ഒരു മിന്നൽ സന്ദർശനത്തിൽ ഇവിടെ വീട് തപ്പിപ്പിടിച്ച് കണ്ടെത്തി ഭാര്യയുമൊത്ത് ആ മുസ്ലീം സുഹൃത്ത് എന്നെയും 'കുടുംബ'ത്തേയും കാണാൻ വീട്ടിൽ എത്തിയത്! അദ്ദേഹം ദുബായിലെ എന്റെ ആദ്യത്തെ സ്പോൺസർ ആയിരുന്നു. മിസ്റ്റർ മൊഹസ്സിൻ ഷെയ്ക്ക് ഹസ്സൻ. ആ മനുഷ്യസ്നേഹിയുടെ സൗഹൃദത്തിന്റെ പച്ചപ്പ് ഇപ്പോഴും ഒരാശ്വാസമായി, സന്തോഷമായി നിലകൊള്ളുന്നു.

എസ്.കെ. പൊറ്റക്കാട്ടും
പുനത്തിൽ കുഞ്ഞബ്ദുള്ളയും കാക്കനാടനും

ദുബായിൽ എസ്.കെ. പൊറ്റക്കാട്ടും, പുനത്തിൽ കുഞ്ഞബ്ദുള്ളയും വന്നപ്പോൾ അവിടത്തെ ഒരു ബിസിനസ്സ് പ്രമാണിയുടെ വീട്ടിൽവെച്ച് ഞങ്ങൾ പരിചയപ്പെട്ടു.

എസ്.കെ.യ്ക്ക് എന്നെ മുമ്പേ അറിയാം. കൊടുങ്ങല്ലൂരിൽനിന്നും കാര്യാട്ടുമൊരുമിച്ച് ഞങ്ങളുടെ തൃശ്ശൂർ വരെയുണ്ടായ കാർയാത്ര പൊറ്റക്കാട്ട് മറന്നിട്ടുണ്ടായിരുന്നില്ല!

എന്നാൽ പുനത്തിൽ കുഞ്ഞബ്ദുള്ളയുടെ വാക്കുകൾ.

"ഉണ്ണിമേനോനെക്കുറിച്ച് കേട്ടിട്ടുണ്ട്. കാണാൻ സാധിക്കുന്നത് ഇപ്പോഴാണ്."

കുറെ മുമ്പ്, ടി പത്മനാഭൻ വിജയൻ കരോട്ടിനോട് ചോദിച്ചുവത്രെ. "ആ കഥകളെഴുതുന്ന പി. ഉണ്ണിമേനോൻ ഇപ്പൊ എവിടെയാണ്?"

-ഇതെല്ലാം എനിക്ക് കോരിത്തരിപ്പുണ്ടാക്കിയ നിമിഷങ്ങളാണ്. സൗഹൃദത്തിന്റെ വെളിച്ചം വീഴുന്ന നുറുങ്ങു നിമിഷങ്ങൾ.

കൊടുങ്ങല്ലൂരിൽ സാഹിത്യ പരിഷത്തിന്റെയൊ മറ്റൊരു സമ്മേളനം നടക്കുന്നു. ഞാനും രാമു കാര്യാട്ടും യാദൃച്ഛികമായി ആ വഴി വരുമ്പോൾ അവിടെ വെച്ച് കാക്കനാടനെ കാണുന്നു. വർത്തമാനങ്ങളുടെ മാലപ്പടക്കങ്ങളായിരുന്നു; പിന്നെ അതാ വരുന്നു എസ്.കെ. പൊറ്റക്കാട്ട്. തൃശ്ശൂർക്ക് ഞങ്ങളുടെ കാറിൽ എസ്.കെയും കയറി. ഞാനാദ്യമായാണ് പരിചയപ്പെടുന്നത്.

(എസ്.കെ.യുടെ പ്രത്യേക സിഗരറ്റു വലി ശൈലി കാര്യാട്ട് അനുകരിച്ച് കാണിച്ച് ചിരിക്കാറുണ്ട്.)

കാറിലിരുന്ന് സരസങ്ങളായ സംസാരങ്ങൾ. എസ്.കെ.യുടെ "പ്രേമശില്പി" എന്ന നീണ്ട കവിത മുമ്പ് മാതൃഭൂമി ആഴ്ചപ്പതിപ്പിൽ മുൻപേജിൽ വന്നത് വായിച്ച് വായിച്ച് മതിമറന്ന് വരികൾ ഒട്ടുമുക്കാലും ഹൃദിസ്ഥമായിരുന്നു എനിക്ക്. എസ്.കെ. പറഞ്ഞപ്പോൾ പല ഭാഗങ്ങളും സംഗീതാത്മകമായിത്തന്നെ ചൊല്ലാൻ തുടങ്ങി ഞാൻ.

"അന്നൊരു സായാഹ്നത്തിൽ.....

"എന്താണിക്കലെ?, കാന്തന്റെ കണ്ണിൽ
ചെന്തീജ്ജ്വാലകൾ നീളുകയായി"

"നൊണ്ടിനൊണ്ടിയസ്സിംഹം വരുന്നൂ
ഖന്നൂം ബീവിയെക്കണ്ടുമയങ്ങാൻ"

"പാമീർ മാമല പുൽകിവന്നെത്തും
പ്രാലേയപ്പുലർക്കാറ്റടിക്കുമ്പോൾ"

"ജീവിതമെന്നാൽ ഒരു നിമിഷം, ക്ഷമ വേണം
ബീവിയെ ഓർമ്മിപ്പിച്ചു ശില്പിയാ ഖുർ-ആൻ വാക്യം"

എസ്.കെ.യ്ക്ക് വളരെ സന്തോഷമായി. എസ്.കെ. കെട്ടിപ്പിടിച്ച് എന്നെ അനുമോദിച്ചു. പിന്നെ കാണുന്നത് ദുബായിൽ വെച്ചാണ്. അതായിരുന്നു, അവസാനത്തെ കാഴ്ച. പുനത്തിലിനെയും പിന്നെ നേരിട്ട് കാണാൻ അവസരം ഉണ്ടായിട്ടില്ല. കഥയിൽ ജീവിതത്തിലാദ്യമായി ഒരു പുതുമ ഞാൻ ദർശിച്ചത് പത്മനാഭന്റെ രചനകളിലാണ്. ആ തന്റേടം ഒന്ന് വേറെയാണ്. പുനത്തിലിന്റെ കഥകളും എന്നെ ആകർഷിച്ചിരുന്നു. ബഷീറിന്റെ കഥകളോടുള്ള ഇഷ്ടം ഒന്ന് വേറെയാണ്.

വൈക്കം മുഹമ്മദ് ബഷീറും റോളക്സ് വാച്ചും

സ്ഥലം തൃശ്ശൂർ. ചെമ്പോട്ടിൽ ലെയ്നിലെ പ്രീമിയർ ലോഡ്ജ്. വൈക്കം മുഹമ്മദ് ബഷീറിന്റെ മുറി. ഞാനും ബഷീറും മാത്രമേ ഉള്ളൂ. സന്ധ്യയോടടുക്കുന്ന നേരം. ജനലിലൂടെ കഥാകാരൻ തുളസി എത്തിച്ചു നോക്കുന്നു. അവസാനം മുറിയിലേക്ക്. തുളസി എന്റെ സുഹൃത്താണ്.

ബഷീർ പന്തിയില്ലാതെ നോക്കുന്നുണ്ട്. തുടർന്ന് ആക്ഷേപഹാസ്യം കലർന്ന കമന്റുകൾ, ബഷീറിന്റെ വക. തുളസി അന്ധാളിക്കുന്നു. അവസാനം ഞാൻ ഇടപെട്ടു. "ദ്വീപ്" എന്ന നോവൽ (തുളസിയുടെ) 'മാതൃഭൂമി' ആഴ്ചപ്പതിപ്പിൽ വന്നുകൊണ്ടിരിക്കുന്ന സമയം. കാര്യങ്ങൾ ഞാൻ വിശദീകരിച്ചു, ബഷീറിന്.

ബഷീർ സംസാരശൈലി തന്നെ മാറ്റുന്നു. തുളസിയെ അഭിനന്ദിക്കുന്നു, മനസ്സാ. വളരെ സന്തോഷവാൻ. ചായ വരുത്തിക്കഴിച്ച് നാളെ കാണാമെന്ന് പറഞ്ഞ് പിരിയുന്നു. തുളസി (എൻ. തുളസീധരൻ) വളരെ വളരെ ഹാപ്പി. പിറ്റേന്ന് കാലത്ത് ഞാൻ ബഷീറിന്റെ മുറിയിലെത്തി. ഒരു "റോളക്സ്" വാച്ച് ബഷീറിന് സമ്മാനം തരാമെന്ന് പറയുന്നു. (സത്യസന്ധമായിത്തന്നെ പറഞ്ഞതാണ്) ബഷീർ അദ്ഭുതപ്പെടുന്നു.

പിന്നീട് കുറെ കൊല്ലങ്ങൾ. പലപ്പോഴും പലയിടത്തായി കാണും. റസ്റ്റ്ഹൗസിൽ, മദിരാശിയിൽ എല്ലാം. മാത്രമല്ല മാനസികാരോഗാസ്പത്രിയിലും.

എന്നോട് മറക്കാതെ ചോദിക്കും. "എവിടെ എന്റെ "റോളക്സ്" ഉ.മേനോനെ..."

ബഷീർ എന്നെ ഉ.മേനോൻ എന്നാണ് വിളിക്കാറ്. യാദൃച്ഛികമാവാം. വി.കെ.എന്നും എന്നെ ഉ.മേനോൻ എന്നാണ് വിളിക്കുക. വി.കെ.എൻ. എനിക്ക് കത്തെഴുതുമ്പോൾ പോലും കവറിന്റെ പുറത്ത് അഡ്രസ് ഉ.മേനോൻ എന്നാണ് എഴുതുക,

പാരഡികൾ, സഞ്ജയൻ,
വി.കെ.എൻ, ഷീല, എസ്.പി. പിള്ള

യൗവ്വനകാലത്ത് മദിരാശിയിലെ സിനിമക്കാർക്കിടയിൽ പ്രചുരപ്രചാര മുണ്ടായിരുന്ന "ചൊറിച്ചുമല്ലൽ", "പാരഡിപ്പാട്ടുകൾ" എന്നിവ ആസ്വദി ക്കാൻ എളുപ്പം സാധിച്ചു. 'മറിച്ചു ചൊല്ലൽ' ആണ് "ചൊറിച്ചുമല്ലൽ" പേരിൽത്തന്നെയുണ്ട് അതിന്റെ പ്രായോഗികരീതി.

തിക്കുറിശ്ശി, അടൂർഭാസി, സത്യൻ, എസ്.പി. പിള്ള ഇവരൊക്കെ ഇതിന്റെ ആശാന്മാരായിരുന്നു.

ചൊറിച്ചുമല്ലൽ- ഒരു ഉദാഹരണം-സംഭവ കഥ തന്നെ.

"ചെമ്മീൻ" ഷൂട്ടിങ് സമയത്ത് തൃശ്ശൂരിൽ ആർട്ടിസ്റ്റുകൾ താമസി ക്കുന്ന മുന്തിയ ഹോട്ടലാണ് സ്ഥലം. ഷീല പറയുന്നു "ഇണപ്രാവുകൾ, ഗംഭീരമാണത്രെ. അതാരുടെ കഥയാണ്?"

ഉടനെ എസ്.പി.പിള്ള:- അത് വളരെ പ്രശസ്തനായൊരു കഥാ കൃത്തിന്റേതാണ്. പേര് 'വർക്കത്ത് മുട്ടി.'

പിന്നീട് ഷീല ചിലരോട് ചൊറിച്ചുമല്ലൽ എന്താണെന്നറിയാതെ ഇണപ്രാവുകൾ 'വർക്കത്തു മുട്ടിയുടെ കഥയാണ്,' എന്ന് പറഞ്ഞിട്ടുണ്ട്. ശരിയായ പേര് മുട്ടത്ത് വർക്കി എന്നാണെന്ന് പിന്നീട് ആരോ ഷീലയെ പറഞ്ഞു മനസ്സിലാക്കി.

ചൊറിച്ചുമല്ലൽ പ്രയോഗത്തിന്റെ ശൈലിയിൽ തന്റേതായ മട്ടിൽ വി.കെ.എൻ. പലപ്പോഴും തന്റെ സൃഷ്ടികളിൽ ഉൾക്കൊള്ളിച്ചു കണ്ടിട്ടുണ്ട്. ഉദാഹരണത്തിന്, "ഹൂ ഈസ അഫ്റെയ്ഡ് ഓഫ് വെർജീനയ വുൾഫ്" എന്നതിനെ "ഹൂ ഈസ് അഫ്റെയ്ഡ് ഓഫ് വെള്ളായണി അർജുനൻ"എന്നാക്കിയത്, 'ചന്തയിൽ ചൂടി വില്ക്കുന്ന പെണ്ണ്" എന്ന സിനിമാപ്പേര് "ചന്തിയിൽ സൂചി വെയ്ക്കുന്ന പെണ്ണ്" എന്ന് വി.കെ.എൻ. മാറ്റിയതെല്ലാം ഉദാഹരണം.

ഇപ്പോഴത്തെ ഈ 'മിമിക്രി' കലാരൂപം നാല്പതുകളിലും അമ്പതു കളിലും അത്ര സജീവമായിരുന്നില്ല.

അന്ന് ഹാസസാഹിത്യകാരന്മാർ അരങ്ങ് വാണിരുന്നു. പ്രധാനി സഞ്ജയൻ (എം.ആർ. നായർ). എന്റെ അച്ഛൻ തലശ്ശേരി ബ്രണ്ണൻ കോളേജിൽ പഠിക്കുമ്പോൾ, സഞ്ജയനെ അറിയുമായിരുന്നത്രെ. രാവുണ്ണിക്കുട്ടി എന്നാണ് വിളിക്കാറ്. ആരോടും അധികം സംസാരി ക്കാത്ത ഒതുക്കമുള്ള പ്രകൃതം. ഒരു തരം ഉൾവലിയൽ തന്നെ.

സഞ്ജയന്റെ പാരഡികൾ അക്കാലത്ത് പ്രസിദ്ധമായിരുന്നു. ഇരയിമ്മൻ തമ്പിയുടെ പേരുകേട്ട

"ഓമനത്തിങ്കൾക്കിടാവോ..........." എന്നതിനെ

"ഓമനപ്പന്നിക്കിടാവോ......." എന്നാക്കി.

ഉള്ളൂരിന്റെ 'ഉമയമ്മറാണിയുടെ വിലാപ'ത്തിലെ
"മണിയേഴുകഴിഞ്ഞുമോശമിപ്പണി......" എന്നതിന്
"മണിയേഴു കഴിഞ്ഞുഹാമഹാ
കവിയുള്ളൂർ വിലപിച്ചമാതിരി
കണികാണ്മതിനില്ലസൂര്യനെ
കരിമേഘാളി മറച്ചിരിക്കയാൽ" എന്നാക്കിയിട്ടുണ്ട്.

എന്തിന്, "ജനഗണമന...." എന്ന ദേശീയ ഗാനത്തെപ്പോലും സഞ്ജയൻ "ജനഗണതല അടിനായക ജയഹേ..." എന്നാക്കി പാരഡി തീർത്തിരിക്കുന്നു.!

അണ്ടർവേൾഡ് സർക്കിളുകളിൽ തിക്കുറിശ്ശിയുടെ വക വമ്പന്മാരെക്കുറിച്ചുള്ള പാരഡികൾ പ്രസിദ്ധമാണല്ലോ.

ഇവരിലൊക്കെ വെണ്മണികൃതികളുടെ സ്വാധീനം വിസ്മരിച്ചുകൂടാ. മലയാള നാടക-സിനിമാ ഗാനരചയിതാക്കളിൽ ചങ്ങമ്പുഴയുടെ സുവ്യക്തമായ സ്വാധീനം എന്ന പോലെ.

രാമു കാര്യാട്ടും 'രക്തരക്ഷസ്സും'.
കലാനിലയം കൃഷ്ണൻനായരുടെ 'തനിനിറം'

എറണാകുളത്ത് ഇന്റർനാഷണൽ ഹോട്ടലിൽ രാമു കാര്യാട്ടുമൊത്ത് ഞാൻ താമസിക്കുന്ന സമയം. 'നെല്ലി'ന്റെ ചർച്ചകൾക്കായി പ്രൊഡ്യൂസർ എൻ.പി. അലി വരുന്നു. ചർച്ച കഴിഞ്ഞ് അലിഭായി തിരിച്ചു പോയി. 'നെല്ല്' സിനിമയുടെ പ്രൊഡക്ഷൻ എക്സിക്യൂട്ടീവ് ആയിരുന്നു, ഞാൻ.

കാര്യാട്ടിന്റെ ഒരു പുതിയ ഐഡിയ 'രക്തരക്ഷസ്സ്' പ്രസിദ്ധനായ കലാനിലയം കൃഷ്ണൻ നായരുടെ നാടകമാണ്. സിനിമയാക്കിയാലെന്താ? കൃഷ്ണൻ നായർക്കും താത്പര്യമുണ്ട്.

കൃഷ്ണൻ നായരുമൊത്ത് എറണാകുളത്തു തന്നെ ഞങ്ങൾ ആ നാടകം കാണുകയുണ്ടായി. പുതുമ കലർന്ന ഒന്നാംതരം നാടകം. ഞങ്ങൾ എന്നല്ല, കാണികളാകെത്തന്നെ അത് നിശ്ശബ്ദരായിരുന്ന് ശ്വാസമടക്കി ആസ്വദിക്കുകയുണ്ടായി.

കലാനിലയം കൃഷ്ണൻ നായരെക്കുറിച്ച് വളരെ തെറ്റായ ധാരണകളായിരുന്നു, ഞങ്ങൾക്ക്. അദ്ദേഹവുമായി ഏറെ നേരം സംസാരിച്ചിരുന്നപ്പോഴാണ് ആൾ ഒരു മാന്യനാണ് എന്ന് മനസ്സിലായത്. നല്ല വ്യക്തിത്വത്തിന്റെ ഒരു ഉടമയും.

1950 കളിൽ "തനിനിറം" എന്നൊരു മാസിക അസാമാന്യ തന്റേടത്തോടെ, ധൈര്യത്തോടെ നിലവിലുണ്ടായിരുന്നു. കേരളത്തെ ഞെട്ടിച്ച

ഒന്നായിരുന്നു അത്. കലാനിലയം കൃഷ്ണൻ നായരാണ് പത്രാധിപർ.

"തനിനിറ"ത്തിൽ 'കമ്പക്കെട്ട്' എന്നൊരു പംക്തി ഉണ്ട്. സ്ഥലവും പേരും വെച്ച് നാട്ടിൽ നടക്കുന്ന പകൽ മാന്യന്മാരുടെ അനാശാസ്യങ്ങളും അരുതായ്മകളും കൈക്കൂലിക്കഥകളും ശരിയായ പേര് വെളിപ്പെടുത്തി ത്തന്നെ അച്ചടിച്ചു വരുന്ന ആ പംക്തി എല്ലാവരും വായിക്കും. രഹസ്യമായി സൂക്ഷിക്കും. അടുത്ത ലക്കത്തിനായി കാത്തിരിക്കും തത്പര കക്ഷികൾ മാത്രമല്ല, തത്പര 'പ്രതി'കളും.

'കമ്പക്കെട്ടി'ന് ന്യൂസ് നൽകുന്നത് ആരാണെന്ന് ആർക്കും അറിയില്ല. അത് പരമരഹസ്യമാണ്. ആ ലേഖകന്മാരെ 'ഗസ്റ്റപ്പൊ' എന്നാണ് വാർത്തയുടെ താഴെയായി കൊടുക്കാറ്.

ഗുരുവായൂരിൽ ഹൈസ്കൂൾ ക്ലാസുകളിൽ പഠിക്കുമ്പോൾ ഞങ്ങൾ വികൃതികളായ കുട്ടികൾക്ക് 'തനിനിറം' ഒരു ഹരമായിരുന്നു. സ്ഥലം 'ഗസ്റ്റപ്പൊ' ആരായിരിക്കും? ഞങ്ങൾ അതന്വേഷിച്ച് കണ്ടുപിടിക്കാൻ ഒരുപാട് അദ്ധ്വാനിച്ചിട്ടുണ്ട്. ശ്രമം വിജയിച്ചതേയില്ല.

പത്മരാജനുമൊത്തുള്ള
കൊല്ലംയാത്ര – കാക്കനാടൻ

തിരുവനന്തപുരത്തു നിന്നും ബസ്സിൽ കൊല്ലത്തേക്കുള്ള യാത്ര. ഞാനും പത്മരാജനും കൂടി കാക്കനാടൻ, എസ്.കെ. നായർ, വി.ബി.സി. നായർ എന്നീ സുഹൃത്തുക്കളെ കാണാനാണ് പരിപാടി.

ദുബായിൽനിന്നും ആദ്യലീവിൽ വരുന്ന സമയം. ഉഷയുമൊത്ത് തിരുവനന്തപുരം, നാഗർകോവിൽ എന്നിവിടങ്ങളിലെ ബന്ധുജന സന്ദർശനം. ഉഷയെ അവരുടെ വീട്ടിലാക്കി വീട്ടുകാരുമൊത്ത് യാത്ര ചെയ്തോളാൻ പറഞ്ഞ് ഞാൻ തടിയൂരുന്നു. പഴവിള രമേശനെ കാണണം. പത്മരാജനുമുണ്ട് ഒപ്പം. സംസാരങ്ങൾ തന്നെ ബഹുവിധ കാര്യങ്ങൾ. കുറെക്കാലമായുള്ള മൗനമല്ലേ? തുറന്നുവിട്ടല്ലേ പറ്റൂ.

പിറ്റേന്ന് കാലത്ത് ഞാൻ താമസിക്കുന്ന പാരമൗണ്ട് ഹോട്ടലിൽ വരാമെന്നേറ്റ് പത്മരാജൻ വീട്ടിലേക്ക് മടങ്ങി, രാത്രിയോടെ. രമേശനുമൊത്ത് തിരുവനന്തപുരം റോഡുകളിലൂടെ അലഞ്ഞുനടന്ന് രമേശന്റെ വീട്ടിൽ ഞങ്ങളെത്തി. പിന്നെ ആഘോഷം തന്നെ.

രാത്രി ഒരുമണിയായിക്കാണും. ഇനി അവിടെത്തന്നെ കിടക്കാമെന്ന് തീരുമാനിക്കുന്നു. ആ അസമയത്തുതന്നെ രമേശൻ പത്മരാജനെ വിളിച്ചുണർത്തി, കാലത്ത് നേരിട്ട് രമേശന്റെ വീട്ടിലേക്ക് വന്നാൽമതി, പാരമൗണ്ടിലേക്ക് പോകേണ്ട എന്നറിയിച്ചു.

കാലത്തു തന്നെ പത്മരാജൻ എത്തി. രമേശന് ലാംഗ്വേജ് ഇൻസ്റ്റിറ്റ്യൂട്ടിലാണ് ജോലി. പത്മരാജൻ യാത്രയ്ക്ക് ഒരു കാറ് സംഘടിപ്പിക്കാൻ പല ശ്രമങ്ങളും നടത്തി; എന്നാൽ നടന്നില്ല.

അങ്ങനെ ബസ്സിൽ പോകാമെന്ന് കരുതി. ബസ്സിൽ യാത്രയായി. ഒരു പടം ഡയറക്ട് ചെയ്തുകൂടെ എന്ന് ചോദിച്ചു യാദൃച്ഛികമായി.

"അയ്യോ. എനിക്കത് സാധിക്കുമോ" എന്നായി പത്മരാജൻ. സിനിമ ഫീൽഡിൽ താരതമ്യേന കുറെയേറെ പരിചയമുള്ള എന്റെ ഓരോ വാക്കും പത്മരാജൻ സസൂക്ഷ്മം ശ്രദ്ധിക്കുന്നുണ്ടായിരുന്നു. പ്രതിഭ, ഭാവനാശക്തി, സംഘടനാശേഷി ഇത്രയും ഉണ്ടെങ്കിൽ തീർച്ചയായും ഒരു പടം സംവിധാനം ചെയ്യാം എന്ന് ഞാൻ. പത്മരാജന് ഈ ഗുണങ്ങളും അതിലപ്പുറവും ഉണ്ടെന്ന് കൂടി ഞാനുറപ്പിച്ച് പറഞ്ഞതോടെ പത്മരാജന്റെ മുഖം വികസിച്ചു.

"എനിക്കത് സാധിക്കുമോ? തീർച്ചയാണോ?" എന്നെല്ലാമായി.

"ഒന്നും സംശയിക്കേണ്ട. മുന്നോട്ടു പോവാം" എന്ന് ഞാൻ തറപ്പിച്ച് പറഞ്ഞു.

തുടർന്ന് മദ്രാസ് സിനിമാ ഫീൽഡിലെ ഏർപ്പാടുകളും രാമു കാര്യാട്ടിന്റെ സിനിമ എടുക്കുന്ന രീതികളെല്ലാം ഞാൻ വിശദീകരിച്ചു.

കഥയ്ക്കോ, സ്ക്രിപ്റ്റിനോ ഒന്നും പത്മരാജന് ഒരു പ്രശ്നവുമില്ല. മുൻപ് "നക്ഷത്രങ്ങളേ കാവലി"ന് സ്ക്രിപ്റ്റ് എഴുതി നല്ലൊരു സ്ക്രീൻപ്ലേ പലരുടെ കൈകളിലുമായി തട്ടിത്തടഞ്ഞ്, ഒടുക്കം അതൊന്ന് തിരിച്ചുകിട്ടാൻ എന്താണ് മാർഗ്ഗം എന്ന് എന്നോട് ആരാഞ്ഞിട്ടുണ്ട്, പത്മരാജൻ. സിനിമക്കാരുടെ കുഴഞ്ഞുമറിഞ്ഞ രീതികളുമായി കുറച്ചൊക്കെ പരിചയവും ഉണ്ടായിട്ടുണ്ട്.

'എന്തെങ്കിലുമാവട്ടെ ഞാനൊന്ന് പയറ്റി നോക്കാൻ തന്നെ തീരുമാനിക്കുന്നു" എന്ന് ബസ്സിൽ വെച്ചു തന്നെ പത്മരാജൻ പറയുകയുണ്ടായി.

അതൊരു ശക്തമായ പ്രഖ്യാപനമായിരുന്നെന്ന് കാലം തെളിയിച്ചു.

കൊല്ലത്ത് പത്മരാജന്റെ ചേട്ടന്റെ മിസ്സിസ് ഉണ്ട്, അവർ ഡോക്ടറാണ്. അവരുടെ വീട്ടിൽ ഞങ്ങളൊരു വിസിറ്റ് നടത്തി. പിന്നെ 'കാർത്തിക' ഹോട്ടലിൽ മുറിയെടുത്തു. നേരെ എസ്.കെ. നായരുടെ വീട്ടിലേക്ക്. മുൻകൂട്ടി ആരേയും അറിയിച്ചിട്ടൊന്നുമല്ല പരിപാടികൾ. അതെന്റെ പണ്ടേ ഉള്ള പതിവാണ്..

എസ്.കെ. നായരുമായി വീട്ടിൽ കുറെ നേരം സംസാരിച്ചിരുന്നു. ഞങ്ങളെ കാറിൽ ഹോട്ടലിൽ കൊണ്ടുവിടാൻ ഡ്രൈവറോട് പറഞ്ഞു, എസ്.കെ.

പിന്നെ മുറിയിൽ വി.ബി.സി. വരുന്നു, കാക്കനാടൻ വരുന്നു. എസ്.കെ. വരുന്നു. ആഘോഷങ്ങൾ തുടർന്നുകൊണ്ടേയിരുന്നു. സിനിമാ ചർച്ചകൾ, സാഹിത്യം, ദുബായ് വിശേഷങ്ങൾ ഇങ്ങനെ പോയി.

ഞാനും കാക്കനാടനും പരസ്പരം ഷർട്ടുകൾ മാറി മാറി ഇടുന്നു. വാച്ചുകൾ അങ്ങോട്ടും ഇങ്ങോട്ടും കൈമാറുന്നു. ഇതിനിടയിൽ

കാക്കനാടൻ വീട്ടിൽപ്പോയി സഫാരി ഷർട്ടൊക്കെ ഇട്ട് അമ്മിണിയേയും കൂട്ടി വന്നു എന്നാണെന്റെ ഓർമ്മ.

പിന്നെ എന്നെ വിളിച്ച് നമുക്ക് പുറത്ത് കറങ്ങിവരാം എന്നായി. ഞാൻ പതിവിനു വിപരീതമായി മുറിവിട്ട്, പത്മരാജനെ വിട്ട് ഇറങ്ങില്ല എന്ന് ശഠിച്ചു. കാക്കനാടൻ രോഷാകുലനായി. വല്ലാതെ പരിഭവിച്ചു. പുറത്ത് കറങ്ങിനടന്ന് എന്തെങ്കിലും കുഴപ്പമുണ്ടായാൽ എന്റെ മടക്ക ദുബായ് യാത്രയെ ബാധിക്കും എന്ന ഭീതിയിലായിരുന്നു ഞാൻ.

ഈ അനുഭവം മനസ്സിൽ ഉണ്ട്. കാക്കനാടന്റെ തെറ്റുകൊണ്ടല്ല എന്റെ കൂടി നിയന്ത്രണക്കുറവാൽ കാര്യങ്ങൾ ചിലപ്പോൾ കുഴപ്പത്തിലായാലോ എന്ന പേടി.

ഇതൊക്കെ കാരണം ആ സെറ്റിൽ, നിന്ന് ചുറ്റിത്തിരിയാതെ ഞാനും പത്മരാജനും തിരിച്ച് തിരുവനന്തപുരത്തേക്ക് മടങ്ങി. പേഴ്സ് കാലി ആയി രുന്നു. അത് ഞാൻ പത്മരാജന് സമ്മാനിച്ചു. പത്മരാജന്റെ കൈവശ മുള്ള കാശും കഴിഞ്ഞുതുടങ്ങിയിരുന്നു.

ഉഷ നാഗർകോവിലിൽ ഒരു ബന്ധുവീട്ടിലാണ്. ഉഷ വരാതെ ഒന്നും ചെയ്യാനാവില്ല. അങ്ങനെ ഞാൻ ഒരു ബസ്സിൽ കയറി നാഗർകോവിലി ലേക്ക് തിരിച്ചു.

– പത്മരാജൻ പോയി, കാക്കനാടൻ പോയി. എസ്.കെ.പോയി. ബിരുദാനന്തരബിരുദം നേടിക്കഴിഞ്ഞ എന്റെ മുതിർന്ന രണ്ടാൺമക്കളും പോയി.

ഞാനും, ഉഷയും മാത്രമുണ്ട്. നാലപ്പാടന്റെ 'കണ്ണുനീർത്തുള്ളി'യിലെ വരികളാണ് ഓർമ്മ വരുന്നത്.

> "ഒരാൾക്കു മറ്റാൾ തണൽ ഈ നിലയ്ക്കാ-
> യിരുന്നു, ഹാ കൊച്ചുകിടാങ്ങൾ ഞങ്ങൾ"

അങ്ങനെ പ്രായമായെങ്കിലും കൊച്ചുകിടാങ്ങളെപ്പോലെ 'ഒരാൾക്കു മറ്റാൾ തണൽ' എന്ന മട്ടിലാണിപ്പോൾ, ഞാനും ഉഷയും!

■

തലമുറകളിലെ കുഞ്ഞുണ്ണിമാർ - വെറും മിഥ്യ!

മറ്റുള്ളവരെ, സസ്പെൻസിൽ നിർത്തി അമ്പരപ്പിച്ച് ആഹ്ലാദിക്കുന്ന കാര്യത്തിൽ എന്റെ താത്പര്യം ഒന്ന് വേറെയായിരുന്നു.

ഭദ്രകാളിയേയും ഒടിയന്മാരേയും നിരീക്ഷിക്കാമെന്ന് കരുതി പാതിരാ നേരത്ത് കുന്നിൻ പുറങ്ങളിലും ചുടലപ്പറമ്പുകളിലും ഞങ്ങൾ പരതി നടന്നിട്ടുണ്ട്; ഫലം നിരാശ മാത്രമായിരുന്നു എന്നത് വേറെ കാര്യം.

ഈ പഴയ സ്വഭാവരീതി 1980കളിലും എന്നിൽ അവശേഷിച്ചിരുന്നു എന്നതാണ് സത്യം. അത് പ്രകടമാവുന്ന ഒരു സന്ദർഭം കൂടി പറയാം: ദുബായിൽനിന്ന് ഉഷയുമൊത്ത് നാട്ടിലേക്ക് ലീവിൽ വരുമ്പോഴാണ്, വീട്ടുകാരേയും പ്രത്യേകിച്ച് സ്കൂൾ വിദ്യാർത്ഥികളായിരുന്ന ഞങ്ങളുടെ രണ്ട് കുട്ടികളേയും അദ്ഭുതപ്പെടുത്തിക്കളയാം എന്ന് തീരുമാനിക്കുന്നു.

അക്കാലങ്ങളിൽ സാരി, ഉടുപ്പ്, പേന, ടോർച്ച്, ടേപ്പ് റെക്കോർഡർ, കുട, വാച്ച്, (കഴുത്തിൽ അനുവദനീയമായ ഒരു സ്വർണ്ണച്ചെയിനും കാണും) ഇങ്ങനെയുള്ളവയാണ് സാധാരണ ഗൾഫ് പ്രവാസികൾ ലീവ് വരവുകളിൽ ഇവിടേക്ക് കൊണ്ടു വരാറ്.

കിടക്ക, വാഷിങ്മെഷീൻ, വലിയ ടേപ്പ്റെക്കോർഡർ സിസ്റ്റം. ഫ്രിഡ്ജ്, ക്ലോക്ക്, കമ്പിളിപ്പുതപ്പ്, ക്യാമറ ഇവയൊക്കെ ഉൾപ്പെട്ട ഏതാനും ഇനങ്ങൾ കൊണ്ടുവന്ന് കുട്ടികളെ അമ്പരപ്പിക്കാനും സന്തോഷിപ്പിക്കാനുമാണ് ഞങ്ങൾ പ്ലാനിട്ടത്. (ടെലിവിഷൻ അക്കാലങ്ങളിൽ ഇവിടെ അങ്ങനെ പ്രചാരത്തിൽ ഇല്ലായിരുന്നു)

സാധനങ്ങളൊക്കെ നേരത്തെ കപ്പലിൽ അയച്ചു. കൊച്ചിയിൽ സാധനങ്ങൾ എത്തിയതിനു ശേഷമേ ഞങ്ങൾ ദുബായിൽനിന്നും പുറപ്പെട്ടുള്ളൂ. എറണാകുളത്ത് ഭാരത് ടൂറിസ്റ്റ് ഹോമിൽ താമസിച്ച്, സാധനങ്ങളുമായി തൃശ്ശൂർ വീട്ടിലേക്കുള്ള യാത്ര, ഇതായിരുന്നു പദ്ധതി.

ഉഷയുടെ അനുജൻ ദാസൻ നേരത്തേ ഞങ്ങളുടെ സഹായത്തിനായി എറണാകുളത്ത് എത്തിയിരുന്നു.

ഒരു മുന്തിയ ഇനം ഫ്രഞ്ച് പെർഫ്യൂം എറണാകുളത്തെ ദാമോദരൻ എന്ന സുഹൃത്തിന് കൊടുക്കാനായി ദുബായിലെ ഒരു ഫ്രണ്ട് തന്നേൽപ്പിച്ചിരുന്നു. കൃത്യസമയത്തുതന്നെ ഹോട്ടലിൽ അങ്ങേര് എത്തി. സാധനം ഞാൻ കയ്യോടെ എല്പിച്ചു. സന്തോഷമായി അങ്ങേർക്ക്. അദ്ദേഹത്തിന്റെ ഒപ്പം ഉണ്ടായിരുന്ന ശുഭ്രവസ്ത്രധാരിയായ ഒരു സുഹൃത്തിനെ ദാമോദരൻ എനിക്കും ഉഷയ്ക്കും പരിചയപ്പെടുത്തി. ദാമോദരൻ :- "ഇത് മിസ്റ്റർ ഉണ്ണിനായർ." അതിനിടെ ആ ശുഭ്രവസ്ത്രധാരി ഇടപെട്ട് തിരുത്തുന്നു. "ഉണ്ണിനായരല്ല, ഉണ്ണിമേനോൻ. എന്റെ ദാമോദരാ, ഞങ്ങൾ പഴയ സുഹൃത്തുക്കളാണ്" ദാമോദരന് അദ്ഭുതം. ആ സുഹൃത്ത് വയലാർ രവി ആയിരുന്നു.

ഞാനും ഉഷയും പിന്നെ വെല്ലിങ്ടൺ ഐലണ്ടിലേക്ക് തിരിച്ചു. സാധനങ്ങൾ ചെക്ക് ചെയ്ത് ക്ലിയർ ചെയ്യേണ്ട ഭാരിച്ച പണിയുണ്ടല്ലൊ.

പരിചയമുള്ള ആരോ കസ്റ്റംസിൽ ഉണ്ടെന്ന ശ്രുതിയുടെ ബലത്തിൽ ഉഷയുടെ അനുജൻ ദാസൻ കസ്റ്റംസിൽ അന്വേഷണം നടത്തി നോക്കി. ഇടവേള ബാബുവിന്റെ ബന്ധത്തിലോ മറ്റോ ഉള്ള ഒരു കുഞ്ഞുണ്ണി. അന്വേഷണത്തിൽ, അവിടെ അങ്ങനെ ഒരാൾ ഇല്ല. ഇടവേള ബാബു ഉഷയുടെ വീട്ടുകാരുടെ ബന്ധു ആണ്. എന്തിനേറെ ആ വഴിക്കുണ്ടായ ശ്രമവും വിഫലമായി.

അങ്ങനെ സാധനങ്ങൾ ചെക്ക് ചെയ്യാൻ കസ്റ്റംസ് സീനിയർ ഓഫീസറും ഒരു അസിസ്റ്റന്റും വന്നു. ദാസൻ പുറത്ത് ആരോടോ ചോദിച്ചപ്പോൾ, എം.ജി. മേനോൻ എന്ന കർക്കശക്കാരനായ ഒരോഫീസറാണ് അയാൾ എന്നറിഞ്ഞു. ഒരു രക്ഷയുമില്ല. വലിയ ഒരു തുക തന്നെ 'ഡ്യൂട്ടി' വകയിൽ അടയ്ക്കേണ്ടതായി വരും. ദാസൻ പുറത്തുപോയി കുറെയേറെ പണം സംഘടിപ്പിച്ചുകൊണ്ടുവന്നു.

എല്ലാ വസ്തുക്കളും ഒന്നൊഴിയാതെ എണ്ണിനോക്കി സൂക്ഷ്മമായി പരിശോധിക്കുകയാണ് മേനോൻ. ഒറ്റനോട്ടത്തിൽ ഇത് കുഴഞ്ഞതു തന്നെ എന്ന് ഞാൻ ഉറപ്പിച്ചു.

അവസാനം എനിക്ക് തന്ന പേപ്പറിൽ കണ്ണടച്ച് ഒപ്പിട്ടു കൊടുത്തു. ഒന്നും വായിച്ചു നോക്കാൻ പോലും മിനക്കെട്ടില്ല. ദാസൻ 'ഡ്യൂട്ടി' അടയ്ക്കാനും പോയി.

അടുത്ത രംഗത്തിൽ ഒരു ദൂതൻ എന്റെ അടുത്ത് വന്ന് പുറത്ത് കസ്റ്റംസ് ഓഫീസർ വിളിക്കുന്നു എന്ന് പറഞ്ഞു. പരിഭ്രമിച്ച് അങ്ങേരുടെ അടുത്ത് ചെന്നു.

ഒട്ടും ഓർക്കാപ്പുറത്ത് ആണ്, തോളിൽ കൈയിട്ട് എം.ജി. മേനോൻ എന്ന ആ കർക്കശനായ കസ്റ്റംസ് ഓഫീസർ എന്നെ ഉറ്റു നോക്കി ചോദിച്ചു.

"എന്നെ ഓർമ്മയുണ്ടോ ഉണ്ണിക്ക്?"

“സോറി, എനിക്ക് ഓർമ്മ വരുന്നില്ല” എന്നു പറഞ്ഞു ഞാൻ.

“ഉണ്ണീ, ഞാൻ കുഞ്ഞുണ്ണിയാണ്, ചാവക്കാട് ബോർഡ് സ്കൂളിൽ...” ഉടനെ എനിക്ക് ആളെ പിടികിട്ടി. ഞാനന്തം വിട്ടുപോയി. ഞങ്ങൾ അടുത്ത വീട്ടുകാരായിരുന്നു. കളിക്കൂട്ടുകാരുമായിരുന്നു. എന്റെ രണ്ടു ക്ലാസ് സീനിയർ.

പാസ്പോർട്ടിലെ അച്ഛന്റെ പേരിൽനിന്നാണ് എന്നെ അവന് മനസ്സിലാക്കാനുള്ള ആദ്യത്തെ ക്ലൂ കിട്ടിയതത്രെ!

അച്ഛന്റെ പേര് യു. കുഞ്ഞുണ്ണിപ്പണിക്കർ. സ്കൂളിൽ പഠിക്കുമ്പോൾ അച്ഛന്റെ കെയറോഫിലാണ് ഞാൻ അധികവും അറിയപ്പെട്ടിരുന്നത്.

അധികമാർക്കും അറിയാത്ത മറ്റൊരു തമാശ. എന്റെ യഥാർത്ഥ പേരും കുഞ്ഞുണ്ണി എന്നാണ്. ആ പേര് പഴഞ്ചനെന്ന് തോന്നിയതിനാൽ ഞാൻ ആദ്യം മുതലേ അത് തിരുത്തി പി.കെ. ഉണ്ണി എന്നാക്കിയിരുന്നു. പിന്നീടാണ് പി. ഉണ്ണിമേനോനായത്.

അച്ഛന്റെ അച്ഛന്റെ പേര് കുഞ്ഞുണ്ണിനായർ എന്നാണ്. ഒരു നായരും പണിക്കരും മേനോനും. പൊതുവായി എല്ലാവരും കുഞ്ഞുണ്ണിമാർ. ഇപ്പോഴിതാ, കസ്റ്റംസ് ഓഫീസറാവട്ടെ മറ്റൊരു കുഞ്ഞുണ്ണി!

‘നമുക്കു ഷിപ്പിൽ പോയി കുറച്ചു ബിയർ കഴിച്ചു വരാം’ എന്നായി കുഞ്ഞുണ്ണി.

സ്നേഹപൂർവ്വം ഞാൻ ആ ഓഫർ നിരസിച്ചു. “കുറെ കൊല്ലങ്ങളായി ആ ശീലങ്ങളിൽ നിന്നൊക്കെ മാറി നില്പാണ് കുഞ്ഞുണ്ണീ.”

ദാസൻ ഡ്യൂട്ടി അടച്ച് വന്ന് കുഞ്ഞുണ്ണിയുമായി സംസാരിച്ചു. അദ്ദേഹം ബോധപൂർവം പരിചയം നടിക്കാതിരുന്നതാണെന്നും പറഞ്ഞു.

ചുരുങ്ങിയത് നാലായിരം ഉറുപ്പികയെങ്കിലും ഡ്യൂട്ടി വരേണ്ട സ്ഥാനത്ത് വെറും നാനൂറ്റമ്പത് രൂപയേ ഡ്യൂട്ടി അടയ്ക്കേണ്ടി വന്നുള്ളൂ!

ഞങ്ങൾ പിന്നീട് എറണാകുളത്തുള്ള കുഞ്ഞുണ്ണിയുടെ വീട്ടിൽ പോയി ഭാര്യയെ കണ്ടു. സാരി സമ്മാനിച്ച് (അവർ ഉഷയുടെ ബന്ധുവാണല്ലോ) സന്തോഷത്തോടെ മടങ്ങുകയും ചെയ്തു.

ഒരു പഴയ സുഹൃദ്ബന്ധത്തിന്റെ സജീവ തരംഗങ്ങൾ എവിടെ എപ്പോൾ എങ്ങനെയൊക്കെ സ്പർശിക്കുന്നു എന്ന് നിശ്ചയിക്കുന്നത് ആരാവാം?

മുൻകൂട്ടി നിശ്ചയിച്ച വിധം സാധനങ്ങളൊക്കെ ഒരു ലോറിയിലാക്കി ദാസൻ തൃശ്ശൂർക്ക് പുറപ്പെട്ടു. പുറകെ കാറിൽ ഞാനും ഉഷയും.

കൃത്യമായി ഞങ്ങൾ ഒരുമിച്ചു തന്നെ വീട്ടിലെത്തുന്നു. ഒരറിയിപ്പുമില്ലാതെ പെട്ടെന്നുണ്ടായ ഞങ്ങളുടെ സാന്നിദ്ധ്യം വീട്ടിൽ ഉഷയുടെ അമ്മയേയും കുട്ടികളേയും അമ്പരപ്പിച്ചു. അതുകഴിഞ്ഞ് അതിനു

പിന്നാലെ ലോറിയിൽ നിന്നിറക്കിയ 'ഫോറിൻ സാധനങ്ങൾ' കാണുമ്പോഴത്തെ അവസ്ഥ പറയേണ്ടല്ലോ. വീട്ടുകാർ മാത്രമല്ല അയൽപക്കക്കാരും ആശ്ചര്യപ്പെടാതിരുന്നില്ല.

പിന്നെ കുറച്ച് കാലം കഴിഞ്ഞ് കേട്ട ഒരു വാർത്ത, ഞങ്ങളെയൊക്കെ സ്തബ്ധരാക്കി. കുഞ്ഞുണ്ണിയുടെ നിര്യാണം. വെറും സാധാരണ മരണമായിരുന്നില്ല, അത്. വീടിനുള്ളിൽ പകൽ വെളിച്ചത്തിൽ സംഭവിച്ച ഒരാത്മഹത്യ!

കാലം നടത്തുന്ന പന്തുകളിയിലെ കേവലം കളിക്കാർ മാത്രമാണ് നമ്മളൊക്കെ.

അജ്ഞാതതലങ്ങളിൽ നിന്നും ആർക്കൊക്കെയോ കിട്ടുന്ന ആ അന്ത്യശാസനങ്ങൾ അതാതുപേർ അക്ഷരംപ്രതി അനുസരിച്ചല്ലേ മതിയാവൂ.

ഒരു 'കുഞ്ഞുണ്ണിയിൽ പിതാവിനെയും പിതാമഹനേയും എന്നെ ത്തന്നെയും ഞാൻ കാണുന്നു. അകാലചരമമടഞ്ഞ ഞങ്ങളുടെ മക്കൾ മാത്രമല്ല, നൂറാംവയസ്സിൽ ഈയിടെ നിര്യാതയായ അവരുടെ അമ്മൂമ്മയും എനിക്ക് ദൃശ്യമാവുന്നുണ്ട്.

ചങ്ങാതിയിൽ തന്നെത്തന്നെയും തന്നിൽ ചങ്ങാതിയേയും കാണാ നാവുമ്പോൾ അത് ശ്രേഷ്ഠമായ സൗഹൃദമാവുന്നു.

'കുഞ്ഞുണ്ണിമാർ' വെറും നാമരൂപങ്ങൾ മാത്രം. അവയൊക്കെ വെറും മിഥ്യയെന്നറിയുമ്പോൾ, മറനീക്കി തെളിഞ്ഞു വരുന്നതാണ് സ്നേഹം, ശാശ്വതമായ 'സത്യം'.

മുമ്പ് ഇല്ലാതായിരുന്നത് പിന്നീട് കുറച്ചുകാലം ഉള്ളതായി തോന്നി യിട്ട്, പിന്നെ ഇല്ലാതായി വന്നാൽ അത് തീരെ ഇല്ലാത്തതുതന്നെയാണ്. അതായത് 'മിഥ്യ' എന്ന് കരുതാം.

'ഭഗവത്ഗീത'യിലെ 'സാംഖ്യയോഗ'ത്തിൽ ഭഗവാൻ അർജുനനോട് പറയുന്നുണ്ട്:

"നാസതോ വിദ്യതേ ഭാവോ
നാ ഭാവോ വിദ്യതേ തതഃ "

'ഉള്ളതൊരിക്കലും ഇല്ലാതാവുകയില്ല.
ഇല്ലാത്തതൊരിക്കലും ഉള്ളതാവുകയുമില്ല.'

■

ഒരു പാതിരയിൽ
പണിക്കാരി പെണ്ണിനൊപ്പം...

ഞാൻ കേരളവർമ്മ കോളേജിൽ ബി.എസ്.സി ക്ക് പഠിക്കുന്നു. ഉഷ യുടെ വീടിന്റെ എതിർവശത്തായി രണ്ട് വീട് അപ്പുറത്ത് എന്റെ വലിയ മ്മയുടെ മകളുടെ വീട്ടിലാണ് താമസം.

വീട് ജനനിബിഡം! ഓപ്പോളും അവരുടെ നാലഞ്ച് മുതിർന്ന കുട്ടി കളും അവരുടെ അച്ഛനും. ഞാൻ മിക്ക ദിവസങ്ങളിലും രാത്രി വൈകിയേ വീട്ടിലെത്തൂ. സിനിമയൊക്കെ കഴിഞ്ഞ് കറങ്ങിത്തിരിഞ്ഞ് എത്താൻ വൈകും.

അങ്ങനെ ഒരു നാൾ, സുമാർ പതിനൊന്നരമണി കഴിഞ്ഞു കാണും. കിടന്ന് കുറച്ച് കഴിഞ്ഞപ്പോൾ ഇടത്തെ ചെവിക്കുള്ളിൽ ഒരു കിരുകിരുപ്പ്. വല്ലാത്ത ഒരസ്വാസ്ഥ്യം കൂടി വന്നു. പിന്നെയാണ് വിവരം പിടി കിട്ടിയത്. മുൻപ് പെരുവല്ലൂരിലെ വീട്ടിലൊരിക്കൽ ഇങ്ങനെ ഉണ്ടായിട്ടുണ്ട്. ചെറിയ ഉറുമ്പ് ചെവിക്കുള്ളിൽ കടന്നതാണ്.

സകലരും നല്ല ഉറക്കം. ഞാൻ പതുക്കെ അകത്തേക്കുള്ള വാതിൽ തുറന്ന് അടുക്കളയിലേക്ക് പോകാനൊരുങ്ങി. ഉപ്പുവെള്ളം ചെവിയി ലൊഴിച്ച് കുറച്ചു കഴിഞ്ഞ് ചെവി താഴേക്കാക്കി കിടന്നാൽ ചത്ത ഉറുമ്പ് പോകും.

അടുക്കളയുടെ മുമ്പിലുള്ള മേലടുക്കളയിൽ ഞാൻ അറിയാതെ പായയിൽ ചവുട്ടി. കുറച്ചുദിവസം മുമ്പ് ജോലിക്ക് വന്ന ചെറുപ്പക്കാരി യായ പണിക്കാരി ചാടി ഉണർന്നു. എന്നെക്കാൾ നാലഞ്ച് വയസ്സ് പ്രായ ക്കൂടുതൽ കാണും.

അവർ, ഈ അസമയത്ത് പതുങ്ങിവന്ന എന്റെ ഉദ്ദേശം തെറ്റിദ്ധരിച്ചു എന്ന് പറഞ്ഞാൽ മതിയല്ലോ. വളരെ സഹകരണത്തോടെ ആയി, ''ആളുകൾ ഉണരും" എന്നെനിക്കൊരു നിർദ്ദേശം തന്നു, പേടിപ്പെടുത്തുന്ന നോട്ടത്തോടെ.

ഞാൻ തിരക്കിട്ട് വിവരം പറഞ്ഞു. ആ സ്ത്രീ എഴുന്നേറ്റ് വന്ന് ഗ്ലാസ്സിലെ വെള്ളത്തിൽ ഉപ്പ് കലക്കിക്കൊണ്ടു വന്ന് എന്റെ മുറിയിലെ

കിടക്കയിൽ എന്നെ കിടത്തി, ചെവിയിൽ കുറേശ്ശ അത് ഒഴിച്ചു തന്നു. കുറച്ച് കഴിഞ്ഞ് ഞാൻ പെട്ടെന്ന് തല തിരിച്ച് ചെവി കീഴോട്ടാക്കി. ആ ഒലിച്ചു വീണ വെള്ളത്തിലൂടെ ചത്ത ഉറുമ്പിനെ ചെവിത്തൊലിമേൽ കാണുകയും ചെയ്തു.

ചാരിതാർത്ഥ്യത്തോടെ സ്വല്പം കൊഞ്ചി ചിരിച്ച് അവർ വാതിൽ ചാരി അവരുടെ പായയിൽ ചെന്ന് കിടക്കുകയും ചെയ്തു.

ഒരൊറ്റ ആളുപോലും വീട്ടിൽ ഉണർന്നില്ല എന്നതാണ് സത്യം. ഞാനാകട്ടെ കിടന്ന പാടെത്തന്നെ ഉറങ്ങി പോവുകയും ചെയ്തു.

എന്നാൽ പിറ്റേന്ന് പകൽ, കഴിഞ്ഞ രാത്രിയിലെ അവസ്ഥ ആലോചിച്ചപ്പോൾ ഞാൻ അന്ധാളിച്ചു പോയി. ആരെങ്കിലും ആ രാത്രിയിലെ ങ്ങാനും ഉണർന്നിരുന്നെങ്കിൽ തീർച്ചയായും എനിക്ക് ഒരു Black mark ലഭിച്ചേനെ. തന്നെയുമല്ല, ആ ജോലിക്കാരിയെ പറഞ്ഞയക്കുകയും ഉണ്ടാ യേനെ. ഇന്നത്തെപ്പോലെ വീട്ടുജോലിക്ക് സ്ത്രീകളെ കിട്ടാനൊന്നും ഒരു വിഷമവും ഇല്ലാത്ത കാലമായിരുന്നു, അത്. ആയിരത്തിത്തൊള്ളായി രത്തി അറുപതുകളിലെ സംഭവമാണ് ഞാനിപ്പോൾ പറഞ്ഞത്.

ആ സ്ത്രീയുടെ ശരീരവടിവും വെളുപ്പും അവരുടെ പേരുപോലും എന്റെ ഓർമ്മയിൽ ഇന്നും സജീവമായുണ്ട്, വിനോദിനി. എന്റെ കാര്യ ങ്ങളിൽ പിന്നീട് അവർ ഒരു പ്രത്യേക പരിഗണന കാണിച്ചിരുന്നതാ യാണ് എന്റെ ഓർമ്മ, അഥവാ തോന്നൽ!

■

സത്യത്തിനു മുന്നിലെ വിട്ടുവീഴ്ചയില്ലാത്ത വാശി

കോളേജിൽ പഠിക്കുന്ന കാലംതൊട്ടേ "പത്തൻസ് ഹോട്ടൽ" സ്വാമിയും സ്വാമിയുടെ ബന്ധുക്കളും എനിക്ക് പരിചിതരാണ്. സ്ഥിരം കസ്റ്റമേഴ്സ് എന്ന നിലയ്ക്ക്.

അന്നൊക്കെ ദിവസത്തിൽ പലപ്പോഴും രണ്ടും മൂന്നും തവണ യൊക്കെ "പത്തൻസി"ൽ കൂട്ടുകാരുമൊത്ത് കയറിയിറങ്ങും. ഞങ്ങൾ തൃശ്ശൂർക്കാർക്ക് നാട്ടിൽ മൊത്തം പേരു കേട്ട ഹോട്ടലായിരുന്നു 'പത്തൻസ്.'

വിഭവങ്ങളുടെ രുചി മാത്രമല്ല, അവരുടെ പെരുമാറ്റ രീതികളും മാതൃകാപരമായിരുന്നു. അവർ പിന്നെ ടാക്സികാർ ബിസിനസ്, ലോഡ്ജ് മുറികൾ എന്നിവയും തുടങ്ങി.

പുതിയ അംബാസ്സഡർ കാർ ആയതിനാൽ പലപ്പോഴും ഞാൻ കാറ് വിളിക്കാറുണ്ട്. കൃത്യമായി പണം നൽകുന്നതുകൊണ്ടും എന്നെയും കൂട്ടുകാരേയുമൊക്കെ സ്വാമിക്ക് വലിയ വിശ്വാസമാണ്. മറ്റ് പല ഹോട്ട ലുകളിലും സ്ഥാപനങ്ങളിലുമെന്നപോലെത്തന്നെ 'പത്തൻസി'ലും എനിക്ക് 'പറ്റ്' ആണ്. അതായത് 'അക്കൗണ്ട്.' മാസങ്ങൾ കഴിയുമ്പോൾ കണക്ക് നോക്കി പണം കൊടുത്താൽ മതിയാവും.

അങ്ങനെയിരിക്കെ ഒരു ദിവസം സ്വാമിയുമായി ഹോട്ടലിനു മുന്നിലെ ഫുട്ട്പാത്തിൽ നിന്ന് വർത്തമാനം പറയുകയായിരുന്നു. "സ്വാമിയുടെ ടാക്സിയിൽ മിനിഞ്ഞാന്ന് കോഴിക്കോട്ട് പോയി ഇന്നലെ കാലത്തേ എത്തിയുള്ളൂ" എന്നോ മറ്റോ കാഷ്വൽ ആയി പറഞ്ഞു. അപ്പോൾ സ്വാമി വീണ്ടും ആവർത്തിച്ചു. "കോഴിക്കോട്ട് പോയിവന്നോ? ഉറപ്പാണോ?" എന്നും മറ്റും. ഞാൻ കുറച്ചു കൂടി വിശദീകരിച്ച് വാടകപ്പണവും ഡ്രൈവർ മാണിക്ക് ഒരു ഇരുപത് രൂപ വേറെയും കൊടുത്തുവല്ലോ എന്നും പറയു കയുണ്ടായി.

അത് കഴിഞ്ഞ് രണ്ടു ദിവസത്തിനുശേഷം ഡ്രൈവർ മാണി എന്റെ വീട്ടിൽ വന്നു. "ജോലി പോയി എന്നു പറഞ്ഞു. സ്വാമിയോട് മേനോൻ റെക്കമെൻഡ് ചെയ്താലേ ഇനി അവിടെ ജോലി കിട്ടൂ" എന്ന് പറഞ്ഞു.

കാര്യങ്ങൾ വ്യക്തമായി മനസ്സിലാവാത്തതിനാൽ 'ശരി, സ്വാമിയെ ഞാൻ നേരിൽ കാണട്ടെ' എന്ന് മറുപടിയും പറഞ്ഞു.

പത്തൻസ് സ്വാമി പറഞ്ഞപ്പോഴാണ് സത്യം പുറത്ത് വന്നത്. ഡ്രൈവർ മാണി വണ്ടി കോഴിക്കോട്ട് പോയ വിവരമേ പറഞ്ഞില്ല. ഷൊർണ്ണൂർ വരെ പോയി, കാറ് കേടായി, മേനോൻ പൈസ പിന്നെ തരാം എന്ന് പറയുകയാണുണ്ടായത് എന്നൊക്കെ പറഞ്ഞു സ്വാമിയോട്.

വഞ്ചന നടത്തിയവനെ എങ്ങനെ ജോലിക്ക് വെയ്ക്കും എന്നാണ് സ്വാമി പറയുന്നത്. പിന്നെ, "മേനോൻ പറഞ്ഞാൽ ഞാൻ ജോലിക്ക് വെയ്ക്കാം" എന്നായി സ്വാമി.

ഞാൻ വിശ്വസിച്ച് ഇഷ്ടംപോലെ ടിപ്പും വാടകയും നല്കിയ ആൾ എന്നെ കള്ളനാക്കി ചിത്രീകരിച്ചത് എനിക്ക് സഹിക്കാവുന്നതിലും അപ്പുറമായിരുന്നു.

ആ ഡ്രൈവർ എന്റെ അടുത്ത് പലവട്ടം വന്നു റെക്കമെന്റേഷനു വേണ്ടി. ഞാൻ വഴങ്ങിയില്ല ഒട്ടും തന്നെ. പിന്നെ ജോർജ്ജും പത്മരാജനും എന്നോട് റിക്വസ്റ്റ് ചെയ്തു. "ആ പാവത്തിന്റെ കാര്യത്തിൽ എന്തെങ്കിലും ചെയ്തുകൂടെ?" എന്ന്. "എന്നെ കിട്ടില്ല, അതിന്. സ്നേഹിച്ച് പെരുമാറിയവനോട് വഞ്ചന ചെയ്തവന് മാപ്പ് കൊടുക്കാൻ ഞാൻ ശീലിച്ചിട്ടില്ല" എന്ന് പറഞ്ഞു, ഞാൻ. പിന്നീട് ജോർജ്ജ് തന്നെ വേറെ ഏതോ സ്ഥലത്ത് അയാൾക്ക് ജോലി ശരിയാക്കി. അതിന് ശേഷവും ഞാനും ആ ഡ്രൈവറുമായി വളരെ നല്ല ബന്ധത്തിലായിരുന്നു. യാതൊരു ശത്രുതയും എന്റെ ഉള്ളിലോ അയാളുടെ ഉള്ളിലോ ഉണ്ടായിരുന്നില്ല താനും.

(ഇത് എന്റെ, സത്യസന്ധതയ്ക്കും വാശിസ്വഭാവത്തിനും കർക്കശ നിലപാടിനുമുള്ള ഒരു ഉദാഹരണമായി കരുതാം.)

എന്റെ ക്ഷിപ്രകോപം

കുവൈറ്റിൽ നിന്നും കൂട്ടുകാരൻ രവി ലീവിൽ സ്ഥലത്തെത്തുന്നു. ജോർജ്ജും മണികണ്ഠൻനായരും (പത്മരാജൻ സ്ഥലം മാറ്റമായപ്പോൾ പകരം വന്നയാളാണ്) രവിയും ഞാനും ഒക്കെച്ചേർന്ന ആഘോഷ ങ്ങളാണ് പിന്നെ. അക്കാലത്ത് പ്രവാസികളെ പേർഷ്യയിൽ നിന്ന് വന്ന ആൾ എന്നാണ് പറയുക! വലിയ ആദരവാണ് അത്തരക്കാർക്ക് ലഭി ക്കുക. ഫോറിൻ സാധനങ്ങളോട് ജനസാമാന്യത്തിനാകെ അതിരുകടന്ന കമ്പം ഉണ്ടായിരുന്ന സമയമാണ് 1960–70 കാലങ്ങൾ.

രവിയോടൊത്ത് ഞങ്ങൾ ഒരു പീച്ചിയാത്ര സംഘടിപ്പിച്ചു. ഞാനാകട്ടെ മദ്യപാനം നിർത്തിയിരുന്ന കാലഘട്ടമാണ്. പീച്ചിയിൽച്ചെന്ന് സമൃദ്ധമായ കുടിയും ഭക്ഷണവുമൊക്കെ കഴിഞ്ഞ് മടങ്ങാൻ നേര ത്താണ് ബോട്ട് യാത്ര ശരിപ്പെടുന്നത്.

അങ്ങനെ അതിൽ കയറി ഡാമിന്റെ ഉൾഭാഗത്തും, കാട്ടിലേക്ക് നീങ്ങിതന്നെ ഒരു യാത്ര. കുറെയായപ്പോൾ ഞാനൊഴികെ മറ്റ് മൂന്നു പേരും ഉറക്കം തൂങ്ങാൻ തുടങ്ങി. "അത് പറ്റില്ല. ഈ യാത്ര ഉല്ലസിച്ച് ആസ്വദിക്കേണ്ടതല്ലേ, ഉറങ്ങിയാൽ പറ്റില്ല" എന്നായി ഞാൻ. ബോട്ട് ഡ്രൈവർ വളരെ ഹാപ്പി. അയാളും അര ലഹരിയിലായിരുന്നു. ഉറക്കം തൂങ്ങുന്നവർ ഉണരുന്ന മട്ടില്ല. രവി കുവൈറ്റിൽ നിന്നും കൊണ്ടുവന്ന മുന്തിയതരം നാഷണൽ റേഡിയോ-കം-ടേപ്പ് റെക്കോർഡർ ഞാൻ ഓൺ ചെയ്ത് ഉച്ചത്തിൽ പാട്ട് വെയ്ക്കാൻ തുടങ്ങി. അവർ ഉണർന്നെ ങ്കിലും ഉറക്കം തുടരാനായിരുന്നു, ഭാവം.

ഞാൻ രവിയെ തട്ടി വിളിച്ച് വാൺ ചെയ്തു: "ഈ ടേപ്പ് റെക്കോർ ഡർ ഞാൻ വെള്ളത്തിലേക്ക് വലിച്ചെറിയും, നിങ്ങൾ ഉണർന്നില്ലെങ്കിൽ" ഉടനെ രവി "എന്നാൽ അതൊന്നു കാണട്ടെ" എന്ന്.

അക്കാലത്ത് പണം ലാവിഷ് ആയി ചെലവഴിക്കുന്ന "പേർഷ്യൻ പ്രവാസി"കളോട് പൊതുവെ എല്ലാവർക്കും വലിയ ബഹുമാനമാണ്. അവരെ simply അനുസരിക്കും. ആരും എതിർക്കില്ല.

എന്നാൽ ഞാൻ വ്യത്യസ്തനായി. കേട്ട പാതി ഞാനാ ടേപ്പ്

റെക്കോർഡർ കല്ലെടുത്ത് മാവിലേക്ക് എറിയുന്നപോലെ ഡാമിലെ ജല നിരപ്പിനു മുകളിലെ അന്തരീക്ഷത്തിന്റെ ഉയരങ്ങളിലേക്ക് ഒറ്റ ഏറ്.

എല്ലാവരും ഞെട്ടി ഉണർന്നു. അകലെ ടേപ്പ് റെക്കോർഡർ വെള്ള ത്തിൽ താഴുന്നു. രണ്ടുപേർ ബോട്ടിൽനിന്ന് വെള്ളത്തിൽ ചാടി, നീന്തി. ഭാഗ്യത്തിന് ടേപ്പ് റെക്കോർഡറിന്റെ തോൽവാറ് വെള്ളത്തിലെ ഒരു മുള ക്കമ്പിന്മേൽ തൂങ്ങി കിടപ്പായിരുന്നു. എന്തിനേറെ അത് വലിച്ചെടുത്ത് തിരികെ കൊണ്ടു വന്നു.

പിന്നീട് ആൾ ഇൻഡ്യ റേഡിയോവിലെ സമർത്ഥരായ എഞ്ചിനീ യർമാർ വളരെ ശ്രമിച്ചിട്ടും ആ യന്ത്രം നേരെയാവുകയുണ്ടായില്ല!

കുവൈറ്റിൽ നിന്നും വന്ന രവിക്ക് എന്നോട് ദേഷ്യമല്ല, ഉണ്ടായത്. ആദരവാണ് തോന്നിയത്. ചങ്കുറ്റത്തോടെ ഇത്ര ധൈര്യമായി ഒരു പ്രവൃത്തി ചെയ്തതിൽ, പിന്നീട് കേട്ടറിഞ്ഞ പലരും എന്നെ അനുമോദി ക്കുകയുണ്ടായി.

എതാനും കൊല്ലം മുമ്പാണ്, ശോഭനാ പരമേശ്വരൻ നായരുടെ ചെമ്പൂക്കാവിലുള്ള പുതിയ വീട്ടിൽ ഞങ്ങൾ രണ്ടുപേരും ഇരുന്ന് ചായ കുടിച്ച് ഓരോ തമാശ പറയുകയാണ്.

വി.കെ.എന്നിന്റെ വീട്ടിൽ പോവാൻ പ്ലാനിട്ടു. അതിനിടയിൽ എം.ടി.യെ ഒന്ന് വിളിച്ചു. ആള് സ്ഥലത്തില്ല. അടുത്ത ഞായറാഴ്ച യാവാം തിരുവില്വാമല യാത്ര എന്നും വെച്ചു.

അപ്പോൾ പരമേശ്വരൻ നായർ ചിരിച്ചുകൊണ്ട് ബീഡി ആഞ്ഞു വലിച്ച് ഒരു കാര്യം പറയുന്നു. "ഉണ്ണീ, സുദർശൻ ഇന്നാള് വന്നിരുന്നു. (സുദർശൻ സ്നേഹസമ്പന്നനും ധനാഢ്യനുമാണ്). പരമുവണ്ണാ, നമ്മുടെ ഉണ്ണി മക്കൾ മരിച്ച് ദുബായിൽ നിന്ന് ഉദ്യോഗവും രാജിവെച്ച് വന്നിരിക്കയല്ലെ. പാവം വല്ലാത്ത വിഷമത്തിലാവും. നമുക്കെന്തെങ്കിലും സഹായം ചെയ്താലോ എന്ന് തോന്നുന്നു. എന്ത് പറയുന്നു അണ്ണൻ?"

പരമേശ്വരൻ നായർ: "മനസ്സിലായില്ല, എന്താ സുദർശന്റെ ഉദ്ദേശം?"

സുദർശൻ: "ഇപ്പോ തല്ക്കാലം എന്റെ കാറിൽ രണ്ട് ലക്ഷം ഉണ്ട്. നമുക്കിപ്പൊത്തന്നെ അതങ്ങ് കൊണ്ടുകൊടുത്താലോ."

എന്നെ ശരിക്കും അറിയുന്ന പരമേശ്വരൻ നായർ പറഞ്ഞു: "സുദർശാ, നീ അതും കൊണ്ടങ്ങ് ചെല്ല്, ഉണ്ണി നിന്നെ ഓടിക്കും അവിടുന്ന്."

ആ പറഞ്ഞത് അക്ഷരംപ്രതി ശരിയാണെന്ന് സുദർശന് ബോദ്ധ്യ മായിക്കാണും. അതിന് തക്ക കാരണമുണ്ട്:

FLASH BACK- 1970 കളിൽ ഒരു തൃശ്ശൂർ പൂരം ദിവസം ഉണ്ടായ സംഭവം. അത് സുദർശന്റെ ഉള്ളിൽ ഫ്ളാഷ് ചെയ്ത് കാണും.

പൂരം ദിവസം രാത്രി തിരക്ക് പിടിച്ച വടക്കെ റൗണ്ടിലെ റോഡരിക് ആണ് സ്ഥലം. ഒരത്യാവശ്യമായി ഒരു പഴയ ചങ്ങാതി മുന്നിൽ വന്ന്

പെട്ടു. പുള്ളിക്ക് ഒരമ്പത് രൂപ വേണം. ഞാനുണ്ട്, അമ്പലശ്ശേരി വിജയനുണ്ട്, സുദർശനുണ്ട്. ആരുടെ കൈയിലും പണമില്ല. അവസാനം ആ ചങ്ങാതി നിരാശനായി പോവാനൊരുങ്ങവെ, സുദർശൻ ഷർട്ടിന്റെ കൈമടക്കുകൾ നിവർത്തി ഒരു നൂറിന്റെ നോട്ട് എടുത്ത് എന്റെ നേരെ നീട്ടി അയാൾക്ക് കൊടുത്തേക്കൂ എന്ന് പറയുന്നു.

എനിക്കത് തീരെ പിടിച്ചില്ല. ഇത് നേരത്തെ ആവാമായിരുന്നു എന്നാണ് എന്റെ പക്ഷം. പെട്ടെന്ന് ആയി ആ നോട്ട് ഞാൻ വലിച്ചെറിഞ്ഞു. വിജയൻ അമ്പരന്നുപോയി; സുദർശനും. വിജയൻ തിരക്കുപിടിച്ച് റോഡിൽ കാറ്റിൽപ്പറന്ന് നീങ്ങുന്ന നൂറുരൂപാ നോട്ട് തപ്പിപ്പിടിച്ച് എടുക്കാനുള്ള ശ്രമത്തിലായി പിന്നെ.

ഞാനാകട്ടെ, സെക്കന്റുവെച്ച് തൊട്ടടുത്ത പെട്രോൾ പമ്പിൽ നിന്നും (എന്റെ സുഹൃത്ത് സെബാസ്റ്റ്യന്റെ പെട്രോൾ പമ്പാണ് അത്. അവിടെ എനിക്ക് അക്കൗണ്ട് ആണ് താനും). രണ്ട് നൂറിന്റെ നോട്ടുകൾ വാങ്ങി ഒരു നോട്ട് ആ പഴയ ചങ്ങാതിക്ക് കൊടുത്തു. മറ്റേ നോട്ടിന്റെ ധൈര്യവുമായി അടുത്ത ബാറിലേക്ക് നീങ്ങുകയായിരുന്നു. പിന്നെ ആഘോഷമയം.

സുദർശന് ഈ പഴയ സംഭവം ഓർമ്മ വന്ന് കാണണം.

സുഹൃത്ബന്ധങ്ങളുടെ സുഗന്ധം പ്രസരിച്ചിരുന്ന യൗവ്വനം. അതിന്റെ വെയിൽ നാളങ്ങളുടെ ഇളംചൂട് തട്ടി, മയങ്ങുന്ന ഓർമ്മകൾക്ക് ഉണർവ്വ് ഉണ്ടാവുകയാണ്.

നായാട്ട് യാത്രയുടെ കഥ

വൈകുന്നേരം പടിഞ്ഞാറെ കോട്ടയിലെ ബാർബർ വേലായുധന്റെ ഷോപ്പിൽ വെച്ചാണ്; ഗോപിയെ കാണുന്നത്. 'പഴം ഗോപി' എന്ന പേരിലാണ് കക്ഷി അറിയപ്പെടുന്നത് (കേരളവർമ്മ കോളേജിലെ ജനറൽ ക്യാപ്റ്റനും പ്രധാനിയും ആയിരുന്നു).

"ഉണ്ണിമാൻ വരുന്നോ? ഇന്ന് രാത്രി നായാട്ടിന് പോകാൻ ഒരു പ്ലാനുണ്ട്."

കേട്ട ഉടനെ ഞാൻ അന്തം വിട്ടു. നായാട്ടോ? രാജാക്കന്മാർ നായാട്ടിനു പോയിരുന്ന കഥകൾ അറിയാം; എന്നാൽ നമ്മളോ? സമ്മതം മൂളാൻ ഒട്ടുംതന്നെ ആലോചിക്കേണ്ടി വന്നില്ല, എനിക്ക്.

രാത്രി ലാൻഡ് മാസ്റ്റർ കാറിൽ ഞങ്ങൾ ഒരഞ്ചാറ് പേർ പുറപ്പെട്ടു. വടക്കാഞ്ചേരിക്കപ്പുറം മംഗലം കാട്ടിലേക്കാണത്രെ യാത്ര. കൂട്ടുകാർ വശം രണ്ട് വലിയ തോക്കുകൾ കണ്ടു!

എല്ലാവരും (ഞാനൊഴികെ) അല്പം മിനുങ്ങി കാറിലിരുന്ന് പാട്ടും പാടി ആയിരുന്നു, യാത്ര. ആ പാട്ടുകൾ മറന്നിട്ടില്ല. "ഇക്കാണുന്ന കെട്ടിടത്തിൽ കയറീ, അവിടുള്ള മുതലെല്ലാമപഹരിച്ചെടുത്ത് - ഇനി പോകാടോാാ നമുക്കുല്ലാസമായ്, കുലചെയ്തീടാം."

പിന്നെ കെ.പി.എ.സിയുടെ നാടകഗാനമായി. "ബലികുടീരങ്ങളേ...." "ഭാര്യ"യിലെ "പെരിയാറേ പർവ്വത നിരയുടെ പനിനീരെ..." "എഴാം കടലിന്നക്കരെയുണ്ടൊരു ഏഴിലംപാലാ.... സാഗരകന്യകൾ നട്ടുവളർത്തിയൊരേഴിലം പാലാ..." എന്ന മറ്റൊരു നാടകഗാനം.

ഞാൻ വളരെ ത്രില്ലിൽ ആയിരുന്നു. കാറ് ഒരു വലിയ പണക്കാരൻ തിരുമേനിയുടെ വക ആയിരുന്നു; ചെറുപ്പം, ചെലവ് എല്ലാം തിരുമേനി വക. കാശുകൊണ്ട് എന്തു ചെയ്യണമെന്ന് ഒരു പിടിയുമില്ലാത്ത ഒരു പരമ ശുദ്ധൻ. വലിയ വിദ്യാഭ്യാസം ഒന്നുമില്ല, പുള്ളിക്കാരന്. അനിയൻ എന്നാണ് എല്ലാവരും വിളിക്കുന്നത്. പിന്നെ എക്സ്പ്രസ്സ് ജോർജ്ജിന്റെ ബ്രദർ രാജൻ. നല്ല തടിമിടുക്കുള്ള രണ്ടുമൂന്ന് ചെറുപ്പക്കാർ വേറെയും.

രാത്രി ആയതിനാൽ കാഴ്ചകൾ ഒന്നും വ്യക്തമായിരുന്നില്ല. കാടിന്നുള്ളിലേക്ക് ചിലർ പോയി. കാട്ടുപാതയ്ക്കരികിലെ ഒരു കുടിലിൽ ഞങ്ങൾ രണ്ടുപേർ ഇരുന്നു. അവിടെക്കണ്ട ആളുകൾ ഒരു പ്രത്യേക തരം ആദിവാസികൾ പോലെ തോന്നി. വാറ്റ് നടന്നുകൊണ്ടിരിക്കുന്നു. ഇളം ചൂടുള്ള വാറ്റുമദ്യം കൂടെയുള്ളവർ അകത്താക്കുന്നത് കണ്ട് ഞാൻ വിരൽകൊണ്ട് ഒന്ന് തൊട്ടുനക്കി നോക്കി. നാവ് തരിച്ചതുപോലെ തോന്നി, അറപ്പും.

അവസാനം, രണ്ടുമൂന്ന് മുയലുകൾ, ഒരു മലയണ്ണാൻ എന്നിവയുമായി രാത്രി രണ്ടുമണിയോടെ അവിടന്ന് തിരിച്ചു. എന്റെ ധാരണ ആനയും പുലിയും ഒക്കെയുള്ള ഘോര വനത്തിലേക്കാവും നായാട്ട് യാത്ര എന്നായിരുന്നു. മടക്കയാത്രയിൽ അത്ര വലിയ പാട്ടും ഉത്സാഹവും ഒന്നും കണ്ടില്ല, കൂട്ടർക്ക്. ഒരു തരം തളർച്ച എല്ലാവരേയും ബാധിച്ചിരുന്നു.

എന്തായാലും ജീവിതത്തിൽ ആദ്യമായി നായാട്ടിന് പോയതും, വാറ്റുചാരായം (കാടൻ) സ്വാദ് നോക്കിയതും ഒരനുഭവം ആയിരുന്നു. പിന്നീട് അതൊക്കെ ഞാൻ പലയിടത്തും വർണ്ണിച്ച് പറഞ്ഞിട്ടുണ്ട്.

കൊല്ലങ്ങൾ കഴിഞ്ഞുകാണും. തൃശ്ശൂരിൽ ജോസ് തിയേറ്ററിന്നടുത്ത് പുതിയ വെജിറ്റേറിയൻ ഹോട്ടൽ തുടങ്ങിയതറിഞ്ഞ്, ഞാൻ ഒരു സന്ധ്യയ്ക്ക് അവിടെ കയറി.

മസാലദോശ കഴിച്ചു, കാപ്പി കുടിച്ചു. ഉൾവശത്ത് കൈ കഴുകാനായി പോവുമ്പോൾ അടുക്കളഭാഗത്തായി ഒരു കാഴ്ച അറിയാതെ ശ്രദ്ധയിൽപ്പെട്ടു. ദോശയ്ക്കുള്ള മാവ് ആട്ടുകല്ലിൽ അരയ്ക്കുകയാണ് ഒരാൾ. അയാൾ നല്ലതുപോലെ വിയർത്തിട്ടുമുണ്ട്. എന്റെ കൂടെ അന്ന് നായാട്ടിന് നേതൃത്വം വഹിച്ച ധാരാളിയായ നമ്പൂതിരി ആയിരുന്നു അത്!

ഞാൻ അന്തംവിട്ട് നിന്നു പോയി. അനിയൻ തിരുമേനിയെ അപ്പോൾത്തന്നെ അവിടെ നിന്നിറക്കിക്കൊണ്ടുവന്ന്, തേക്കിൻകാട് മൈതാനിയിൽ ഇരുന്ന് കുറെ നേരം ഞങ്ങൾ സംസാരിച്ചു. അനിയൻ നമ്പൂതിരിയുടെ ചരിത്രം കേട്ടപ്പോൾ “രഘുവംശ”ത്തിലെ അഗ്നിവർണ്ണനെന്ന രാജാവിനെ അറിയാതെ ഞാൻ ഓർത്തുപോയി.

പരിചയക്കാർ കണ്ടഭാവം പോലും നടിക്കാതെ ഒഴിഞ്ഞുമാറി നടക്കുന്നതാണ് അയാൾക്ക് ഏറെ വിഷമം ഉണ്ടാക്കുന്നത്.

ഞാൻ തിരുമേനിയേയും കൂട്ടി തൊട്ടടുത്ത ഒരു ചെറിയ ഹോട്ടലിലേക്ക് ചെന്ന് പാർസൽ ഭക്ഷണം വാങ്ങിച്ചു.

കൈയിൽ പൈസ തികയില്ല. ഒരു സൂത്രം തോന്നി. പരിചയമുള്ള ഒരു ലിക്കർ ഷാപ്പിൽ നിന്ന് ഒരു പൈൻഡും നൂറുരൂപയും കടമായി വാങ്ങി. തിരുമേനിക്ക് പൈൻഡും ആ നൂറിന്റെ നോട്ടും പാർസലും

കൊടുത്ത് ഒരു ടാക്സി വിളിച്ച് അയാളുടെ വീട്ടിൽ കൊണ്ടാക്കാൻ പരിചിതനായ ഡ്രൈവറെ ഏർപ്പാടാക്കിയിട്ടേ ഞാൻ മടങ്ങിയുള്ളൂ.

കാർ നീങ്ങുന്നതിന് മുമ്പ് അനിയൻ തിരുമേനി എന്റെ തോളിൽ തട്ടി "ഉണ്ണിമാനെ ദൈവം തുണയ്ക്കും" എന്ന് പറഞ്ഞു.

അതായിരുന്നു, ഞങ്ങളുടെ അവസാനത്തെ കൂടിക്കാഴ്ച.

ആ പുണൂലിട്ട ബ്രാഹ്മണന്റെ ഉള്ളിൽത്തട്ടി വന്ന വാക്കുകൾ, അല്ല അനുഗ്രഹം പിന്നീടുള്ള എന്റെ പരാക്രമജീവിതത്തിൽ പലപ്പോഴും സഫലീകൃതമായി കണ്ടിട്ടുണ്ട്.

ഞാൻ നേരെ വടക്കുന്നാഥക്ഷേത്രത്തിന്റെ തെക്കേ ഗോപുരവാതിലിനു മുൻവശത്തെ ഇറക്കത്തിൽ ഒറ്റയ്ക്ക് ചെന്നിരുന്നു, ഒരരമണിക്കൂറോളം. കുറേ സിഗരറ്റ് വലിച്ചുകൂട്ടി. പിന്നെ വീട്ടിലേക്ക് സാവധാനം നടന്നു പോയി.

അപ്പോഴും ഇപ്പോഴും തിരുമേനിയുടെ വാക്കുകൾ എന്റെ കാതിൽ മുഴങ്ങിക്കൊണ്ടിരിക്കുന്നു.

മുളച്ചുയരുന്ന സൗഹൃദത്തിന്റെ കുരുന്നു മുഖങ്ങൾ

1975 മുതൽ 1995 വരെ പത്തിരുപത് കൊല്ലത്തെ വിടവ് ആണ് ഇവിടത്തെ സുഹൃത്തുക്കളുമായി. ഇക്കാലമത്രയും അഞ്ചോ ആറോ ആൾക്കാരുമായി മാത്രമേ എനിക്ക് വല്ലപ്പോഴും ബന്ധം ഉണ്ടായിരുന്നുള്ളൂ.

ഇതിനിടയിൽ പലരും മരിച്ചുപോയി; പല വഴിക്ക് പിരിഞ്ഞ് പോയി. മുതിർന്ന രണ്ട് ആൺമക്കളും അടുപ്പിച്ച് അകാല ചരമമടഞ്ഞതോടെ ഞാൻ എല്ലാം മതിയാക്കി, നാട്ടിൽ വന്ന് നിതാന്തദുഃഖിതയായ, കുട്ടികളുടെ അമ്മയെ സമാധാനിപ്പിച്ചും ശ്രുശ്രൂഷിച്ചും കഴിയുകയാണ്. ടെലഫോൺ ബന്ധം പോലും വേണ്ടെന്ന് വെച്ചു, അതൊരു ശല്യമായി തോന്നിത്തുടങ്ങി.

നിലവിലുള്ള പല സുഹൃത്തുക്കളും എന്നെ വന്നുകാണാൻ അമാന്തം കാണിക്കുന്നു. അവരുടെ കാഴ്ചപ്പാടിൽ, എങ്ങനെ എന്നെ ഫേസ് ചെയ്യും എന്ന ഒരു വിഷമം. തികച്ചും സ്വാഭാവികമാണത്.

മറ്റൊന്ന്, എന്നെ കമ്പനി കൂടി രസിക്കാൻ ഇനി കിട്ടില്ല എന്നത് വേറെ ഒന്ന്.

ഞാൻ തികച്ചും ഒരു വേദാന്ത ലൈനിലാണ് എന്നൊരു വാർത്തയും സുഹൃത്തുക്കൾക്ക് വന്ന് കാണാൻ താത്പര്യക്കുറവ് ഉണ്ടാക്കി.

കൈവശം അത്രയ്ക്കൊന്നും സാമ്പത്തികമില്ലാത്ത, മരണ ദുരന്തങ്ങൾക്കിടയിൽ കഴിയുന്ന ആളെ അങ്ങ് ഒഴിവാക്കാമെന്ന ചിന്ത വേറൊരു കൂട്ടർക്ക്. കുറേക്കാലത്തെ മൗനവും പരപ്പേറിയ വിടവും മൂലം സ്നേഹബന്ധങ്ങൾ സ്വയം ഉലഞ്ഞലിഞ്ഞ വേറൊരുതരം ആൾക്കാർ. ഏറ്റവും പ്രധാനം, ഞാൻ ബുദ്ധിപൂർവം സ്വയം ഒഴിഞ്ഞുമാറി ഒതുങ്ങിക്കൂടാൻ ഇടയായി എന്നതാണ്. ഒരു വലിയ സൗഹൃദത്തിന്റെ ഉയർന്ന കൊടുമുടികൾ ക്രമേണ പിളർന്ന് ഇടിഞ്ഞ് ഇടിഞ്ഞ് അമർന്ന് ഇല്ലാതായി.

എന്നാൽ, സമതലത്തിന്റെ സൗമ്യഭാവം പക്ഷേ, സൗഭാഗ്യമായി മാറുകയായിരുന്നില്ലേ?

പി. ഉണ്ണിമേനോൻ

ആത്മീയ ഔന്നത്യം ഉൾക്കൊള്ളുന്ന ഉഷയുടെ ഉറച്ച പിൻബല മാവട്ടെ, ഒരു ഉത്തമവഴികാട്ടിയായി ഭവിച്ചു.

ജ്ഞാനോദയം വന്ന ഏതാനും മഹത്‌വ്യക്തികളുടെ വിലപ്പെട്ട സന്ദേശങ്ങൾ, ഉപനിഷത്തുക്കൾ, സൂഫി-സെൻ-ബുദ്ധ ദർശനങ്ങൾ. ഇവ കുറെയൊക്കെ വായിക്കാൻ ശ്രമിച്ചു. സാക്ഷാൽ സ്നേഹത്തിന്റെ അടിനീരൊഴുക്ക് നിലയ്ക്കാത്തതാണെന്ന അറിവ് ഇപ്പോൾ ഒരു ഉറ്റ സുഹൃത്തായി ഒപ്പം നിൽക്കുന്നു.

മനസ്സിൽ ശാന്തത കൈവന്ന പ്രതീതി. ആഗ്രഹങ്ങൾ തൊണ്ണൂറ്റൊമ്പത് ശതമാനവും ഇല്ലാതായി എന്നു പറയാം. പരിമിതമായ ഏതാനും ദൈനംദിനാവശ്യങ്ങൾ അത്ര ബദ്ധപ്പാടൊന്നും കൂടാതെ തനതായ മട്ടിൽ അങ്ങനെ നടന്നുപോകുന്നു.

തികച്ചും സംതൃപ്തിയോടെ 'ശരിയായ ഇന്നി'ൽ മനസ്സ് ഊന്നി നില്പാണ്. കേവലം ഭൗതികമായ ആരോഗ്യമോ അനാരോഗ്യമോ അത്ര വലിയ ഒരു പ്രശ്നം ആവുന്നില്ല. അത് മറ്റൊരദ്ഭുതം!

കൊട്ടും കുരവയും തിക്കും തിരക്കും; അങ്ങനെ വെറും ഉപരിപ്ലവമായ ദ്രുതചലനങ്ങളുടെ ആത്യന്തികമായ അർത്ഥമില്ലായ്മ സുവ്യക്തമായി ബോദ്ധ്യപ്പെട്ടു വരുന്നു. അതോടെ, പിന്നെ അവിടെ പ്രശാന്തത മാത്രം.

ആ തലത്തിൽ നിന്നും ഉളവായി വരുന്ന ഊർജ്ജമാവാം, പുതിയ ചില ഇളംകുരുന്നു കൂട്ടുകാരെ ഇവിടേക്ക് അടുപ്പിക്കുന്നു.

സംതൃപ്തസുന്ദരമായ ഒരു നവ സൗഹൃദത്തിന്റെ സൗരഭ്യം.

അനുസ്മരണ പ്രഭാഷണം

പത്മരാജന്റെ 25-ാം വാർഷികവേളയിൽ പത്മരാജൻ സ്മാരക പുരസ്കാരദാനച്ചടങ്ങിൽ, 2016 മെയ് 23ന് തിരുവനന്തപുരത്തുവെച്ച് പി. ഉണ്ണിമേനോൻ ചെയ്ത അനുസ്മരണ പ്രഭാഷണം.

1960കളിൽ ഏറെ ജനപ്രീതി കൈവന്ന ഒരു മേഖലയായിരുന്നു ആകാശവാണി. സിനിമയ്ക്ക് പ്രാധാന്യമുണ്ടെങ്കിലും സാധാരണക്കാരുടെ ഇഷ്ട മാധ്യമമായിരുന്നു ആകാശവാണി.

തൃശ്ശൂർ നിലയത്തിന്റെ പ്രാരംഭഘട്ടത്തിൽ അനൗൺസറായി പത്മ രാജൻ വന്നു. കൂടാതെ വെണ്മണി വിഷ്ണു, സുകുമാരൻ, പിന്നെ ഒരു വനിതയും ഉണ്ടായിരുന്നു ആകാശവാണിയിൽ.

മച്ചിങ്ങൽ ലെയിനിലുള്ള സിലോൺ ലോഡ്ജിന്റെ ഒന്നാം നിലയിലെ ആ വാടക മുറി ഞാനോർക്കുന്നു. അവിടെ വെച്ചാണ് പത്മരാജനെ ഞാൻ ആദ്യമായി കാണുന്നത്.

'വൈറ്റ് ലില്ലി' എന്ന ഒരു പ്രത്യേക ജലസസ്യത്തിന്റെ തനത് പ്രകൃ തമാണ് ഒറ്റ ദിവസം കൊണ്ട് ഇരട്ടിക്കൽ! ഏകദേശം അതുപോലെ, ഒരു സൗഹൃദം ഞങ്ങൾപോലുമറിയാതെ ഞങ്ങൾക്കിടയിൽ വളരുകയായി രുന്നു.

തേക്കിൻകാട് മൈതാനിയിലെ ആൽച്ചുവട്ടിൽ ഇരുന്ന് വടക്കു ന്നാഥനെ സാക്ഷിയാക്കി പരസ്പരം അഭിലാഷങ്ങളും സ്വപ്നങ്ങളും പങ്കിടുമായിരുന്നു ഞങ്ങൾ. ഇരുവർക്കും അവരവരുടെ പ്രണയത്തിന്റെ വഴികളിൽ വന്നുവീഴുന്ന തടസ്സങ്ങളെ തള്ളിമാറ്റൽ ക്രമേണ ഒരു മുഖ്യ അജണ്ടയായി മാറി.

ഒരു രാധാലക്ഷ്മിയും ഒരു ഉഷയും. രാധാലക്ഷ്മി ഉദ്യോഗസ്ഥ, ഉഷ യാകട്ടെ കോളേജ് വിദ്യാർത്ഥിനി. ആകാശവാണി നിലയവും ശ്രീ കേരളവർമ്മ കോളേജും ഞങ്ങളുടെ ശ്രദ്ധാകേന്ദ്രങ്ങളായി. ഒടുക്കം ഉദ്ദിഷ്ട ലക്ഷ്യങ്ങളിൽ എത്തിച്ചേർന്നു എന്നത് ഇന്ന് ചരിത്രം.

മറ്റൊരു വശത്ത് ആകട്ടെ സുഹൃത്സംഘങ്ങളും സാഹിത്യചർച്ച കളും. ഓരോരുത്തരെക്കുറിച്ച് ഉള്ളതും ഇല്ലാത്തതുമൊക്കെ കൂട്ടിച്ചേർത്ത്

ലോക്കലായി ഇറങ്ങുന്ന ചില വാരികകളിലും മറ്റും കഥകൾ എഴുതൽ ഒരു ഹോബിപോലെ ആയിരുന്നു ഞങ്ങളിരുവർക്കും. പിന്നീട് മാതൃഭൂമി ആഴ്ചപ്പതിപ്പു പോലെയുള്ള ഒന്നാംകിട വാരികകളിലേക്ക് അത് വളർന്നു വന്നു.

ഭിന്നസ്വഭാവക്കാരായ ചങ്ങാതിമാരിൽനിന്നും ഒരു കാര്യത്തിൽ പത്മ രാജൻ വിഭിന്നനായിരുന്നു. പാരഡിപ്പാട്ടുകളും അട്ടഹാസങ്ങളും നടത്തു മ്പോൾ, പങ്കാളിയാവുമെങ്കിലും മാന്യത കൈവിട്ട് കണ്ടിട്ടില്ല. തീർച്ച യായും അതൊരു സവിശേഷ വ്യക്തിത്വത്തിന്റെ വലിയ വിജയമായി വേണം കരുതാൻ.

പഴയകാലത്തെ സിനിമകൾ ശ്രദ്ധിച്ചിട്ടില്ലേ. നായകനായാലും വില്ല നായാലും സിഗരറ്റ് കൂടെക്കൂടെ വലിക്കുന്നത് കാണാം. എന്റെ ചെറുപ്പ കാലത്ത് സിഗരറ്റ് വലിക്കുന്ന മുതിർന്നവരോട് ഒരാരാധനാ ഭാവമായി രുന്നു; പൊതുവെ. അത് മാന്യതയുടെ മുഖമുദ്രയായി കരുതിയിരുന്ന കാലമായിരുന്നു അത്. തികച്ചും സ്വാഭാവികമായി ഞാനും അതനുകരി ക്കാൻ മടി കാണിച്ചില്ല.

ഒരിക്കൽ ദുബായിൽ നിന്നും വന്ന് ലീവ് കഴിഞ്ഞ് മടങ്ങുമ്പോൾ തിരുവനന്തപുരത്ത് പത്മരാജനുണ്ടായിരുന്നു. കോവളത്ത് 'സമുദ്ര' ഹോട്ടലിൽ സ്വസ്ഥമായിരുന്ന് സ്ക്രിപ്റ്റ് എഴുതുകയാണ്. ഞാൻ അവിടെ എത്തി. സ്ക്രിപ്റ്റ് രചനയ്ക്ക് താല്ക്കാലിക വിരാമം. പിറ്റേന്നിന്റെ പിറ്റേന്ന് ഷൂട്ടിങ് നിശ്ചയിച്ച പടത്തിന്റെ സ്ക്രിപ്റ്റ് ആണുപോലും നിർത്തി വെച്ചത്!

അന്തരീക്ഷം ശ്രദ്ധിക്കവേ പുകവലി കുറച്ച് കൂടുന്നില്ലെ എന്നെനിക്ക് തോന്നി. നിർത്തിക്കൂടെ ഇത് എന്ന് ചോദിക്കുമ്പോൾ എന്റെ ചുണ്ടിലും ഒരു 'സ്റ്റേറ്റ് എക്സ്പ്രസ്' എരിയുന്നുണ്ടായിരുന്നു!

പത്മരാജൻ അർത്ഥഗർഭമായി ചിരിച്ചുകൊണ്ട് പറഞ്ഞു: "അതങ്ങ് മനസ്സിൽ വെച്ചാൽ മതി: ഒരാള് ഉപദേശിക്കാൻ വന്നിരിക്കുന്നു!"

എന്റെ ഉള്ളിലാകട്ടെ ഒരു കുറ്റബോധം തലപൊക്കുകയായിരുന്നു. ഈ ശീലം ഉപേക്ഷിക്കണമെന്ന് ഉച്ചരിക്കാൻ പോലും എനിക്ക് സത്യ ത്തിൽ അർഹത ഉണ്ടായിരുന്നില്ല.

തർക്കങ്ങൾക്കുശേഷം ഒരു പൊതുധാരണയിലെത്തി ഞങ്ങൾ. ഞാൻ പൂർണ്ണമായും നിർത്തിയാൽ താനും അതിന് തയ്യാർ എന്ന് പത്മ രാജൻ സമ്മതിക്കുന്നു.

അത് കഴിഞ്ഞ്, പിന്നെ സംസാരം സിനിമയിലേക്കായി. എഡിറ്റിങ് വെറും സാങ്കേതികവിദ്യ മാത്രം എന്ന് പത്മരാജൻ. സ്ക്രിപ്റ്റിൽ എഴുതി വെച്ചിട്ടുണ്ടല്ലൊ. അതുപോലെയങ്ങ് ചെയ്താൽ പോരെ എന്നായി വാദം.

അങ്ങനെ അല്ല എന്ന് ഞാൻ. Wages of Fear എന്ന പടം പൂന ഫിലിം ഇൻസ്റ്റിറ്റ്യൂട്ടിലെ വിദ്യാർത്ഥികൾക്ക് പഠിക്കാൻ കാണിക്കാറുണ്ട്. മഹത്തായ എഡിറ്റിങ്ങിന്റെ ഉത്തമ ദൃഷ്ടാന്തമായിട്ട്.

ഭാവനാശാലിയായ ഒരു എഡിറ്റർ മൂവിയോലയുടെ മുന്നിലിരുന്ന് ഏകാഗ്രചിത്തനായി കർമ്മ നിരതനാകുമ്പോൾ, തന്റെ ഉൾവിളിയനുസരിച്ച് ചിലപ്പോൾ സ്ക്രിപ്റ്റിനെയും മറികടന്ന് കരവിരുത് കാണിക്കുമ്പോൾ അത് സിനിമയുടെ കഥക്ക് മാറ്റ് കൂട്ടും എന്ന് ഞാൻ പറഞ്ഞു. ഋഷികേശ് മുഖർജിയെ ചൂണ്ടിക്കാണിക്കുകയും ചെയ്തു.

തികച്ചും സൈക്കോളജിക്കലായ ആ aspect പത്മരാജന് ബോദ്ധ്യപ്പെട്ടു. അന്ന് രാത്രി അവിടെ ചെലവഴിച്ചു. പിറ്റേന്ന് കാലത്ത് യാത്ര പറഞ്ഞ് കാറിൽ കയറുമ്പോൾ പത്മരാജൻ, സ്മോക്കിങ് നിർത്തിയാൽ അറിയിക്കണമെന്ന് എന്നോട് പറയാൻ മറന്നില്ല.

അതെനിക്ക് ശരിക്കുംകൊണ്ടു. ദുബായിലെ എന്റെ ഫ്ളാറ്റിൽ ചെന്നപ്പോൾ ടീപ്പോയിന്മേൽ കണ്ട പാതിയൊഴിഞ്ഞ 'ഡൺഹിൽ' പാക്കറ്റ് അതേപടി ഗാർബേജ് ബാഗിലേക്ക് ഞാൻ നിക്ഷേപിച്ചു.

ഇന്നിപ്പോൾ സംസാരിക്കുന്ന ഈ നിമിഷം വരെ പിന്നെ ഞാൻ പുക വലിച്ചിട്ടേ ഇല്ല. പരോക്ഷമായിട്ടാണെങ്കിലും പത്മരാജൻ എന്നെ സംരക്ഷിച്ച പല നിമിഷങ്ങളിൽ ഒന്നായി ഞാൻ ഇതിനേയും കണക്കാക്കുന്നു.

തൃശ്ശൂരിൽനിന്ന് സ്ഥലംമാറ്റമായി പോയതിനെപ്പറ്റി 2007ലാണെന്ന് തോന്നുന്നു, 'മാതൃഭൂമി'യിൽ ശരത്കൃഷ്ണ എഴുതിയ 'ഓർമ്മത്തുമ്പികൾ' എന്ന ഫീച്ചറിൽ ഒരു വാചകമുണ്ട്. "ഒടുവിൽ തിരുവനന്തപുരത്തേക്ക് പോവുമ്പോൾ കേൾവികളിൽ അദ്ഭുതങ്ങളുടെ ആൾരൂപമായി വളർന്നുനിന്ന പ്രിയസുഹൃത്തിനെ പത്മരാജൻ ഹൃദയത്തിൽ ഒപ്പം കൂട്ടി".

'ഉദകപ്പോള'യും 'തൂവാനത്തുമ്പി'കളും ജന്മം കൊണ്ടത് അങ്ങനെയാണ്. ഒരിക്കൽ എയർപോർട്ടിലേക്കുള്ള യാത്രയിൽ കാറിലിരുന്ന് രാധാലക്ഷ്മിയോട് ഞാൻ പറയുകയുണ്ടായി: "ജീവിച്ചിരിക്കുമ്പോൾത്തന്നെ പത്മരാജൻ എനിക്ക് ഒരു സ്മാരകം ഉണ്ടാക്കിയിരിക്കുന്നു" എന്ന്.

മുതുകുളത്തെ സ്വന്തം വീട്ടിലേക്ക് പലതവണ എന്നെ ക്ഷണിച്ചതാണ്. കുതിരപ്പാച്ചിലിന്റെ കുതിപ്പിലുള്ള അസ്ഥിര ജീവിതചര്യകൾക്കിടയിൽ അന്നൊന്നും അത് നടന്നില്ല.

എന്നാൽ എട്ടൊമ്പത് കൊല്ലം മുമ്പ് ആ യാത്ര സഫലമായി. രാധാലക്ഷ്മിയും പത്മരാജന്റെ സഹോദരിയും ചേട്ടനും ഞങ്ങളെ സ്വീകരിച്ചു, സല്കരിച്ചു. 'പത്മരാജൻ സ്മാരകവായനശാല'യിൽ സന്തോഷപൂർവ്വം വളരെ നേരം ചെലവഴിച്ചു. 'വനിത'യുടെ വാഹനത്തിൽ അന്ന് ശ്രീരേഖയും മാർട്ടിൻ പ്രക്കാട്ടും ഞങ്ങൾക്കൊപ്പം ഉണ്ടായിരുന്നു.

വിശാലമായ ആ വലിയ പറമ്പിൽ താമരക്കുളവും പാമ്പിൻകാവും ഫലവൃക്ഷങ്ങളും നിറയെ ഉണ്ടായിരുന്നു. പത്മരാജനും അമ്മയും അടുത്തടുത്തായി വിശ്രമിക്കുന്ന സ്ഥലത്ത് വളർന്നുയർന്ന തെങ്ങോലകൾ ഇളംകാറ്റിൽ ഉരുമ്മിക്കൊണ്ടിരുന്നപോലെ! കരയാൻ എനിക്ക് കണ്ണുനീർ കൈമോശം വന്നിരിക്കുന്നു.

കാലം എനിക്ക് കൂടുതൽ കരുത്ത് തന്നിരിക്കാം. എന്റെ സുചിന്തിതമായ അഭിപ്രായത്തിൽ, ഈ ഭൂതലത്തിൽ സംഭവിക്കുന്നതെല്ലാം നല്ലതിനാണ്. പ്രകൃതി നിശ്ചയം പോലെയേ കാര്യങ്ങൾ നടക്കൂ. കണിശമായ ഒരു ബാലൻസിങ് എന്നത് പ്രകൃതി നിയമമാണ്. പണ്ടുള്ളവർ, 'വിധിയെ തടുക്കാനാവില്ല' എന്ന് പറയാറുണ്ടല്ലോ.

അറുപതുകൾക്കിടയിൽ തൃശ്ശൂരിലെ സിലോൺ ലോഡ്ജായിരുന്നു ആദ്യകൂടിക്കാഴ്ചാവേദിയെങ്കിൽ, തിരുവനന്തപുരത്തെ 'പാരമൗണ്ടിൽ' വെച്ചായിരുന്നു അവസാന വേർപാട്. മദ്രാസ് ഫ്ളൈറ്റിൽ എയർപോർട്ടിലെത്തിയ ഉടൻ തന്നെ പത്മരാജൻ രാധാലക്ഷ്മിയേയും കൂട്ടി മുറിയിൽ വന്നിരിക്കയാണ്; എന്നെ യാത്രയാക്കാൻ. എന്റെ ദുബായ് ഫ്ളൈറ്റിന്റെ സമയവുമായി. മുറിക്കു മുന്നിലെ വരാന്തയിലൂടെ പതുക്കെ നടന്ന് മൗന ഭാഷയിൽ പരസ്പരം യാത്ര പറഞ്ഞു.

ഞാൻ കോട്ടയത്ത് ഒരു ശസ്ത്രക്രിയക്ക് വിധേയനായി കിടക്കുമ്പോളാണ്, പത്മരാജൻ കോഴിക്കോട്ട് വെച്ച് ഈ ലോകത്തോട് വിട പറയുന്നത്. അടുത്തമാസം അസുഖം മാറിയതും ഞാൻ നേരെ ഇവിടെ പൂജപ്പുരയിലെ വീട്ടിലെത്തി. എന്നെ കണ്ടതോടെ പപ്പന്റേയും മാതുവിന്റേയും അമ്മ പൊട്ടിക്കരയാൻ തുടങ്ങി.

ഒരു കൊല്ലം കഴിഞ്ഞ്, പുത്രദുഃഖവുമായി കഴിയുന്ന എന്നെയും ഉഷയേയും ആശ്വസിപ്പിക്കാൻ അവർ എന്റെ വീട്ടിലെത്തി. "നിങ്ങളുടെ ദുഃഖത്തിന്റെ മുന്നിൽ എന്റെ ദുഃഖമൊന്നും ഒരു ദുഃഖമേ അല്ല" എന്ന് വിതുമ്പിക്കൊണ്ട് പറഞ്ഞത് ഇപ്പോഴും ഞാനോർക്കുന്നു.

ദുബായിലെ ഉദ്യോഗം ഉപേക്ഷിച്ച് തൃശ്ശൂരിലെ വീട്ടിൽ ഉഷയുടെ സമ്പൂർണ്ണ സുരക്ഷാമേൽനോട്ടവുമായി ഒതുങ്ങിക്കഴിയുമ്പോൾ; അതാ വരുന്നു ആദ്യം ആകാശവാണിക്കാർ. പിന്നെ പത്രമാധ്യമങ്ങളും ടെലിവിഷൻ ചാനലുകാരും പതുക്കെപ്പതുക്കെ എത്താൻ തുടങ്ങി.

ആരോടും ഒന്നും മറുത്തു പറയാതെ മുഖത്ത് പ്രസാദം വരുത്തി എല്ലാവരേയും സംതൃപ്തരാക്കി.

2015 ജനുവരിയിൽ രാധാലക്ഷ്മി യാദൃച്ഛികമായി വീട്ടിൽ എത്തി. അന്ന് എന്റെ ജന്മദിനമെന്നറിഞ്ഞ് സമ്മാനമായി ഞങ്ങൾക്ക് മധുരപലഹാരങ്ങൾ തന്നു. സംഭാഷണങ്ങൾക്കിടയിൽ ആത്മഗതം പോലെ അവർ മൊഴിഞ്ഞു: "പത്മരാജൻ പല സിനിമകളും എടുത്തിട്ടുണ്ട്. എന്നാൽ 'തൂവാനത്തുമ്പികളെ'പ്പോലെ ഇത്രയേറെക്കാലം പുതുതലമുറ തുടർച്ചയായി താലോലിക്കുന്ന മറ്റൊരനുഭവം ഉണ്ടായിട്ടില്ല."

ആ സമയത്തുണ്ട്, കെ.സജിമോൻ എന്ന ഒരു ഫ്രീ ലാൻസ് ജേർണലിസ്റ്റ് വന്ന് കോളിങ്ബെൽ അടിക്കുന്നു. അങ്ങേരെ ഞാൻ പരിചയപ്പെടുത്തി. പത്മരാജന്റെ ഒരാരാധകനായ ആ യുവാവിന്റെ മുഖത്ത് അദ്ഭുതാദരങ്ങൾ.

പുള്ളിക്ക് ഉണ്ണിമേനോന്റെ ആദ്യം മുതലേയുള്ള ജീവിതത്തെക്കുറിച്ച് ഒരു പുസ്തകം എഴുതണം പോലും! ഇക്കഴിഞ്ഞ 2015 സെപ്തംബറിൽ "ഗഗനചാരിപ്പക്ഷികൾ" എന്ന ആ പുസ്തകം "ഗ്രീൻ ബുക്സ്" പുറത്തിറക്കി. ജയറാമിന്റെ "ആൾക്കൂട്ടത്തിൽ ഒരാനപ്പൊക്കം" എന്ന കൃതിയുടെ പുറകിലും പ്രവർത്തിച്ചത് ഇതേ സജിമോൻ തന്നെ.

അതെല്ലാം കഴിഞ്ഞ് മാസങ്ങൾ കഴിഞ്ഞുപോയി. അപ്പോഴാണ്, മെയ് 23ന് തിരുവനന്തപുരത്ത് എത്തിക്കൂടേ എന്ന സ്നേഹപൂർണ്ണമായ അഭ്യർത്ഥന വരുന്നത്. പ്രായക്കൂടുതലിന്റെ പരാധീനതകൾ ഓർക്കാതെ; "തീർച്ചയായും വരാം, സന്തോഷമായി" എന്ന് പറയാൻ രണ്ടാമതൊന്ന് ആലോചിക്കേണ്ടതില്ലായിരുന്നു, എനിക്ക്.

ഞാൻ ഏറെ വിലമതിക്കുന്ന ഇങ്ങനെ ഒരു സദസ്സിൽ ഇനിയൊരിക്കൽ ഒരു പക്ഷേ ഒത്തുചേരാൻ സാധിച്ചെന്ന് വരില്ല.

മനുഷ്യജീവിതം വളരെ വളരെ ചെറിയ ഒരു പിരിയെഡ് ആണ്. അത് ശരിക്കും അറിഞ്ഞിട്ടുള്ളവരോ, Near Death Experience ഉണ്ടായിട്ടുള്ള അപൂർവ്വം ചില ഭാഗ്യശാലികളും.

18-ാം നൂറ്റാണ്ടിലെ അമേരിക്കയിൽ പരാക്രമശാലി ആയിരുന്ന ഒരു റെഡ് ഇൻഡ്യൻ ചീഫ് മരിക്കുന്നതിനു തൊട്ടു മുമ്പ് മിഷണറി പാതിരിയുടെ ചെവിക്കരികിലായി ഇങ്ങനെ മന്ത്രിക്കുകയുണ്ടായി.

"What is Life? It is the flash of a firefly in the night,
It is the breath of a buffalo in the wintertime,
It is the little shadow that runs across the grass
And loses itself in the sunset"

നമ്മുടെ ഹരിനാമകീർത്തനത്തിലെ ഉദകപ്പോളയുടെ അകപ്പൊരുൾ ഉൾക്കൊള്ളുന്ന അതേ ആശയം!

ഞങ്ങളൊക്കെ ചിലയിടങ്ങളിൽ നിഴലുകളായി നാടകമാടി മറയുന്ന, പത്മരാജന്റെ നോവൽ ആത്യന്തികമായി, പറയാതെ പറയുന്നതും ഇതേ തത്വം അല്ലേ.

പത്മരാജനും കുടുംബത്തിനും പിന്നെ ഇവിടെ കൂടിയിരിക്കുന്ന എല്ലാവർക്കും മുന്നിൽ എന്റേതായ സ്നേഹഭാഷയിൽ നേരിയ ഒരനുസ്മരണം.

ആ ഒരു ചാരിതാർത്ഥ്യത്തിന്റെ മാധുര്യം നുണഞ്ഞ് നന്ദിപൂർവ്വം ഞാൻ നിർത്തുന്നു.

ഓർമ്മയിൽ
എഴുപതുകളിലെ ദുബായ്

ഒരു റൂമിന് ദിവസത്തിൽ മുന്നൂറും നാനൂറും ദിർഹം വാടകയുള്ള കൂറ്റൻ ഹോട്ടലുകൾ ഉണ്ട്. നല്ല നിലവാരമുള്ള ഒരു ഉടുപ്പിഹോട്ടൽ ഇവിടെ ഉള്ളത് വലിയൊരനുഗ്രഹംതന്നെ. ഇടത്തരക്കാരായ മലയാളികൾ വൈകുന്നേരങ്ങളിൽ നാട്ടിലെ കോഫീഹൗസിൽ കൂടാറുള്ളതുപോലെ ഒത്തുചേരുന്ന ഒരുപാട് ഹോട്ടലുകളുണ്ട്. അതിൽ എടുത്തുപറയാവുന്ന ഒന്നാണ് ലോഡ്സ് റെസ്റ്റോറന്റ്. ചാവക്കാട്ടുകാരായ മുഹസ്സിനും അബൂബക്കറും കൂടി നടത്തുന്ന ഈ ലോഡ്സ് റെസ്റ്റോറന്റ് ഇന്ന് പല മലയാളി സുഹൃത്തുക്കളുടേയും ഒരു സങ്കേതസ്ഥാനമായി മാറിയിരിക്കയല്ലേ എന്ന് ഞാൻ സംശയിക്കുന്നു.

ചിട്ടയോടെ അന്തസ്സായ രീതിയിൽ വൃത്തിയായി നടത്തുന്ന വിശാലമായ ചന്തയിൽ ഏതു വലിയ കൊലകൊമ്പനും ബാഗ് തൂക്കിപ്പിടിച്ചുനടക്കുന്നത് കാണാം. കേരളത്തിൽ കിട്ടുന്ന മിക്കതും ഇവിടേയും കിട്ടുന്നു. പച്ചക്കറിക്ക് അല്പം വിലകൂടുതലാണെന്നു മാത്രം. വില കൂടിയാലും സാധനം കിട്ടുന്നുണ്ടല്ലേ. അതുതന്നെ ഒരു വലിയ കാര്യമല്ലേ.

ദുബായ് നഗരത്തിന്റെ ജീവനാഡിയാണ് ഇവിടത്തെ Creek. പ്രശാന്തരമണീയമായ ഒരു കൊച്ചുകടൽതന്നെ. സ്വിമ്മിങ് പൂളിലേതുപോലത്തെ സ്ഫടിക സദൃശ്യമായ ഇളം നീല നിറമുള്ള ജലം. ധാരാളം ലോഞ്ചുകളും കപ്പലുകളും സദാനേരവും ഉണ്ടായിരിക്കും. മീതെ പാലമുണ്ട്. വെള്ളത്തിനടിയിലൂടെയും റോഡുണ്ട്. ഇത്തരം ടണൽറോഡ് ഒരദ്ഭുതപ്രതിഭാസമാണ്! ഈ രണ്ട് ഉപാധിക്കും പുറമെ ആളുകൾ ചെറിയ ബോട്ടുകളിൽ ഇരുപത്തഞ്ചു ഫിൽസ് കൊടുത്ത് മറുകരയിലേക്ക് പോകുന്നു. നയനാനന്ദകരമായ കവിത ഓളം തല്ലുന്ന ഒരു മോഹനദൃശ്യമാണത്. പേരുകേട്ട പല ബീച്ചുകൾക്കും ഇല്ലാത്ത ഒരു പ്രത്യേകമിഴിവ് ഈ കാഴ്ചയ്ക്കുണ്ട് എന്ന് ആരും സമ്മതിച്ചുപോകും.

കടലിൽ അനുമതിയും കാത്ത് അറുപതും എഴുപതും കപ്പലുകൾ എപ്പോഴും കാണാം. ആകാശത്തുകൂടെ തലങ്ങും വിലങ്ങും വിമാനങ്ങൾ, ഹെലികോപ്ടറുകൾ. റോഡിൽ കാറുകളുടെ നോട്ടമെത്താത്ത ഘോഷ

യാത്ര. മായാജാലം കൊണ്ടെന്നപോലെ ഉയർന്നുകൊണ്ടിരിക്കുന്ന കൂറ്റൻ കെട്ടിടങ്ങൾ. എവിടെയും സജീവമായ കാഴ്ചകൾ മാത്രം.

രാത്രികളിൽ എല്ലായിടത്തും വെളിച്ചം തന്നെ. സയ്യാറ (കാറ്) നിർത്തി ഷോപ്പിങ്ങിനുപോകുന്ന അറബികൾ പലരും എഞ്ചിൻസ്വിച്ച് ഓഫ് ചെയ്യാറില്ല! അവശിഷ്ട പദാർത്ഥങ്ങൾ ദിവസേന നീക്കം ചെയ്യുന്നു. ആവശ്യത്തിൽക്കവിഞ്ഞ ഭക്ഷണപദാർത്ഥങ്ങൾ കുന്നുകൂടിക്കിടക്കുന്നത് മുനിസിപ്പാലിറ്റി ജോലിക്കാർ കത്തിച്ചുകളയാൻ കൊണ്ടുപോവുന്ന കാഴ്ച, ഞാൻ അമ്പരപ്പോടെനിന്നു നോക്കിയിട്ടുണ്ട്. അപകടത്തിനിരയായ തകർന്ന കാറുകൾ നേരെയാക്കുന്ന പ്രശ്നമില്ല. അവ ഉപേക്ഷിക്കപ്പെടുന്നു! പഴയ കെട്ടിടങ്ങൾ ഒന്നുരണ്ടു ദിവസംകൊണ്ട് നിരപ്പാക്കി മാറ്റുന്ന വിദ്യ രസകരമാണ്. രണ്ടുമൂന്നു മാസത്തിനുള്ളിൽ തൽസ്ഥാനത്ത് ഒരുവലിയകെട്ടിടം ഉയർന്നുകഴിഞ്ഞിട്ടുണ്ടാകും. നമ്മുടെ നാട്ടിൽ ഇതുമാതിരി ഒരു ബിൽഡിങ് പൊളിക്കാനും പണിയാനും രണ്ടുകൊല്ലം സമയമെടുക്കുമെന്ന് തോന്നുന്നു. ഏറ്റവും നവീനമായ യന്ത്രങ്ങൾകൊണ്ട് കാണിക്കുന്ന ഇന്ദ്രജാല പ്രവർത്തനങ്ങൾ എന്നല്ലാതെ എന്തുപറയാനാണ്.

കുറെ മാസങ്ങളായി ക്രീക്കിൽ "ബോൺ വൈവാന്ത്" എന്ന പടുകൂറ്റൻ കപ്പൽ വന്നു കിടക്കുന്നുണ്ട്. കടലിൽ ഹോട്ടൽ പണിയുന്നതിന് എളുപ്പമാർഗ്ഗം കണ്ടുപിടിച്ചതാണ്; ഒരു വലിയ കപ്പൽ . അത് ഒരു ഉഗ്രൻ ഹോട്ടലാണ്. അവിടെ എല്ലാ സുഖഭോഗങ്ങളും ഉണ്ട്. അറബികളുടെ പണം വന്നുവീഴാൻ വല്ല വിഷമവുമുണ്ടോ? ഏതായാലും ആ കപ്പൽ നിർമ്മിച്ച പ്രതിഭാശാലി, വാഴ്ത്തപ്പെടേണ്ടവൻതന്നെ.

കാർ, ടെലിവിഷൻ, ക്യാമറ, വാച്ച്, റേഡിയോ, തുണിത്തരങ്ങൾ എന്നിങ്ങനെ പറയാൻ തുടങ്ങിയാൽ ആ പട്ടിക വളരെ നീണ്ടുപോകും. എല്ലാം സുലഭമമായ കടകൾ സർവ്വത്ര കാണാം. രണ്ടുലക്ഷം രൂപ വിലയുള്ള വാച്ചും മുപ്പതിനായിരം രൂപവിലമതിപ്പുള്ള സിഗരറ്റ്ലൈറ്ററും അഞ്ഞൂറു രൂപ വിലവരുന്ന സോപ്പും ഇവിടുത്തെ അങ്ങാടിയിലുണ്ട്. നാട്ടിൽപോകുന്നവർ അബുദാബിയിൽ നിന്നുപോലും ദുബായിലേക്കുവരും, സാധനങ്ങൾ വാങ്ങാൻ അന്ന് യാത്രാസൗകര്യങ്ങൾ ഇന്നത്തെപ്പോലെ സുഗമമല്ല. കേരളീയരുടെ പ്രിയങ്കരങ്ങളായ പല പീടികകളുണ്ട്. കോടിക്കണക്കിനു രൂപ വിലപിടിപ്പുള്ള വിദേശ സാമഗ്രികൾ ഉണ്ട് അവിടങ്ങളിൽ. മുമ്പുകാലത്ത് വന്ന മലയാളികൾ സ്ഥാപിച്ചയാണിവ. തഹാനിസ്റ്റോർസ്, അൽഹഫ്സർ ടെക്സ്റ്റോറിയം എന്നിങ്ങനെ ഒട്ടേറെ ഷോപ്പുകളിലെ സാധനങ്ങളാണ് നാട്ടിൽ കസ്റ്റംസിൽനിന്നും രക്ഷപ്പെട്ട് നിങ്ങളുടെ അടുത്ത് എത്തുന്നവയിൽ അധികവും. ഷോപ്പുടമകളായ അബൂബക്കറും അലിസാബിരിയും ഹാജിയും ഒക്കെ ഇവിടെ 'പെരിയസ്വാമിക'ളാണ്, സുപരിചിതരും. സ്വർണ്ണക്കടകളുള്ള ഒരു പ്രത്യേക തെരുവുതന്നെ ഉണ്ട്; സോനാബജാർ. മിക്കരാജ്യങ്ങളിലേയും കറൻസിനോട്ടുകൾ കിട്ടുന്ന മണി എക്സ്ചേഞ്ചുകൾ തെരുവുകളിൽ

ഉണ്ട്. കേരളത്തിലെ പട്ടണങ്ങളിലെ എണ്ണിയാലൊടുങ്ങാത്ത പെട്ടിക്കട കൾപോലെ അത്ര എണ്ണക്കൂടുതലാണ് തുന്നൽക്കടകൾ. ഒരു നല്ല ടെയി ലർ ആദരണീയനും സമ്പന്നനുമായിരിക്കും. ടെയ്‌ലർ ജോലിക്ക് അത്ര ഡിമാൻഡ് ആണ് ഇവിടെ. ടെയ്‌ലർ, വെൽഡർ, എലക്ട്രീഷ്യൻ, ഡ്രൈവർ, കുക്ക്, ചായക്കടക്കാരൻ എന്നൊക്കെ കേൾക്കുമ്പോൾ കേരളീ യർക്ക് നെറ്റിചുളിയും. അവിടത്തെ ഗവർണ്ണറും ഹൈക്കോടതിജഡ്ജിയും കലക്ടറുമൊക്കെ വാങ്ങുന്ന ശമ്പളത്തെക്കാൾ എത്രയോ കൂടുതൽ വാങ്ങി ജീവിതം സുഖമായി നയിക്കുന്നവരാണ് മേല്പറഞ്ഞവർ എന്നറിയു മ്പോഴോ? കണ്ണുകൾ വികസിക്കുന്നില്ലെ ഇതാണ് ഗൾഫ്. ലോകത്തിൽ വെച്ച് ഏറ്റവും കൂടുതൽ ശമ്പളവും വരുമാനവും കിട്ടുന്ന സ്ഥലവും ഗൾഫ് രാജ്യങ്ങളത്രെ.

ദുബായിലെ (അബുദാബിയോടു താരതമ്യപ്പെടുത്തുമ്പോൾ നിസ്സാ രമാണ്) താമസപ്രശ്നം ഒരു കീറാമുട്ടിയാണ്. വളരെ കനത്ത വാടക യാണ് വസൂലാക്കുന്നത്. ഒരുകൊല്ലത്തേയോ ആറുമാസത്തേയോ ഒന്നിച്ചു കൊടുക്കേണ്ടിവരുന്നു. ഇടത്തട്ടുകാരുടെ ശല്യം വേറെയും. ഒരു മിനി യേച്ചർ ബോംബെടൈപ്പ് ആയി വരുന്നോ എന്ന് ഞാൻ ശങ്കിക്കുന്നു. എല്ലാ ഫ്ളാറ്റുകളിലും ആളുകൾ തിങ്ങിപ്പാർക്കുന്നു. ബന്ധുക്കൾ, സുഹൃ ത്തുക്കൾ, ആശ്രിതർ, സന്ദർശകർ ഇവരെയെല്ലാം അവഗണിക്കാനാവാതെ ഇവിടത്തെ മലയാളി ഞെരുങ്ങുകയാണ്. ആകയാൽ, അക്കോമെഡേ ഷന്റെ കാര്യമൊഴിച്ച് മറ്റെന്തുസഹായത്തിനും ഇവിടെ ഉള്ളവർ തയ്യാ റാവും. ദുബായിൽത്തന്നെ പലസ്ഥലങ്ങളുമുണ്ട്. ഡെയ്റ, മനാമ, മുറൂർ, റഷീദിയാ, ജുമെയ്‌ര, കിസ്സിസ്സ്, ജബലാലി, ഫ്രിജ്മൊറാർ, സത്വ, ഹോർലാഡ്സ് എന്നിങ്ങനെ ഈ പല സ്ഥലങ്ങളിലായി ആളുകൾ താമസിക്കുന്നു. സമ്പന്നവർഗ്ഗത്തിന്റെ ആസ്ഥാനമാണ് ജുമെയ്‌ര എന്നു പറയാം. കുട്ടികൾക്ക് പഠിക്കാൻ സൗകര്യങ്ങളുണ്ട്. ഇവിടെ ഇന്ത്യൻ ഹൈസ്കൂൾ, കേരളീയനായ മിസ്റ്റർ വർക്കി സ്ഥാപിച്ച Our own school എന്നിവ ഇവിടത്തെ ഇന്ത്യക്കാർക്ക് വളരെ ഉപകാരപ്രദമാണ്. ക്രൈസ്തവപള്ളികൾ വരെ ഉണ്ടിവിടെ. ഷെയ്ക്കിന്റെ മതസഹിഷ്ണ തയ്ക്ക് ഇതില്പരം ദൃഷ്ടാന്തം വേണോ?

കലാ-സാംസ്കാരിക രംഗങ്ങളിൽ ഇവിടത്തെ മലയാളിയുവാക്കൾ ഉത്സുകരാണ്. കഴിഞ്ഞയാണ്ടിൽ രൂപീകൃതമായ കൈരളി കലാകേന്ദ്രം ഈ രംഗത്ത് സജീവമാണ്. കായികരംഗത്തും മലയാളിയുണ്ട്. അബ്ദുൾസലാം ഈയിടെ ഈ മേഖലയിൽ കാര്യമായ കാൽവെപ്പു കൾ നടത്തുകയുണ്ടായി. നാടകമത്സരങ്ങൾ, ഗാനമേളകൾ, സാഹിത്യ ചർച്ചകൾ എല്ലാമെല്ലാമുണ്ട്. അടുത്തു നടന്നേക്കാവുന്ന ഒരു വലിയ പരിപാടി ഉദ്ഘാടനം ചെയ്യാൻ രാമു കാര്യട്ട് എത്തുമെന്ന് പ്രതീക്ഷി ക്കുന്നു. ഇവിടുത്തെ പരിപാടികൾക്കൊന്നിനും ഒരു പെർഫെക്ഷൻ വന്നു കാണുന്നില്ല. അതിന് ആരെയും കുറ്റം പറഞ്ഞിട്ട് കാര്യമില്ലതാനും. വളരെ പരിമിതമായ സമയ പരിധിക്കുള്ളിൽ നിന്നുകൊണ്ടുള്ള കളിയേ ഇവിടെ

നടത്താനൊക്കൂ. സാമ്പത്തികമായി ധാരാളിത്തംകാട്ടാനും വയ്യ. നാട്ടിലെ ഗ്രാമത്തിലെ ചെറിയ വീട്ടിനുള്ളിൽ ഒതുങ്ങിക്കൂടുന്ന കുടുംബം കണ്മു ന്നിൽ കാണുമ്പോൾ പണം ദുർവ്യയം ചെയ്യാൻ ആർക്കും മനസ്സുവരില്ല എന്നതാണ് പരമാർത്ഥം. ആണ്ടിലൊരിക്കൽ സ്വദേശത്തുവന്ന് പണവും പകിട്ടും പരിമളവുമായി പരിലസിക്കുന്ന "പേർഷ്യക്കാരൻ", ഇവിടെ അദ്ധ്വാനിച്ച് അടങ്ങി ഒതുങ്ങിക്കഴിയുന്നവനാണ് എന്നോർക്കണം. മലയാളസിനിമാലോകത്തെ പ്രസിദ്ധരായ ശോഭനാ പരമേശ്വരൻനായർ, പ്രേംനവാസ്, ശങ്കരൻനായർ, എൻ.പി. മുഹമ്മദ് എന്നിവർ ചേർന്ന് നിർമ്മി ക്കുന്ന "വെളുത്തകുതിര" യു.എ. ഇ. യിൽ ചിത്രീകരണം ചെയ്യാനുള്ള ശ്രമങ്ങൾ ഇവിടെ ഏതാണ്ട് പൂർത്തിയായിക്കഴിഞ്ഞു. അവിടുത്തെ തയ്യാറെടുപ്പുകൾ ചില സാങ്കേതികത്തകരാറുകളുടെ നൂലാമാലകളിൽ നിന്നും തലയൂരിക്കിട്ടുകയേ വേണ്ടൂ. ശ്രമം വിജയിച്ചാൽ ഇവിടെയും നാട്ടിലും അതൊരു "സംഭവ" മായിരിക്കും, സംശയമില്ല.

ഇന്നാട്ടുകാരായ അറബികൾ നല്ലവരാണ്. ദുബായ് ഭരണാധിപനായ ഷെയ്ക്ക്റഷീദ് വിശാലഹൃദയനും സ്നേഹസമ്പന്നനും ഭരണനിപുണ നുമാണ്. ഇന്ത്യക്കാരോട് അദ്ദേഹത്തിനുള്ള മമത സുവിദിതമാണ്. ജബ ലാലി എന്ന സ്ഥലത്ത് ഒരു ആധുനിക നഗരത്തിന് ജന്മം നൽകി വരുന്ന തിൽ ഷെയ്ക്ക് ബദ്ധശ്രദ്ധനായിക്കാണുന്നു. പടുകൂറ്റൻ വിമാനത്താവളം തുറമുഖം, കച്ചവടകേന്ദ്രങ്ങൾ, ബാങ്കുകൾ തുടങ്ങി പലതും രൂപംകൊണ്ടു വരികയാണ്. 1980ൽ പണി പൂർത്തിയാവുമെന്നാണ് പ്രതീക്ഷ. വൃത്തിയും വെടിപ്പുമുള്ള തെരുവീഥികൾക്കു നടുവിൽ ചോലമരങ്ങൾക്കും പുല്പ ടർപ്പും ചെടികളുമുണ്ട്. മനോഹരമായ പാർക്കുകൾ, മ്യൂസിയം എന്നിവ നഗരത്തിനു ഇവിടെ മാറ്റുകൂട്ടുന്നു. റോഡപകടങ്ങൾ സാധാരണ മാണിവിടെ; ടെലിവിഷൻ ക്യാമറകളും വയർലസ്സ് സജ്ജീകരണങ്ങളും കരുതി ജാഗരൂകരായ പോലീസുകാർ ഉണ്ടായിട്ടുകൂടി. എന്നാലും ദുബായ് പോലീസിന്റെ കാര്യക്ഷമമായ പ്രവർത്തനം മാതൃകാപരമായിട്ടാണ് എനിക്ക് തോന്നിയിട്ടുള്ളത്. പോസ്റ്റൽ ഡിപ്പാർട്ടുമെന്റ് ഇനിയും പുരോ ഗമിക്കേണ്ടിയിരിക്കുന്നു. വളരെ മുമ്പേ അന്താരാഷ്ട്രകച്ചവടകേന്ദ്രമായി മാറിയ ദുബായ്, അഭിവൃദ്ധിയിലൂടെ മുന്നോട്ടുള്ള ത്വരിതമായ പ്രയാണം തുടരുകയാണ്.

ദുബായ് എന്ന കാരുണ്യമയിയായ ദേവിക്ക് കാളീസദൃശമായ നിണ ദാഹിയായ മറ്റൊരു മുഖമുണ്ട്. ജയിൽശിക്ഷ അനുഭവിക്കുന്നവർ, കുതന്ത്രങ്ങളിൽ ഏർപ്പെടുന്നവർ, ശരിയായ രേഖകളില്ലാതെ ഇവിടെ എത്തിപ്പെട്ടവർ, ജോലിയില്ലാത്തവർ എന്നിവരുടെ ദൃഷ്ടിയിൽ ദുബായ് ഭയാനകമായിരിക്കും. സഹതാപമർഹിക്കുന്ന വേറൊരു വർഗ്ഗമുണ്ട്. കോൺട്രാക്ടിംഗ് കമ്പനികളുടെ ലേബലിൽ ഗ്രൂപ്പ് എൻ.ഒ.സി യുടെ കാന്തവലയത്തിലകപ്പെട്ട് ബോംബെയിൽ നിന്നിവിടെ എത്തുന്നവർ. തുച്ഛ ശമ്പളം കഠിനമായ ജോലി, ടെന്റുകളിൽ താമസം, സ്വാതന്ത്ര്യമില്ലായ്മ എന്നീ ചുറ്റുപാടിൽ ജീവിക്കാൻ ദയനീയമാംവിധം നിർബന്ധിതരാകുന്ന

ആയിരക്കണക്കിന് ഇന്ത്യക്കാർ (അവരിൽ നല്ലൊരു ശതമാനം കേരളീയരാണ്) ഉണ്ടിവിടെ. അവർക്കിവിടം നരകമാണ്. എങ്ങനെയെങ്കിലും നാട്ടിലൊന്നെത്തിക്കിട്ടിയാൽ മതി എന്ന ഒരൊറ്റ ആശയേ അവരിൽ അവശേഷിക്കുന്നുള്ളൂ. അദ്ധ്വാനത്തിന്റെ മുഖമുദ്രകളുമായി ചില ഒഴിവുദിവസ സായാഹ്നങ്ങളിൽ പാർക്കിലൂടെ ശുദ്ധവായു അന്വേഷിച്ചലയുന്ന ഇവരെ കണ്ടാൽ പെട്ടെന്ന് തിരിച്ചറിയും. അറബികൾ ഇവരെ നോക്കി സ്വയം പറയുന്നത് കേൾക്കാം! "ഷൂഹാദാ! കുല്ലു ഹിന്ദി മിസ്കിൻ"(എന്താ ഇത്, മുഴുവനും പാവങ്ങളായ ഇന്ത്യക്കാർ) ഇതിനകംതന്നെ നാട്ടിൽ കുപ്രസിദ്ധി കിട്ടിക്കഴിഞ്ഞ എൻ.ഒ.സി. കെണിയിൽപ്പെട്ട് ഹതാശരായ ചെറുപ്പക്കാർ, ഏതുവിധമെങ്കിലും ദുബായിൽ എത്തിയാൽ മതിയെന്നു കരുതുന്നു. Agreement N.O.C യിൽ അകപ്പെടുന്നു. അമിതലാഭമോഹികളായ ചില കമ്പനികൾ ബോംബെയിൽനിന്ന് എഗ്രിമെന്റ് വഴി ഡ്രൈവർമാരെ കൊണ്ടുവരും. സുമാർ ആയിരം രൂപ ശമ്പളം കൊടുത്താലായി, അത്രതന്നെ അതേ സ്ഥാനത്ത് ഒരു ഡ്രൈവർക്കിവിടെ കിട്ടുന്ന അർഹവും ആകർഷണീയവുമായ വരുമാനം നേരത്തെ പറഞ്ഞിട്ടുണ്ടല്ലോ.

മസ്ക്കറ്റിൽനിന്നും കരവഴി ആയിരം ദിർഹം കൈക്കൂലികൊടുത്ത് അതിർത്തികടന്ന് മലകളും മരുപ്പരപ്പും താണ്ടി ഇവിടെ എത്തുന്നവരും ഉണ്ട്. ദുബായ് എന്ന സ്വർഗ്ഗഭൂമിയെ സ്വപ്നംകണ്ട് ചെയ്യുന്ന സാഹസങ്ങൾ! പ്രിയപ്പെട്ട ചെറുപ്പക്കാരേ, നിങ്ങൾ ഗൾഫിലേക്ക് വരുന്നുണ്ടെങ്കിൽ വളരെ വിശ്വസ്ഥരായ ബന്ധുക്കളുമായി ബന്ധപ്പെട്ടതിനുശേഷം അവരുടെ നിർദ്ദേശാനുസരണം നിയമാനുസൃതമായ രീതിയിൽ മാത്രം വരിക. കള്ളലോഞ്ച് ഏജന്റുമാരുടെയും കൃത്രിമ എൻ.ഒ.സി കച്ചവടക്കാരുടേയും വലയിൽ കുടുങ്ങല്ലേ. യാതനാപൂർണ്ണമായ കടൽ യാത്ര, ഭാഗ്യംമൂലം വിജയിച്ചാൽത്തന്നെയും, ഖോർഫക്കാൻ കുന്നുകളുടെ അടിവാരത്തിലാവും നിങ്ങളെ ഇറക്കിവിടുക. ഒരു മനുഷ്യജീവിയെ കാണുന്ന സ്ഥലത്തെത്താൻ ഭാഗ്യമുണ്ടാവുമെന്ന് യാതൊരുറപ്പും കരുതരുത്. കാവൽപ്പോലീസുകാരുടെ തോക്കിന്നിരയായ ശവങ്ങൾ ആ തീരപ്രദേശങ്ങളിൽ പൊന്തിക്കിടന്നതായ റിപ്പോർട്ടുകൾ വിസ്മരിക്കാനുള്ളതല്ല. നാട്ടിൽ സാമാന്യം തെറ്റില്ലാത്ത രീതിയിൽ കഴിയാമെങ്കിൽ, പിന്നെ, എന്തിനീ വിദേശത്തേക്കു വരാൻ കൊതിക്കുന്നു? ചില പ്രത്യേക സാഹചര്യങ്ങളുടെ സമ്മർദ്ദം സഹിക്കാനാവാതെ നാടുവിടുന്നവരാണധികവും. അത് മനസ്സിലാക്കാം. "നിങ്ങൾ പിന്നെ എന്തിന്നുപോന്നു?" എന്ന എന്നോടുള്ള ചോദ്യം ഞാൻ കേൾക്കുന്നുണ്ട്.

ദിബാ എന്ന അറബിവാക്കിൽ നിന്നും ആണ് ദുബായ് ഉണ്ടായത്. പതിനെട്ടാം നൂറ്റാണ്ടോടുകൂടി ഇതിന്റെ ചരിത്രം ആരംഭിക്കുന്നുവെങ്കിലും ബി.സി. നാലാം നൂറ്റാണ്ടിൽത്തന്നെ അലക്സാണ്ടറുടെ പട്ടാളമേധാവികൾ ഇവിടം കൈയടക്കിയിരുന്നു. പോർച്ചുഗീസും പേർഷ്യയും ഇവിടങ്ങളിൽ ഉണ്ടായിരുന്നെങ്കിലും അധീശത്വം സ്ഥാപിക്കാൻ അവർക്കു

കഴിയാതെ പോയി. റാസൽഖൈമ ആസ്ഥാനമായി കഴിഞ്ഞിരുന്ന ക്വസിമിഷെയ്ക്കിന്റെ സ്വാധീനമായിരുന്നു ഏറ്റവും ശക്തം. അതാകട്ടെ 1747 ൽ നാദിർഷായുടെ മരണത്തോടു കൂടിയായിരുന്നുതാനും. ബെനിയാസ് എന്ന വംശം ഉൾപ്രദേശങ്ങളിൽ നിന്നും ക്രമേണ തീരപ്രാന്തങ്ങളിലെത്തി പതിനെട്ടാം നൂറ്റാണ്ടിന്റെ അവസാനഘട്ടത്തിൽ ആധിപത്യം നേടി. ആ സ്ഥലങ്ങളാണ് ഇന്ന് അബുദാബി, ദുബായ് എന്നീ പേരുകളിൽ അറിയപ്പെടുന്നത്. കിഴക്കുനിന്നും പടിഞ്ഞാറുനിന്നും വരുന്ന കപ്പലുകൾ ലക്ഷ്യമാക്കി അവർ കഴിഞ്ഞുകൂടി. 1820 ഓടെ ബ്രിട്ടീഷുകാർ പ്രാദേശികവംശജരുമായി സന്ധിയിലെത്തിയതോടെ ക്വസിമിവംശം ദുർബ്ബലമായിത്തുടങ്ങി. ബ്രിട്ടീഷ് സഹായം ആരംഭിച്ചു. 1836ൽ ഷെയ്ക് മക്തൂം വന്നതോടെ ധീരമായ നേതൃത്വം കൈവന്നു. 1912ൽ ഇപ്പോഴത്തെ ഷെയ്ക്കിന്റെ പിതാവായ ഷെയ്ക്സായിദ് ഭരണമേറ്റെടുത്തു. സംഭവബഹുലവും പ്രശംസനീയവുമായിരുന്നു അദ്ദേഹത്തിന്റെ വാഴ്ചക്കാലം. ഇന്നത്തെ ദുബായിയുടെ വളർച്ചയ്ക്കും ഔന്നത്യത്തിനും അസ്തിവാരമിട്ടത് ഷെയ്ക്സായിദ് ആയിരുന്നു. 1958ൽ ഷെയ്ക്റാഷിദ് സ്ഥാനാരോഹണം ചെയ്തു. മുൻഗാമിയെപ്പോലും അതിശയിപ്പിക്കുന്ന ഭരണസാമർത്ഥ്യമാണ് ഷെയ്ക്റാഷിദ് പ്രദർശിപ്പിച്ചത്. പിന്നീട് കാണുന്നത് വെച്ചടിവെച്ചുള്ള കയറ്റമാണ്. 1966 ജൂൺ 6–ാം തീയ്യതിയാണ് മുന്തിയ തരം എണ്ണ കണ്ടെത്തിയത്. എണ്ണയില്ലെങ്കിൽത്തന്നെയും ദുബായിക്ക് ഒരു കുഴപ്പവും വരാനില്ല. അതിനു മുമ്പേതന്നെ ശക്തമായ കെട്ടുറപ്പുള്ള സമ്പദ്വ്യവസ്ഥ സ്ഥാപിതമായിക്കഴിഞ്ഞിരുന്നു. വ്യാപാരവിദ്യയുടെ വെമ്പാലമൂർഖന്മാർ ഉണ്ടിവിടെ. നാട്ടിൽ മുഴത്തിന് മുഴത്തിന് കാണുന്ന ചായക്കടകളെപ്പോലെ അത്ര അധികം ബാങ്കുകൾ (അതീവമോഹനമായ സൗധങ്ങളാണിവ) ഉണ്ട് ഇപ്പോൾ. ഒരു ഇന്ത്യൻ ബാങ്കും മരുന്നിനുണ്ട്, ‘ബാങ്ക് ഓഫ് ബറോഡ’.

ദുരുദ്ദേശം വെച്ച് അടുക്കുന്നവനെ നിഷ്കരുണം വകവരുത്താനും, സ്നേഹവായ്പോടെ തന്നെ ഉദ്ദേശശുദ്ധിയോടെ വരുന്നവനെ താലോലിക്കാനും സന്തുഷ്ടനാക്കാനും തന്റേടമുള്ള ബായിയെ ഞാൻ സുന്ദരി എന്നു വിളിച്ചോട്ടെ. കാമുകിയും ഭാര്യയും അമ്മയും ഒക്കെയായ പ്രൗഢയായ സ്ത്രീ. ഭാരതീയ സംസ്കാരം രക്തത്തിൽ ഉള്ള ദുബായ് നിവാസിയായ ഒരു ഇന്ത്യൻ പൗരൻ, സ്നേഹാദരങ്ങളോടെ അവരെ അനുസ്മരിച്ചാൽ, അതിൽ ഔചിത്യ ഭംഗിയുണ്ടെന്നും, ഞാൻ വിശ്വസിക്കുന്നു.

ഉണർത്തുപാട്ടിന്റെ ചിറ്റോളങ്ങൾ

ഈ ഭൂമിയിൽ എത്രമാത്രം ജീവജാലങ്ങളുണ്ടോ അത്രതന്നെ കാഴ്ചപ്പാടുകളും കാണും. അവ പാടെ വ്യത്യസ്തങ്ങളുമായിരിക്കും. ഇതിന്റെയെല്ലാം ശരിതെറ്റുകൾ അളന്ന് വിലയിരുത്താൻ എന്താണൊരു മാനദണ്ഡം? ചോദ്യം അല്പം കുഴപ്പം പിടിച്ചതാണെന്ന് സ്പഷ്ടം.

പ്രശ്നസങ്കീർണ്ണമെന്ന് തോന്നുന്ന ഒരു പ്രത്യേക കാലഘട്ടത്തിലൂടെയാണല്ലോ നമ്മുടെ പ്രയാണം. മനുഷ്യബുദ്ധി ഇതെങ്ങനെ കൈകാര്യം ചെയ്യും?

അറുപതിൽപ്പരം കൊല്ലം മുമ്പ് പാഠപുസ്തകത്തിൽ വന്ന ജി.യുടെ 'പാടുന്ന കല്ലുകൾ' എന്ന കവിതയിലെ നാലുവരികൾ ഓർമ്മ വരുന്നു.

"പത്തി പൊക്കലും വാലിൽ നിൽക്കലും തമ്മിൽ കൊത്തി-
ക്കൊത്തിയാട്ടലും ചീറിയന്യോന്യം വിഴുങ്ങലും
കാലമിങ്ങനെ പോയീ വമിയ്ക്കും കലഹോഗ്ര-
ജ്ജ്വാലയാൽ മരിച്ചപോലായി കേരളലക്ഷ്മി"

ആ കേരള ലക്ഷ്മിയുടെ ഇന്നത്തെ അവസ്ഥ കൂടി ഇതോടൊപ്പം ഒന്ന് ചേർത്ത് ചിന്തിക്കാം.

ബസ്സ്റ്റോപ്പിലെ ഒരു പതിവുദൃശ്യം നോക്കൂ. വാഹനം ചീറിപ്പാഞ്ഞു വന്നു നില്ക്കുന്നതും, വാതിൽപ്പാളി മലർക്കെ തുറക്കുന്നു. ഓവർസ്മാർട്ടായി കളിക്കുന്ന ക്ലീനറുടെ വേഗം കൂടിയ വായ്ത്താരി, കണ്ടക്ടറുടെ കണിശമായ കണക്കുകൂട്ടൽ, ഡ്രൈവറുടെ പിന്തിരിഞ്ഞുള്ള ക്ഷമകെട്ട വീക്ഷണം. യാത്രക്കാർ തിക്കിത്തിരക്കുകയാണ്. ഒരു തരം വേഗാവേശം സമീപകാലങ്ങളിലായി നമ്മുടെ ഉള്ളിലും കയറിക്കൂടിക്കഴിഞ്ഞു!

ഏതാണ്ട് എല്ലാ മേഖലകളിലേയും സ്ഥിതി ഇതൊക്കെത്തന്നെ. അതിവേഗത്തിന്റെ ഒരതിപ്രസരബാധ പരിസരത്തെപ്പോലും ബാധിച്ചു കഴിഞ്ഞു.

സമൂഹ ജീവിതത്തിന്റെ സമസ്തമേഖലകളിലും ജനങ്ങൾക്ക് നേരി ടേണ്ട അവസ്ഥകൾ ഏറെക്കുറെ ഒരേ തരത്തിൽപ്പെട്ടവതന്നെ. ഒറ്റപ്പെട്ട ഒന്നല്ല, എന്ന് സാരം.

ശരാശരി സാധാരണക്കാരന് ഈ പ്രതിഭാസങ്ങൾ ഗുണദോഷ സമ്മിശ്രങ്ങളത്രെ. എന്നാൽ പ്രകൃതിമാതാവിന് ഇതെല്ലാം ഒരുപോലെ യാണ്. യാതൊരു ഭേദചിന്തകൾക്കും പ്രസക്തിയില്ലെന്നർത്ഥം.

പല കോണുകളിൽ നിന്നായി പരശതം പരിഹാരമാർഗ്ഗങ്ങൾ പറ ന്നെത്തുന്നുണ്ട്. നിർദ്ദാക്ഷിണ്യമായ നിയമ നിർമ്മാണം, വിട്ടുവീഴ്ച യേശാത്ത ശിക്ഷാരീതികൾ, ബോധവൽക്കരണം..പട്ടിക ഇങ്ങനെ നീണ്ടു പോവും.

ഇതെപ്രകാരം പ്രായോഗികമാക്കും? എങ്കിൽത്തന്നെ എത്രത്തോളം ഫലപ്രാപ്തി കാണും? ചരിത്രം ശ്രദ്ധിച്ചാൽ പലതും തെളിഞ്ഞുവരും. കർശന നിയമോപാധികളും ഭീകരമായ കൂട്ടക്കൊലകളും, പ്രയോജന മാവാതെ കലാശിച്ച കഥകളാണധികവും. ബോധവൽക്കരണം പോലും ഇവിടെ ഇപ്പോൾ ഉപരിപ്ലവമായ വെറുമൊരു പ്രഹസനമാവുന്നു! 'കപ്പ ലിൽത്തന്നെ കള്ളൻ' പതിയിരിക്കുന്നതുകൊണ്ടാണത്.

തികഞ്ഞ ഉദ്ദേശശുദ്ധിയോടെ ഒരു സന്നദ്ധസംഘം പ്രവർത്തിക്കുന്നു എന്ന് കരുതുക. അധികം വൈകാതെ അതിൽ പൊട്ടിത്തെറികളുണ്ടാ വുന്നു. ഇതെങ്ങനെ? ബാഹ്യമായ എതിർപ്പുകൾ സ്വാഭാവികം. എന്നാൽ സ്വന്തം പാളയത്തിൽനിന്നു തന്നെ വിനാശവിത്തുകൾ മുളച്ചുപൊന്തി യാലോ? അതിനാൽ സദുദ്യമങ്ങൾ അധികവും ക്ഷണികമായി തകർന്നടിഞ്ഞു പോകുന്നു. എന്താവാം ഇതിന്റെയൊക്കെ അടിസ്ഥാന ഹേതു?

ബോധവൽക്കരണം, അതിന്റെ വ്യാപകാർത്ഥത്തിൽ ആഴത്തിൽ നിന്നു തന്നെ ഉണ്ടാവേണ്ടിയിരിക്കുന്നു. ഒരു കുഞ്ഞ് ഇവിടെ ജനിക്കു മ്പോൾ, വികലവും, വിനാശകരവുമായ ഒരുതരം കണ്ടീഷൻഡ് സമൂഹ ത്തിന്റെ സ്വാധീനവലയത്തിലാണ് ആ കുട്ടി പിറന്നുവീഴുന്നത്. ജനിത കമായി കൈവന്നതും കൂടെ ചേർന്നാൽ, പിന്നെ പറയാനുമില്ല.

ഇത് മാറിയേ പറ്റൂ. പ്രവർത്തനത്തിന് ഉദ്യമിക്കുന്ന വ്യക്തി നൂറു ശതമാനവും അതിന് അർഹനായിരിക്കണം. കേട്ടു പഴകിയ ആ കഥ യില്ലേ. ഒരമ്മ മകന്റെ അടങ്ങാത്ത മധുരക്കൊതി മാറ്റാൻ ഗുരുവിനെ സമീപിച്ച കഥ. ഗുരു പറഞ്ഞു, ആറുമാസം കഴിഞ്ഞുവരാൻ. ബോധോ ദയം നേടിയ ആചാര്യന് ആറുമാസക്കാലമോ! അദ്ദേഹം അമ്മയുടെ സംശയം തീർത്തു, എന്നിട്ടിപ്രകാരം മൊഴിഞ്ഞു:

ഞാൻ മധുരം വളരെ ഇഷ്ടപ്പെടുന്ന കൂട്ടത്തിലാണ്. ആദ്യം എന്റെ മധുരക്കൊതിയാണ് അവസാനിപ്പിക്കേണ്ടത്. അപ്പോഴേ മറ്റുള്ളവരുടേത് അമർച്ച ചെയ്യാൻ എനിക്ക് അർഹത കൈവരൂ. അതുകൊണ്ടാണ് ആറു മാസം കാലാവധി പറഞ്ഞത്.

ബോധോദയം വന്ന ഒരു യോഗിവര്യന് ഈ നിസ്സാര പ്രശ്നം പരിഹരിക്കാൻ ആറുമാസമെങ്കിൽ, സാധാരണ പ്രവർത്തകർക്ക് ആറുകൊല്ലം പോലും മതിയാവുമോ? ആദ്യം മുതലേ ഇളംതലമുറയിലെ കുരുന്നുകളിൽ നിന്ന് ആരംഭം കുറിക്കണം. ഇതൊക്കെ ആര് ചെയ്യാനാണ്. പ്രപഞ്ചത്തിന്റെ ചുമതലാപരിധിയിൽ പെടുന്നതാണതെല്ലാം. മേലേ നിന്നും വരുന്ന കല്പനകൾ നാം നിറവേറ്റിയാൽ മതി. എന്നാൽ 'പ്രകൃതി'ക്ക് മീതെ കയറി കോപ്രായങ്ങൾ കാണിക്കാനാണ് മനുഷ്യന് അഥവാ മനുഷ്യമനസ്സിന് ഏറെയും താത്പര്യം. അത് വ്യർത്ഥമായേ കലാശിക്കൂ.

ഭൂതത്തിലും ഭാവിയിലും വെറുതെ ഉല്ലാസയാത്ര നടത്തുന്നതുകൊണ്ട് ഒരു നേട്ടവുമില്ല. വർത്തമാനകാലത്തിലൂന്നി ബുദ്ധിശക്തി ഉപയോഗിക്കുകയാണ് വേണ്ടത്. ഇനി, ഒരിടത്ത് എല്ലാവരും സ്വർഗ്ഗതുല്യമായ ജീവിതം നയിക്കുന്നു എന്നുതന്നെ കരുതുക. അടുത്ത ക്ഷണം ഒരുവൻ അവന്റെ അതൃപ്തി വെളിപ്പെടുത്തും: 'ഇതുപോര, അതു വേണം': മനസ്സിന്റെ തനത് പ്രകൃതമാണ് ഈ അസംതൃപ്തി.

ഇതിൽ പ്രത്യേകിച്ച് അങ്ങനെ ആരെയും കുറ്റപ്പെടുത്തേണ്ടതില്ല. ഈ ഭൂമിയിൽ ഒരു പുൽക്കൊടി ഇളകിയാൽ ആ ചലനം ആകാശങ്ങളിലെ അനേകം നക്ഷത്രങ്ങളിലും അനുഭവപ്പെടും. ലോകത്തിന്റെ ഏതോ കോണിൽ ഒരു കൊലപാതകം സംഭവിച്ചാൽ അതുചെയ്ത വ്യക്തി മാത്രമല്ല, യഥാർത്ഥത്തിൽ നമ്മളെല്ലാവരും അതിന് ഉത്തരവാദികളാണ്. ഇത് പറയുമ്പോൾ പെട്ടെന്ന് അതിന്റെ അകപ്പൊരുൾ മനസ്സിലായെന്ന് വരില്ല. അതിന്, നമ്മുടെ കേവലമനസ്സിനെ മറികടന്ന് വിശേഷബുദ്ധിയുടെ തലത്തിലേക്കെത്തണം.

മനുഷ്യമനസ്സിന്റെ ദുർമേദസ്സിനെ പാലൂട്ടി വളർത്തുന്ന പ്രലോഭനങ്ങളെ പിന്തള്ളാൻ ഒരു 'രക്ഷക'ന്റെ പിൻബലം എന്നും ഒപ്പം ഉണ്ടെന്ന് ഓർക്കുക. കാമ ക്രോധ ലോഭ മോഹങ്ങളിൽ നിന്ന് മാത്രമല്ല, ഭേദബുദ്ധിയിൽ നിന്നുകൂടി മുക്തി നേടുമ്പോൾ ബൗദ്ധിക മണ്ഡലം വിട്ട്, ബോധവിതാനത്തിലെത്തുന്നു. മഹർഷിവര്യന്മാരുടെ ഉദാത്തമായ അവസ്ഥയാണത്.

ജീവജാലങ്ങളുടേയും മൊത്തം പ്രപഞ്ചത്തിന്റെ തന്നേയും consciousness ൽ കാതലായ മാറ്റം അനിവാര്യമായിരിക്കുന്നു. ഒരളവിൽ ചില ഭാഗങ്ങളിലായി അത് സംഭവിച്ചുകൊണ്ടിരിക്കുന്നുണ്ട്, ആരും അധികം അറിയാതെതന്നെ. ഒച്ചപ്പാടും ബഹളവുമാണല്ലൊ നാം കൂടുതൽ ശ്രദ്ധിക്കുക. അതുകൊണ്ടാണ് ആ ലെവലിൽ അങ്ങനെ ശ്രദ്ധിക്കപ്പെടാതെ പോകുന്നത്.

ആഗോള പ്രതിഭാസങ്ങൾക്ക് അതാത് സമയത്ത് തക്കതായ ചില കണിശനിശ്ചയങ്ങൾ കാണാം. അതനുസരിച്ച് പല ഉപാധികളിലൂടെയും പ്രവർത്തിക്കും. മനുഷ്യൻ ആ ഉപകരണങ്ങളിൽ ഒന്നുമാത്രമാണ്!

വെൺചാമരങ്ങൾ

വിനയാന്വിതരായി, പ്രസാദചിത്തരായി കർമ്മനിരതരാവുക, അത്രയേ വേണ്ടൂ. നാമെല്ലാം വെറും മീഡിയങ്ങൾ മാത്രമെന്നോർത്ത് സാവധാനം 'ശ്രദ്ധ'യോടും നിസ്സംഗതയോടുംകൂടി മുന്നോട്ടു പോയാൽ മതി. പ്രശ്ന പരിഹാരത്തിനുള്ള ഏകമാർഗ്ഗം പതുക്കെ തെളിഞ്ഞുവരും. യഥാർത്ഥ ത്തിൽ, 'പ്രശ്നം എന്നൊന്നില്ല' എന്നറിയുന്നതോടെ, പരിഹാരത്തിന്, പിന്നെ എന്ത് പ്രസക്തിയാണുള്ളത്?

'മനസ്' എന്നാൽ എന്തെന്ന് ശരിക്കും അറിയുമ്പോൾ ഒരു പുതു വെളിച്ചം ലഭിക്കും. ആ പ്രകാശം ശരിയായ ദിശയിൽ നമ്മെ മുന്നോട്ട് നയിച്ചുകൊള്ളും. ഭൂമിയിൽ നടമാടി വരുന്ന പരസഹസ്രം പരാധീനത കളോർത്ത് ദുഃഖിക്കുന്നതുകൊണ്ടു മാത്രം യാതൊരു പ്രയോജനവും ഉണ്ടാവാൻ പോകുന്നില്ല. 'അറിവ്' ഉള്ളവർ ജീവിച്ചിരിക്കുന്നവരേയോ മരിച്ചവരേയോ ഓർത്ത് ദുഃഖിക്കുന്നില്ല എന്ന ഒരു മഹദ് വാക്യമുണ്ട്. ഞാൻ ആര് എന്ന 'ഉണ്മ' അറിയാൻ കഴിയുമ്പോൾ അവനവനെപ്പോലെ മറ്റുള്ളവരേയും സ്നേഹിക്കാൻ സാധിക്കും. ഉണ്മതന്നെയാണ് ശരിയായ ഉണരൽ. മനുഷ്യരായിപ്പിറന്ന മഹാഗുരുക്കന്മാർ പലരും ഒരേ സ്വരത്തിൽ, ഉണരാൻ ആഹ്വാനം ചെയ്തതും ഈ സദുദ്ദേശത്തിലാണ്.

ഉറങ്ങുന്നവരെ ഉണർത്താനായി ആദ്യം അതിനുള്ള യോഗ്യത നേടണം. നേരത്തെ സൂചിപ്പിച്ച കഥയിലെ ഗുരു അനുവർത്തിച്ച അതേ നയം തന്നെ.

ഉറക്കത്തിന്റെ ആലസ്യവുമായി അലയുന്ന മാനവരാശിയെ അനുനയ മാർഗ്ഗങ്ങളിലൂടെ ഉണർത്തുന്ന സുഖചികിത്സയാണ് നമുക്കിന്നാവശ്യം. ആ ഉയിർത്തെഴുന്നേൽപ്പിന് ഉതകുന്ന ഒരു സിദ്ധൗഷധമത്രെ, ബോധ വൽക്കരണം.

അദൃശ്യഹസ്തങ്ങളുടെ വിശുദ്ധ പൂജാഫലമായി വന്നുവീഴുന്ന വര പ്രസാദം. അതിൽനിന്നും ഉദയംകൊള്ളുന്ന സൂര്യതേജസ്സിനെ നമുക്ക് കൈകൂപ്പി പ്രണമിക്കാം.

നവീനയുഗത്തിന്റേതായ ഈ സൂര്യോദയം പരക്കെ പ്രകാശം ചൊരി യുന്ന ഒരു ശുഭശകുനമായെങ്കിൽ....

ഓർമ്മച്ചെരാതിൽ
ഒരു നെയ്ത്തിരിനാളം

പ്രേംനസീറിന്റെ സുഹൃത്തും സഹപാഠിയുമായ ഒരു ചിറയിൻകീഴ് സ്വദേശി, തനി തൃശ്ശൂർക്കാരൻ നായരായി പരിണമിച്ചത് പുതുതലമുറയ്ക്ക് ഇന്ന് ചരിത്രമാണ്. മലയാള സിനിമയിൽ ഉദ്ദേശശുദ്ധിയോടെ നെയ്തെടുത്ത ഏതാനും പേരുകേട്ട ചിത്രങ്ങളുടെ നിർമ്മാതാവ് എന്ന നിലയിൽ പ്രശസ്തനായിത്തീർന്ന ശോഭന പരമേശ്വരൻ നായരാണത്.

സമുന്നതരായ എഴുത്തുകാരുടെ മേൽത്തരം കൃതികൾ തെരഞ്ഞെടുത്ത് സിനിമ നിർമ്മിക്കാൻ മുൻകൈ എടുത്തവരിൽ മുൻപന്തിയിൽ ത്തന്നെയാണ് അദ്ദേഹത്തിന്റെ സ്ഥാനം.

ഒട്ടേറെ അവാർഡുകൾ നേടിയെടുത്ത ചലച്ചിത്രങ്ങളും ആ ഇമ്പമുള്ള ഗാനങ്ങളും മലയാളികൾ മനസ്സിൽ മായാതെ സൂക്ഷിക്കുന്നവയാണ്. അതിന്റെയെല്ലാം ഒരാവർത്തനത്തിന് ഏതായാലും ഇപ്പോൾ മുതിരുന്നില്ല. ഇവിടെ മുഖ്യവിഷയം സൗഹൃദസ്പർശമുള്ള ചില വ്യക്തിബന്ധങ്ങൾ മാത്രമാണ്.

പരമേശ്വരൻ നായരുമായി എനിക്ക് പ്രായത്തിന്റെ പരപ്പേറിയ വിടവാണുള്ളത്. ഹൈസ്കൂൾ വിദ്യാർത്ഥി ആയിരിക്കെ 'നീലക്കുയി'ലിന്റെ ഷൂട്ടിങ് വേളയിലാണ് ഞങ്ങളുടെ ആദ്യത്തെ കൂടിക്കാഴ്ച. അത് പിന്നീട് വളർന്ന് നിതാന്ത സൗഹൃദത്തിന്റെ ഉന്നതങ്ങളിലേക്ക് എത്തുകയായിരുന്നു.

ആഴംകൂടിയ സ്നേഹബന്ധത്തിന്റെ കാര്യത്തിൽ ഇന്ന് തൃശ്ശൂരിൽ ജിവിച്ചിരിക്കുന്ന തന്റെ സുഹൃത്തുക്കളിൽ ഏറ്റവും പഴക്കമുള്ള അപൂർവ്വം ചിലരിൽ എനിക്കും ഒരു സ്ഥാനം ഉണ്ടെന്നത് ഇപ്പോഴും ഒരഭിമാനമായി ഞാൻ കരുതിപ്പോരുന്നു.

പ്രായാധിക്യത്തിന്റെ വേലിയേറ്റത്തിൽ ഓർമ്മശക്തി ഒട്ടൊക്കെ അലിഞ്ഞ് ദുർബ്ബലമായിക്കഴിഞ്ഞു. എന്നാലും ചിട്ടയൊന്നുമില്ലാതെ ചിതറിക്കിടക്കുന്ന ചില സജീവസ്മരണകളുടെ സാന്നിദ്ധ്യം കുളിര് കോരിത്തരുന്നുണ്ട്. അതേ സമയം അവ പ്രതിഫലിപ്പിക്കാനുതകുന്ന വാക്കുകൾ വേണ്ടപോലെ അദ്ദേഹത്തിന്റെ നാവിൽനിന്ന് ഊർന്നു വീഴുന്നില്ലല്ലോ എന്ന വിഷമവും ഞാനൊളിച്ചുവെയ്ക്കുന്നില്ല.

പെരുവല്ലൂരിൽനിന്നും തൃശ്ശൂർക്ക് വരുമ്പോഴൊക്കെ ഹൈറോഡിലെ ശോഭന സ്റ്റുഡിയോവിൽ ചെല്ലുന്നത് ഒരു ശീലമായിരുന്നു. സിനിമയും സാഹിത്യവും സംഗീതവുമെല്ലാമായി ബന്ധപ്പെട്ട സഹൃദയർ പലരും അവിടെ വന്നും പോയുമിരിക്കും. കെ.കെ.ഫ്രാൻസിസിന്റെ സ്റ്റേഷനറി ഷോപ്പിന്റെ നേരെ എതിർവശത്ത് മുകൾനിലയിലാണ് സ്റ്റുഡിയോ. ജനലിലൂടെ താഴേക്ക് നോക്കിയാൽ, സ്വർണ്ണക്കഴുകന്റെ ലേബലുള്ള മെലിഞ്ഞു നീണ്ട ബിയർക്കുപ്പികൾ കാണാം. ശാപമോക്ഷം പ്രതീക്ഷിച്ച് കഴിയുന്ന ദേവസുന്ദരിമാരായി അവയെ ഞാൻ സങ്കല്പിച്ചിരുന്നു. ഒരുവളെ കൈകളിലൊതുക്കാൻ പ്രതിഫലം അന്ന് മൂന്ന് രൂപയാണുപോൽ!!

കേരളവർമ്മ കോളേജ് പഠന കാലത്ത്, പ്രണയപാരവശ്യം പിടികൂടിയ നാളുകളിൽ ഹൃദയരഹസ്യങ്ങളത്രയും പ്രായഭേദം മറന്ന് പരമേശ്വരൻ നായരുമായി ഞാൻ പങ്കുവെച്ചിരുന്നു. ഉഷയുടെ ഒരു ഫോട്ടോയും എന്റെ ഒരു ഫോട്ടോവും ഞാനേൽപ്പിച്ചു. ഇന്നത്തെ ഫോട്ടോഗ്രാഫിക് ടെക്നിക്കുകളൊന്നുമില്ലാത്ത കാലം. പരമേശ്വരൻ നായർ ഞങ്ങളെ വധൂവരന്മാരാക്കി ഭംഗിയായി ഒരു ഫോട്ടോ ശരിപ്പെടുത്തി എനിക്ക് സമ്മാനിച്ചു. അമ്പത്തഞ്ചിൽപ്പരം വർഷങ്ങൾ കഴിഞ്ഞിട്ടും, ഇപ്പോഴും എന്റെ ആൽബത്തിൽ ആ ഫോട്ടോ ഭദ്രമായി ഇരിക്കുന്നു.

അദ്ദേഹത്തിന്റെ ഉറ്റസുഹൃത്തായിരുന്നു രാമുകാര്യാട്ട്. പാർലമെന്റ് തെരഞ്ഞെടുപ്പിൽ കാര്യാട്ട് സ്ഥാനാർത്ഥി. ഞാൻ തിരഞ്ഞെടുപ്പ് കമ്മിറ്റിയിലെ ജനറൽ സെക്രട്ടറിയും.

പരമേശ്വരൻ നായർ എന്നോട് പറഞ്ഞിട്ടുണ്ട്: "ഈ രാമുവിന് വലിയ രണ്ട് വീക്ക്നെസ് ഉണ്ട് ഒന്ന് ഇടയ്ക്കൊരു രാഷ്ട്രീയഭ്രാന്ത്, പിന്നെ പഴയ ഫോറിൻ കാറുകളോടുള്ള ഭ്രമവും"

ഇലക്ഷൻ പ്രചരണമൊക്കെ ആഘോഷപൂർവ്വം നടക്കുന്നു. സിനിമാതാരങ്ങളുടെ ഒരു നിരതന്നെ തേക്കിൻകാട് മൈതാനിയിൽ വന്ന് പ്രസംഗിച്ചു. പുതുതലമുറയിലെ സംവിധായകൻ അമ്പിളി, വിജയൻ കരോട്ട്, കെ.വി. മണികണ്ഠൻ നായർ ഒക്കെ ഇലക്ഷൻ പ്രചരണത്തിനുണ്ടായിരുന്നു. സ്വതന്ത്ര സ്ഥാനാർത്ഥി ആയതിനാൽ വിജയ പ്രതീക്ഷയൊന്നും അത്ര ഉണ്ടായിരുന്നില്ല.

തോൽക്കുന്നു, തോറ്റുകൊണ്ടിരിക്കുന്നു എന്ന വിവരം അറിയുമ്പോൾ ഞാനും കാര്യാട്ടും പരമേശ്വരൻ നായരും വിജയൻ കരോട്ടും കിഴക്കെ കോട്ടയിലുള്ള വീട്ടിലിരിപ്പാണ്. കാര്യാട്ട് തോൽവി ആഘോഷിക്കാനുള്ള തയ്യാറെടുപ്പ് തുടങ്ങി. വിജയനെ ഇവിടുത്തെ കാര്യങ്ങൾ നോക്കാനേർപ്പാടാക്കി. പിന്നെ, ഞങ്ങൾ മൂന്നുപേരും കാറെടുത്ത് രാത്രിതന്നെ സ്ഥലം വിട്ടു. വണ്ടി നിന്നത് ഷൊർണ്ണൂർ റെസ്റ്റ്ഹൗസിൽ ആണ്.

പിറ്റേന്ന് പി.എ. മുഹമ്മദ് കോയ അവിടെ എത്തി. തന്റെ "സുറുമയിട്ട കണ്ണുകൾ" സിനിമയാക്കാനുള്ള പരിപാടിയുമായാണ് ആളുടെ

വരവ്. കുറച്ചു കഴിഞ്ഞപ്പോഴേക്ക് എല്ലാവരേയും അദ്ഭുതപ്പെടുത്തിക്കൊണ്ട് അതാ എം.ടി. വരുന്നു. പാട്ടുകൾ, ചർച്ചകൾ, തമാശകൾ, നിരുപദ്രവമായ പരദൂഷണങ്ങൾ അങ്ങനെ അങ്ങനെ... മൂന്നാലുദിവസം മറിഞ്ഞുപോയതറിഞ്ഞില്ല.

അടുത്ത സുഹൃത്തുക്കളും ബന്ധുക്കളും രാമു കാര്യാട്ടിനെ അന്വേഷിക്കുകയാണ് തൃശ്ശൂരിൽ. പരമേശ്വരൻ നായരേയും കാണുന്നില്ല. എന്നെക്കുറിച്ച് ഞാൻ എവിടെയാണെന്ന് വീട്ടിൽപ്പോലും ആർക്കും അറിയില്ല.

പരമേശ്വരൻ നായർ മനോഹരമായി പാടും. "കേശാദിപാദം തൊഴുന്നേൻ...." തന്റെ മാസ്റ്റർപീസ് ഗാനമാണ്. തമാശക്കഥകൾ ഒരു കഥാകാരനെപ്പോലെ വർണ്ണിക്കും. ചങ്ങാതിമാർക്കിടയിലും സിനിമക്കാർക്കിടയിലും രൂക്ഷമായ അഭിപ്രായ ഭിന്നതകൾ വരുമ്പോൾ തന്ത്രപൂർവ്വം ഇടപെട്ട് രമ്യമായി പരിഹാരം ഉണ്ടാക്കും.

വേണ്ടപ്പെട്ടവർക്ക് ബുദ്ധിമുട്ട് വരുമ്പോൾ തന്റെ കൈവശം ഒന്നുമില്ലെങ്കിൽത്തന്നെയും മറ്റുവഴികൾ കണ്ടെത്തി അവരെ സഹായിക്കുമായിരുന്നു. പിന്നെ ഒരു തികഞ്ഞ ഈശ്വരവിശ്വാസിയുമാണ്. ആചാരോപചാരങ്ങളിൽ പ്രത്യേകം ശ്രദ്ധിക്കുന്ന കൂട്ടത്തിലും. കപടത കടുകിട പോലും കടന്നുകൂടാത്ത ഒരു ശുദ്ധമനസ്കനായിരുന്നു പരമേശ്വരൻ നായർ.

എം.ടി.യും മധുവും കാര്യാട്ടുമൊക്കെ പരമു എന്നാണ് വിളിക്കുക. മറ്റുപലർക്കും പരമുവണ്ണനാണ്. എന്നാൽ എന്തോ ഞാൻ ആദ്യം മുതലേ പരമേശ്വരൻ നായർ എന്ന് പൂർണ്ണമായിത്തന്നെയാണ് വിളിച്ചു പോന്നിട്ടുള്ളത്. ബന്ധുക്കളല്ലാത്തവരെ ചേട്ടൻ, ചേച്ചി എന്നൊന്നും കുട്ടിക്കാലം തൊട്ടേ വീട്ടിലുള്ളവർ വിളിച്ചുകേട്ടിട്ടില്ല. ആ ശീലം ഉള്ളിൽക്കിടപ്പുള്ളതുകൊണ്ടുകൂടിയാവാം.

'തുലാവർഷം' എന്ന പടം കോഴിക്കോട് തിയേറ്ററിലാണ് റിലീസ്. ഞങ്ങളൊരുമിച്ച് കാറിൽ കോഴിക്കോട്ടേക്ക് പുറപ്പെട്ടു. വഴിയിൽ വണ്ടി കാടാമ്പുഴ ക്ഷേത്രത്തിലേക്ക് തിരിച്ചു. അവിടെക്കയറി ദേവിയെ തൊഴുത് വഴിപാടുകൾ നടത്തിയാണ് പോയത്. പടം കാണാൻ എം.ടി.യും കാര്യാട്ടും ഉണ്ടായിരുന്നു. പരമേശ്വരൻ നായർ, കാര്യാട്ട്, എം,ടി., ഞാൻ ഇങ്ങനെ നിരന്നാണ് ഞങ്ങൾ സീറ്റിലിരുന്നിരുന്നത്. പടം കണ്ടുകൊണ്ടിരിക്കുന്നതിനിടയിൽ ഞാൻ ഒരു സിഗരറ്റു കത്തിച്ചുവലിക്കാൻ തുടങ്ങി. എം.ടി. എന്റെ കൈയിൽ നുള്ളി, 'ഇത് ഏ.സി. തിയേറ്ററാണ് ഉണ്ണീ' എന്നോർമ്മിപ്പിച്ചു. ഞാൻ ഒട്ടും കൂസാതെ ആ സിഗരറ്റ് മുഴുവനും വലിച്ച് തീർത്തു. ചെറുപ്പത്തിന്റെ ചങ്കുറ്റം! കാര്യാട്ട് ഒരക്ഷരം മിണ്ടുന്നില്ല. സ്ക്രീനിൽ സിനിമയുടെ ക്ലൈമാക്സ് രംഗം വരുന്നു. കാണികളുടെ കണ്ണുകൾ നനയേണ്ട സന്ദർഭം. എം.ടി. വലതുകൈയാൽ ചുണ്ടമർത്തിപ്പിടിച്ച് ചിരിയൊതുക്കുന്നത് ഞാൻ ശ്രദ്ധിച്ചു. അവസാനരംഗത്തിന്റെ

ആവിഷ്ക്കാരം അമ്പെ പാളിപ്പോയതിന്റെ നിശ്ശബ്ദ പ്രതികരണമാണ് എം.ടി.യുടെ മുഖത്തെ പിശുക്കിപ്പിടിച്ച മന്ദഹാസം സൂചിപ്പിച്ചത് എന്ന് ഞാൻ ഊഹിച്ചു. ആ ഊഹം ശരിയായിരുന്നെന്ന് പിന്നീട് തെളിയിക്കപ്പെട്ടു. പടം വിജയിച്ചില്ല.

ശോഭന പരമേശ്വരൻ നായർക്ക് നേരിടേണ്ടവന്ന വിഷമവൃത്തങ്ങളിൽ ഒന്ന്, ഇതും. അപ്പോഴൊക്കെ മാംഗ്ളൂർ ഗണേശ് ബീഡി തുടരെത്തുടരെ വലിക്കും. എന്നാൽ സന്തോഷസന്ദർഭങ്ങളിൽ പൊട്ടിച്ചിരിയുടെ പൂത്തിരി കത്തുംപോലെ ആ മുഖത്ത് പ്രസാദം വിരിയുന്നത് കാണാം. ബഷീർ ഒരിക്കൽ പറഞ്ഞിട്ടുണ്ട്, 'പരമു തന്റെ കാക്കത്തൊള്ളായിരം പല്ലുകളും കാട്ടി ചിരിച്ചു' എന്ന് കാര്യാട്ടിന്റെ ചിരിയെക്കുറിച്ച് എം.ടി.പറഞ്ഞതിങ്ങനെ: 'രാമു തന്റെ വിടവുള്ള പലകപ്പല്ലുകൾ കാണിച്ച് ചിരി തുടങ്ങി'.

'അഭയം' എന്ന പടം ഷൂട്ടിങ് നടക്കുമ്പോൾ ഞാൻ മദിരാശിയിൽ പരമേശ്വരൻ നായരുടെ കൂടെ അശോക നഗറിലെ വീട്ടിലാണ് താമസിച്ചിരുന്നത്. ഒരു കോളേജദ്ധ്യാപകന്റെ റോളിൽ അഭിനയിച്ചിട്ടുമുണ്ട്, അതിൽ.

ഒരിക്കൽ 'ദൈവം' എന്ന തമിഴ്പടം ഞാനും പരമേശ്വരൻ നായരും പ്രേംനസീറും ഒരുമിച്ച് മദിരാശിയിൽ ഏതോ തിയേറ്ററിലിരുന്ന് കാണുകയുണ്ടായി. മലയാളത്തിൽ ആ സിനിമ എടുക്കാനുള്ള ഉദ്ദേശ്യമായിരുന്നു അതിനു പിന്നിൽ. അവിടേക്ക് വരുമ്പോഴും മടങ്ങുമ്പോഴും ആരും ഞങ്ങളെ ശ്രദ്ധിക്കുന്നതേ കണ്ടില്ല. നാട്ടിലായിരുന്നെങ്കിൽ ജനം കൂടുന്ന അവസ്ഥ ഞാൻ ഒന്നോർത്തുപോയി.

കോടമ്പാക്കത്ത് ഹോളിവുഡ് ഹോട്ടൽ ഒരു സങ്കേതമായിരുന്നു. കാര്യാട്ട്, ഭാസി, ഉമ്മർ, ശങ്കരാടി, ബഹദൂർ എന്നിങ്ങനെ പലരുമൊത്ത് പലപ്പോഴും നീണ്ടു പോകുന്ന അത്താഴവിരുന്നുകൾ നടക്കാറുണ്ട്. പൊന്നാനിക്കാരൻ ആണ് ആ ഹോട്ടലിന്റെ ഉടമ. എല്ലാവരും അങ്ങേരെ മുതലാളി എന്നാണ് വിളിക്കാറ്.

ബഷീർ അസുഖം വന്ന് തൃശ്ശൂരിലെ വൈദ്യർ വല്ലപ്പുഴയുടെ ആശു-പത്രിയിൽ രഹസ്യമായി ചികിത്സയിലായിരുന്നപ്പോൾ പരമേശ്വരൻ നായർ സ്ഥിരമായി എന്നെയും കൂട്ടി അങ്ങോട്ട് പോകാറുണ്ട്. ബഷീറിന് വേണ്ട എല്ലാ സഹായസൗകര്യങ്ങളും ചെയ്തിരുന്നു. അതുപോലെ ഒരിക്കൽ പൂച്ചിന്നിപ്പാടത്തെ ആയുർവ്വേദാശുപത്രിയിൽ ബഹദൂർ കിടന്നിരുന്നപ്പോഴും ഞങ്ങൾ അവിടെ പോകുമായിരുന്നു. ബഹദൂർ അന്ന് അല്പം അമ്പരപ്പോടെ പറയുകയുണ്ടായി:'എനിക്ക് വയസ്സിപ്പോൾ അറുപതായി'! മറ്റൊരു മുറിയിൽ 'കാല്പാടുകൾ' സിനിമയുടെ ഡയറക്ടർ ആർ. നമ്പിയത്തും ഉണ്ടായിരുന്നു. ബഹദൂറും നമ്പിയത്തും ആയി ഇടയ്ക്കിടയ്ക്ക് ഉണ്ടാവുന്ന പിണക്കങ്ങൾ പരമേശ്വരൻ നായർ ഇടപെട്ട് ലോഗ്യത്തിലാക്കി മാറ്റുന്ന കാഴ്ച രസാവഹം എന്നല്ലാതെ എന്തുപറയാൻ.

ഞാൻ ദുബായിലേക്ക് പോകാൻ സമയത്ത് യാത്രപറയാൻ അശോകനഗറിലെ പരമേശ്വരൻ നായരുടെ വീട്ടിലെത്തി. മടങ്ങാൻ നേരത്ത് രണ്ട്

ഉഗ്രൻ പാന്റുകൾ - ഒന്ന് തിളങ്ങുന്ന കറുപ്പുനിറം, മറ്റൊന്ന് മിന്നുന്ന ക്രീം കളർ - എനിക്ക് തന്നു. എന്നിട്ട് ഇടറിയ സ്വരത്തിൽ പറഞ്ഞു: "ഉണ്ണിക്ക് തരാൻ എന്റെ കൈയിൽ ഇതേ ഉള്ളൂ"

'നെല്ല്' സിനിമ പ്രമാണിച്ച് റഷ്യയിൽ പോകാൻ കാര്യാട്ടും പരമേശ്വരൻ നായരും പ്ലാനിട്ടിരുന്ന സമയമാണ്. പ്രേംനസീർ തന്റെ പഴയ സഹപാഠിക്ക് രണ്ട് പുത്തൻ പാന്റുകൾ നൽകുകയുണ്ടായി. അവിചാരിതമായി റഷ്യൻ യാത്ര മുടങ്ങി. അങ്ങനെയാണ് അദ്ദേഹം അത് എനിക്ക് തരാനിടയായത്. Specially Made For Premnazir എന്ന് പാന്റിൽ എഴുതി തുന്നിയിട്ടുണ്ട്. ആൾട്ടർ ചെയ്യിച്ച് അത് ധരിച്ചാണ് ഞാൻ ബോംബെയിൽ നിന്ന് എയർ ഇൻഡ്യ വിമാനത്തിൽ കയറിയത്. (പിന്നീട് പ്രേംനസീർ ദുബായിൽ വന്നപ്പോൾ അതേ പാന്റിട്ടാണ് ഞാൻ അദ്ദേഹത്തോടൊപ്പം മണിക്കൂറുകൾ ചെലവഴിച്ചത്. ഉഷയെ നസീറിന് പരിചയപ്പെടുത്താനും സാധിച്ചു.)

ദുബായിലേക്കും എനിക്ക് ഇടയ്ക്ക് എഴുതാറുണ്ട്. ആകസ്മികമായി ഒരു കത്തിൽ അദ്ദേഹം ഇങ്ങനെ കുറിച്ചിരിക്കുന്നു: "ഉണ്ണിക്ക് നല്ലതു വരട്ടെ എന്ന് ഞാൻ പ്രാർത്ഥിക്കുന്നില്ല. എന്തെന്നാൽ എന്റെ പ്രാർത്ഥനകൾക്കൊന്നും ഫലം കണ്ടിട്ടില്ല..."

സ്കൂൾ വിദ്യാർത്ഥിയായ ഇളയ മകൻ ശങ്കറിന്റെ മരണം നടന്ന ഷോക്കിൽ കുതിർന്ന വിതുമ്പലായിരുന്നു ആ വരികൾ.

പി.ജി. കഴിഞ്ഞ് ഉദ്യോഗശ്രമവുമായി നില്ക്കവേ എന്റെ മകൻ നഷ്ടപ്പെട്ടപ്പോൾ മണികണ്ഠൻ നായരുമൊത്ത് നിറകണ്ണുകളുമായി വന്ന് എന്നെ ആശ്വസിപ്പിക്കുകയുണ്ടായി.

വിധിയെ പഴിച്ചുകൊണ്ട് എം.ടി. എനിക്കെഴുതി: "നനുത്ത ഇളംനാമ്പുകളെ കാർന്നുതിന്നുന്ന കാട്ടുപോത്തോ മരണം?"

ദുബായിൽ നിന്നും ഉദ്യോഗം രാജിവെച്ച് ഞാൻ തൃശ്ശൂർ വീട്ടിൽ സ്വസ്ഥമായി കഴിയുമ്പോൾ ഞങ്ങൾ ഇടയ്ക്ക് കാണാറുണ്ട്. 'ആര്യ' എന്ന പേരിൽ ഒരു സാംസ്കാരികസമിതി പ്രവർത്തനം, ഏഷ്യാനെറ്റ് റെസിഡന്റ് എഡിറ്റർ എന്നിങ്ങനെ അദ്ദേഹം കർമ്മനിരതനായിരുന്നു.

ഒരു ദിവസം ചെമ്പൂക്കാവിലുള്ള പുതുതായി പണിത വീട്ടിലേക്ക് ഞാൻ ചെന്നപ്പോൾ, പരിഭവം. "ഉണ്ണിക്ക് ഒരു ഫോൺ വെച്ചുകൂടെ; ഒന്ന് കോൺടാക്റ്റ് ചെയ്യാൻ പോലും പറ്റുന്നില്ല."

"വടക്കാഞ്ചേരി സ്വദേശി സി. വേണുഗോപാൽ എന്നെക്കുറിച്ച് ഒരു ഡോക്യുമെന്ററി എടുക്കുന്നു. നമുക്ക് ഉണ്ണിയുടെ തറവാട് ഭാഗത്ത് ഒക്കെ ഒന്ന് പോവാം. ഏഷ്യാനെറ്റിലെ എം.ആർ. രാജനാണ് ഡയറക്ടർ."

ഞാൻ പറഞ്ഞു. "രാജൻ എന്റെ മകന്റെ അടുത്ത കൂട്ടുകാരനാണ്. പിന്നെ വീട്വിട്ട് എനിക്ക് പോരാൻ പരിമിതികൾ ഏറെയും."

അത് കേട്ടപ്പോൾ അങ്ങേരുടെ മുഖം മ്ലാനമായി. ഉഷയേയും വീടിനേയും കണ്ണിലെണ്ണയൊഴിച്ച് സംരക്ഷിക്കേണ്ട എന്റെ ചുമതല മനസ്സിലായിക്കാണും.

സരസ്വതിയമ്മ ചായ കൊണ്ടുതന്നു. ഉഷയുടെ വിശേഷങ്ങൾ അന്വേഷിച്ചു. മകൾ സുപ്രിയ, ഭർത്താവ് ഡോക്ടർ വിജയകുമാറോടൊപ്പം ചാലക്കുടിയിലാണെന്ന് പറഞ്ഞു.

അതൊക്കെക്കഴിഞ്ഞ്, വല്ലപ്പോഴും കാണും. ഡോക്യുമെന്ററി പൂർത്തിയായി. 'രാമു കാര്യാട്ട് കോംപ്ലെക്സിലെ കൈരളി ശ്രീ തിയേറ്ററിൽ വെച്ച് മൂന്നു മണിക്കൂർ നീണ്ട പടം ഒറ്റയിരിപ്പിന് ഇരുന്ന് കണ്ടു, ആസ്വദിച്ചു.

ശോഭന പരമേശ്വരൻ നായർക്ക് ലഭിക്കാവുന്ന ഏറ്റവും വിലപിടിപ്പുള്ള പുരസ്കാരമാണ് "സിനിമയുടെ കാല്പാടുകൾ" എന്ന ഡോക്യുമെന്ററി ഫിലിം.

ലാഭമോഹം തെല്ലും ഏശാതെ ധൈര്യമായി ആറേഴുലക്ഷം രൂപ മുടക്കി ഒരു കലാകാരനെ അനശ്വരനാക്കാൻ സി. വേണുഗോപാലിന് തോന്നിച്ചത് ഈശ്വരാധീനം ഒന്നുകൊണ്ടുമാത്രമാണെന്ന് പറയാം. വേണുവിന്റെ മഹാമനസ്കത വാഴ്ത്തപ്പെട്ടേ മതിയാവൂ. ഡോക്യുമെന്ററി ഇനത്തിൽ ഇന്നാട്ടിലെ ഉന്നതനായ ഒരു ഫിലിം ഡയറക്ടറാണ് എം.ആർ. രാജൻ. അങ്ങനെയുള്ള രാജന്റെ ഭാവനാ വിലാസവും കൈപ്പുണ്യവും കൈവരിക്കാനായതും അതേ മട്ടിലുള്ള ഒരു നിയോഗം തന്നെ.

– മാനം മൂടിക്കെട്ടിയ ഒരു രാത്രിയിലാണ് അമ്പലശ്ശേരി വിജയനിൽനിന്നും ഞാൻ മരണവാർത്ത അറിയുന്നത്. കിടക്കയിൽ തിരിഞ്ഞും മറിഞ്ഞും കിടന്നു. പിന്നെ ശക്തമായ ഒരു ഉൾപ്രേരണയാൽ ഉടനെ ഞാനിറങ്ങി നടക്കുകയായിരുന്നു. അപ്പോൾ രാത്രി ഏതാണ്ട് രണ്ടുമണിയായിക്കാണണം. ചിതറി കൊഴിയുന്ന മഴച്ചാറലറിയാതെ എങ്ങനെയോ ശങ്കരയ്യ റോഡിൽ നിന്നും ചെമ്പൂക്കാവിലെ ആ മരണഗൃഹത്തിലെത്തി. ആരോ എന്റെ പുറം തലോടിത്തരുന്നുണ്ടായിരുന്നു. പിന്നെ സുപ്രിയ ഒരു കാറിൽക്കയറ്റി എന്നെ വീട്ടിലെത്തിച്ചത് മാത്രം ഓർമ്മയുണ്ട്...

– വിളക്കിൽ തിരി കത്തിച്ചുകൊണ്ടു വന്ന മുഖ്യ ശിഷ്യനെ പരീക്ഷിക്കാൻ ഒരിക്കൽ ഗുരു ചോദിക്കയുണ്ടായി.

"ഈ വെളിച്ചം എവിടെ നിന്നാണ് വന്നത്?"

തെല്ലും കൂസലില്ലാതെ ആ യുവയോഗി, നാളം ഉറക്കെ ഊതിക്കെടുത്തി, ഗുരുവിനു നേരെ ഇങ്ങനെ മറുചോദ്യമിട്ടു: "ഈ വെളിച്ചം ഇപ്പോൾ എവിടേക്കാണ് പോയത്, ഗുരോ?"

പ്രകാശത്തിന്റെ പ്രഭവം, പറയാതെ പറഞ്ഞ ശിഷ്യ പ്രമുഖനെ നോക്കി അദ്ദേഹം നിശ്ശബ്ദമായി പ്രതികരിക്കുകമാത്രം ചെയ്തു.

അറുപതിലേറെ കൊല്ലം പഴക്കമുള്ള എന്റെ ഓർമ്മയുടെ മൺവിളക്കിൽ തെളിഞ്ഞ് ഉലയുന്ന ഒരു നെയ്ത്തിരി നാളം. അതിന്റെ ജനയിതാവ് എവിടെ? പിന്നീടെന്നോ, ഊക്കിൽ ഊതി ഒരു ശൂന്യത ഒരുക്കുന്നതും ആരായിരിക്കാം.?

തീർത്ഥജലത്തിലെ തുളസിയിലകൾ

ഗുരുവായൂരിലായിരുന്നു അന്ന് എന്റെ താമസം; അടുത്തുള്ള ബോർഡ് ഹൈസ്കൂളിൽ പഠനവും. ഇഷ്ടപ്പെട്ട കളി ബോൾ ബാഡ്മിന്റൺ. പാഠ്യ പുസ്തകങ്ങളെക്കാൾ താത്പര്യം മാതൃഭൂമി ആഴ്ചപ്പതിപ്പ്, മംഗളോദയം മാസിക ഇവയോടായിരുന്നു.

ആയിരത്തിത്തൊള്ളായിരത്തി അമ്പതിന്റെ ആദ്യപാദങ്ങളിൽ, ഹൈസ്കൂൾ ക്ലാസ്സുകളിൽ ഇണങ്ങിയ ചങ്ങാതിമാരുമൊത്ത് പരുഷങ്ങളായ കൗമാരകാലകുസൃതികളുമായി നീങ്ങവെ, ഒരു നാൾ:

ക്ലാസ്സ് വരാന്തയിലൂടെ കൈമടക്കിവെച്ച വരയൻ ഷർട്ടും മുണ്ടുമായി ഒരു യുവാവ് എതിരേ തല ഉയർത്തി നടന്നുവരുന്നു. ഒരു നുള്ള് ഗൗരവം ചാലിച്ച പ്രസന്നതയാണ് മുഖത്തുകണ്ട ഭാവം. ഒറ്റനോട്ടത്തിൽ ഒരു പതിനെട്ടുവയസ്സിലേറെ ഒട്ടും തോന്നിക്കില്ല.

ഇതാരപ്പാ, ഇതുവരെ കാണാത്ത ഒരാള്! "പുതിയ മാഷാണ്. കഥയെഴുതുന്ന എം.ടി.വാസുദേവൻനായരാണത്രെ!" ഒരറിവിൻശകലം എവിടെനിന്നോ ചാടിവീണു. ഇഷ്ടം തോന്നിയ ഒന്നോ രണ്ടോ കഥകൾ വായിച്ചിട്ടുണ്ടാകാം, ഞാൻ. അതിന്റെ പേരിൽ നേരിയ ഒരാദരവ് തോന്നിയെങ്കിലും പിന്നീട് ശ്രദ്ധിക്കാൻ നിന്നില്ല. ഞങ്ങളുടെ ബാച്ചിന് ക്ലാസ്സെടുക്കാൻ ഉണ്ടായിരുന്നതുമില്ല.

കൂട്ടുകാരുമൊത്ത്, ഞാനാവട്ടെ ബഹുവിധകുസൃതിവേലകൾ ആസൂത്രണം ചെയ്യുന്ന തിരക്കിൽ ഒഴുകിപ്പോവുകയും ആയിരുന്നു.

അധ്യാപകനായി എത്തിച്ചേർന്ന എം.ടി.യെ ആറേഴടി അകലത്തിന്റെ അടുപ്പത്തിൽ ആദ്യമായി കാണുകയായിരുന്നു ഞാൻ.

ഭാവിയിൽ സുശക്തമായൊരു സുഹൃദ്ബന്ധത്തിന്റെ ബീജാവാപം സാമാന്യദൃഷ്ടികൾക്കതീതമായി അവിടെ സംഭവിച്ചിരിക്കാം. പ്രകൃതിയുടെ നീക്കുപോക്കില്ലാത്ത നിഗൂഢവൃത്തികൾ നിസ്സാരരായ നാം മനുഷ്യർക്ക് വ്യാഖ്യാനിക്കാവുന്നതിന്റെയും അങ്ങേപ്പുറത്താണ്.

സ്നേഹം 'സത്യ'മാകാതെ വയ്യ. പിൽക്കാല സംഭവങ്ങൾ അതാണ് സാധൂകരിക്കുന്നത്!

ആദ്യകൂടിക്കാഴ്ച

പത്താംതരം ജയിച്ച് തൃശ്ശൂർ കേരളവർമ്മ കോളേജ് കാലഘട്ടം തുടങ്ങി. കഥ, കവിത, നോവൽ അങ്ങനെ വായന വിപുലമായി പുരോഗമിച്ചുവന്നു. ബഷീർ, ഉറൂബ്, പൊറ്റെക്കാട്ട്, പത്മനാഭൻ, എം.ടി., മോഹനൻ തുടങ്ങി പല സാഹിത്യകാരന്മാരോടും മമത കൂടിത്തുടങ്ങി. വീട്ടിലും ലോഡ്ജുകളിലും ഹോസ്റ്റലിലുമൊക്കെ മാറിമാറിയുള്ള താമസങ്ങൾ. അസ്ഥിര ചലനങ്ങളുടെ സ്ഥിര രീതികൾ.

ബി.എ.യ്ക്ക് പഠിക്കുമ്പോഴാണ്, കോളേജ് ഹോസ്റ്റലിൽ ഒരു സംഭവം നടക്കുന്നു. 'ചായക്കോപ്പയിലെ ചുഴലി' ആണെങ്കിലും ഒച്ചപ്പാടിനൊന്നും ഒരു കുറവും ഉണ്ടായിക്കണ്ടില്ല.

ഇതിനെ ചുറ്റിപ്പറ്റി പ്രസക്തമായ മാറ്റങ്ങൾ മാത്രം വരുത്തി ഒരു കഥാരൂപം ഞാൻ ഉണ്ടാക്കി ഒരു തലവാചകവും ചാർത്തി. പിന്നെ, ഇടംവലം നോക്കാതെ മാതൃഭൂമി വീക്കിലിയിലേക്ക് അതങ്ങ് അയച്ചുകൊടുത്തു! ഒരു ചൂടിൽ ചെയ്തതാണ്.

കോളേജിലും പട്ടണത്തിലുമുള്ള തിരക്കുപിടിച്ച ഓരോ ചര്യകൾക്കിടയിൽ കഥയുടെ കാര്യമൊക്കെ മറന്നുകഴിഞ്ഞിരുന്നു ഞാൻ. ഒരു ദിവസം വീട്ടിൽ ചെന്നപ്പോൾ എനിക്ക് 'മാതൃഭൂമി'യുടെ കവറിൽ അതാ ഒരു കത്ത് വന്ന് കിടപ്പുണ്ട്.

കവർ തുറന്ന് കത്ത് വായിച്ചു. വിശ്വസിക്കാനായില്ല. കഥയിലെ ഏതാനും വരികൾ എടുത്തെഴുതി പ്രത്യേകം അഭിനന്ദിച്ചിരിക്കുന്നു; കഥ മൂന്നുനാലാഴ്ചകൾക്കകം വരുമെന്നും. താഴെ ഒപ്പിട്ടിരിക്കുന്നത് എം.ടി. മാതൃഭൂമി വീക്കിലിയിൽ പത്രാധിപരാണ് എം.ടി. എന്ന വിവരം എനിക്കറിഞ്ഞുകൂടായിരുന്നു.

തിടുക്കത്തിൽ മറുപടി എഴുതി അയയ്ക്കുന്നു. തിരിച്ചിങ്ങോട്ടും എം.ടി. കത്തുകൾ എഴുതിത്തുടങ്ങി. പുതിയ പുസ്തകങ്ങൾ വായിക്കാൻ നിർദേശിക്കുന്നുണ്ട്. കഥയെഴുത്തിന്റെ ചില മർമങ്ങൾ പറഞ്ഞുതരുന്നുണ്ട്. ബന്ധം വിപുലീകരിച്ചു വരുന്നതിന്റെ ലക്ഷണങ്ങൾ.

കഥയുമായി ആഴ്ചപ്പതിപ്പ് പുറത്തിറങ്ങിയതോടെ കോളേജിലും ഹോസ്റ്റലിലും ചൂടേറിയ ചർച്ചകളായി. പ്രസിദ്ധിയുടെ ഒരു പുതുപരിവേഷവുമായി ഞാനും അങ്ങനെ വിലസിനടന്നു.

അങ്ങനെയിരിക്കെ, ഒരു ദിവസം എം.ടി.യെ നേരിൽ ഒന്ന് കാണാൻ തീരുമാനിച്ചു ഞാൻ കോഴിക്കോട്ടേയ്ക്ക് പുറപ്പെട്ടു. അവിടെ ബസ്സ് സ്റ്റാന്റിനടുത്തുകണ്ട ഇംപീരിയൽ ലോഡ്ജിൽ മുറിയുമെടുത്തു. വീടന്വേഷിച്ച് അല്പം കറങ്ങിയെങ്കിലും അവസാനം കണ്ടെത്തി.

ചാവക്കാട് സ്കൂളിൽ കണ്ട പതിനെട്ട് പ്രായം തോന്നിച്ച ആളല്ല; മുതിർന്നിരിക്കുന്നു. നേരിയ മിനുത്തു കറുത്ത താടിയും വെച്ചിട്ടുണ്ട്. ഒരുപാട് സംസാരിച്ചു. എത്രയായിട്ടും മതിവരുന്നില്ല രണ്ടുപേർക്കും.

പിറ്റേന്ന് കണ്ണൂരിൽ എം.ടി.ക്ക് ഒരു പ്രസംഗമുണ്ട്. ഞാനും ഒപ്പം ട്രെയിനിൽക്കയറി കണ്ണൂർക്ക് പോയി. കവിഞ്ഞൊഴുകിയ ആഹ്ലാദത്തിന്റെ അസുലഭാവസരങ്ങളായിരുന്നു അവ. മടക്കത്തിന് മറ്റൊരു പ്രസംഗകൻ ഫാദറുടെ കാറിൽ ഞങ്ങളെല്ലാവരും കോഴിക്കോട്ടേയ്ക്ക് തിരിച്ചു.

കഥയെഴുത്തിന്റെ വശങ്ങൾ മാത്രമല്ല, പ്രസംഗത്തിന്റെ രീതികളും എം.ടി. എനിക്ക് വിശദീകരിച്ചു തരികയുണ്ടായി. (14 കൊല്ലത്തിനുശേഷം ദുബായിലെ 'കൈരളി സംഗീതസായാഹ്നം' ഉദ്ഘാടനം ചെയ്ത് ജീവിതത്തിലാദ്യമായി ഒരു വൻസദസ്സിൽ പ്രസംഗിച്ചപ്പോൾ, എനിക്ക് എം.ടി. യുടെ നിർദേശങ്ങൾ ഓർമ വന്നു. ഞാൻ പ്രസംഗിക്കുന്ന ഫോട്ടോ വാർത്തയോടെ 'മാതൃഭൂമി' മുൻപേജിൽതന്നെ പ്രസിദ്ധീകരിച്ചു.)

'മഞ്ഞ്' എഴുതിത്തീർത്ത ആഘോഷം

"കറന്റ് ബുക്സ്", നടുവിലാൽ സെന്ററിൽ അങ്ങനെ കത്തിനിൽക്കുന്ന കാലം. പുസ്തകപ്രേമികളുടെ ഒരു സംഗമസ്ഥാനം കൂടിയാണവിടം. ഒരു ദിവസം കറന്റിന്റെ ഉടമ തോമസ് എന്നെ അകത്തേക്ക് വിളിച്ചുകൊണ്ടു പോയി. തോളിൽ കൈയിട്ടേ വർത്തമാനം പറയൂ, ഇഷ്ടൻ. അതാണ് രീതി. "എടാ, വാസു വിളിച്ചിരുന്നു. നാളെ വരും. നിന്നെ വിളിക്കാൻ പറഞ്ഞിട്ടുണ്ട്. മറക്കണ്ട. മ്മക്ക് ഒന്ന് കലക്കാം."

എനിക്കൊന്നും മനസ്സിലായില്ല. ഞാൻ ചോദിച്ചു: 'എന്താ സംഭവം? പറയ്."

"അതൊക്കെ അവൻ പറയും. നീയങ്ങട് വന്നാ മതി. വേറൊന്നും നോക്കണ്ട, മോനേ" തോമസ്.

പിറ്റേന്ന് പ്രീമിയർ ലോഡ്ജിൽ വെച്ച് എം.ടി.യെ കണ്ടപ്പോഴല്ലേ കാര്യം പിടികിട്ടിയത്.

"മഞ്ഞ്" എഴുതിത്തീർത്ത, തിമർത്ത സന്തോഷത്തിലാണ് എം.ടി. "ഇതെന്റെ മാസ്റ്റർ പീസാണ്, ഉണ്ണീ" എം.ടി.യുടെ വാക്കുകളാണ്. അത് എന്നെയും വികാരപുളകിതനാക്കി.

തോമസ്, കെ.പി.ആർ.കൃഷ്ണൻ, എം.ടി., ഞാൻ ഇങ്ങനെ നാലു പേർ ഒത്തുചേർന്നു. 'മിനുങ്ങി' സുന്ദരനായി വന്ന തോമസ് തിളങ്ങിനിന്നുകൊണ്ട് ആവേശത്തിലാണ് പരിപാടിക്ക് രൂപം നൽകൽ. അതിനു തന്നെ അര മണിക്കൂർ എടുത്തുകാണും. അതോടെ ഞങ്ങൾ എറണാകുളത്തേയ്ക്ക് ഒരു കാർയാത്ര പ്ലാനിടുന്നു.

അത് ആ 'തനത്രീതി'യിൽ ഉല്ലാസപ്രദമെന്ന് പ്രത്യേകം പറയേണ്ടല്ലോ. കാറിനുള്ളിൽ ഇരുന്നുകൊണ്ടൊരു കളി; മുൻപിൽ പോകുന്ന

വാഹന നമ്പറിന്റെ അവസാന അക്കം ഒറ്റ - ഇരട്ട എന്നിങ്ങനെ തിരിച്ച് നോട്ട് ചെയ്യണം. ശരിയെങ്കിൽ അവരവർക്ക് ഓരോ പോയിന്റ്. പോയിന്റ് എന്നാൽ പണത്തിന്റെ ഏർപ്പാടാണ്. കളിയുടെ രീതികളൊന്നും എനിക്ക് ഓർമ വരുന്നില്ല. ഒരു കാര്യം ഉറപ്പുണ്ട്. എല്ലാവരും നല്ല ഉത്സാഹത്തള്ളിച്ചയിലായിരുന്നു. സമയം പോയതേ അറിഞ്ഞില്ല. വാഹനം എറണാകുളം വളയുന്നു.

മിതഭാഷിയും ചിന്തകനുമായ കഥാകൃത്ത് പട്ടത്തുവിള കരുണാകരൻ അവിടെ പിയേഴ്സ് ലെസ്ലി കമ്പനികളിൽ ഉയർന്ന ഉദ്യോഗം വഹിക്കുകയാണ്. ഞങ്ങൾ പട്ടത്തുവിളയുടെ അടുത്തെത്തി. വെല്ലിങ്ടൺ ഐലന്റിലെ 'ഐലന്റ് വുഡ്ലാന്റി' ലാണെന്ന് തോന്നുന്നു, ഞങ്ങൾ പിന്നെ ഒത്തുചേർന്നു. പൊടിപൊടിച്ച ദൈർഘ്യമേറിയ 'സദ്യ'. സദ്യവട്ടം വികസിച്ച് നേരം വൈകുന്നേരത്തിലെത്തി.

എറണാകുളത്ത് ആദ്യമായി ആരംഭിച്ച ആ യഥാർഥ ചൈനീസ് ഹോട്ടലിൽ ഞാനും എം.ടി.യും എപ്പോൾ ഒരുമിച്ചാലും ഒന്ന് കയറാത്ത ചരിത്രമില്ല. അവിടത്തെ ഒരു സൂപ്പ് എം.ടി.ക്ക് വളരെ പഥ്യമാണ്. എന്റെ സ്ഥിതിയും വ്യത്യസ്തമായിരുന്നില്ല. ചൈനീസിൽ നിന്ന് സൂപ്പും ടെയ്സ്റ്റ് ചെയ്തിട്ടേ ഞങ്ങൾ തൃശ്ശൂർക്ക് തിരിച്ചുള്ളൂ എന്ന് തോന്നുന്നു.

എം.ടി. പാടുന്നു

കാറിലിരുന്ന് എം.ടി. 'മഞ്ഞി'ലെ ചില സന്ദർഭങ്ങൾ വിസ്തരിക്കുമ്പോൾ തോമസ് ഇടപെടുമായിരുന്നു. "അതേയ് സാഹിത്യമൊന്നും നമ്മക്ക് ഇപ്പൊ വേണ്ട. പാട്ട് പാടാംന്നേ വാസൂ. ആ പഴയ നാടൻ പാട്ടില്ലേ അതൊന്ന് കാച്ച്, സമയം കളയാണ്ട്" എന്നായി തോമസ്.

"കാലിന്റെ വേദന തീരാനോളൊരു കാഞ്ഞിരച്ചോട്ടിലിരുന്നൂലോ..." എം.ടി. സംഗീതാത്മകമായിത്തന്നെ പാടിയത് ഇന്നും ചെവിയിൽ താളം പിടിക്കുന്നു. "വേലപ്പറമ്പിൽ നടന്ന് നടന്ന് നീലിപ്പെണ്ണ് കരഞ്ഞൂലോ.... നാടൻ ഈണത്തിൽ ഞങ്ങളത് ഏറ്റു പാടിക്കൊണ്ടിരുന്നു. ഒരിക്കലും മറക്കാനാവാത്ത ഒരു മധുരസ്മരണയായി ആ യാത്രാനുഭവം ഇപ്പോഴും എന്നിൽ ഒരു കോരിത്തരിപ്പ് നുള്ളിയിടുകയാണ്. 'മഞ്ഞ്' പിന്നീട് മലയാളത്തിലെ ഒരു മിന്നുന്ന അധ്യായമായി മാറി എന്നത് ചരിത്രം.

'മഞ്ഞി'ൽ എം.ടി.യുടെ വീര്യം തുടിക്കുന്ന ഒരു വാചകം: "വട്ടം വീശി വിടരുന്ന ഓളങ്ങളുടെ മധ്യത്തിൽ താണുപോയ കല്ലിന്റെ അവ്യക്ത സ്ഥാനം പോലെ ഒരോർമ...." അതെ, കഴിഞ്ഞുപോയ വർണപ്പകിട്ടാർന്ന വികാരമധുരങ്ങളായ സംഭവശൃംഖലകൾ, ആ കല്ലിന്റെ അവ്യക്തസ്ഥാനത്ത് അടിഞ്ഞുകിടപ്പുള്ളത് എങ്ങനെ പൊക്കിയെടുക്കാനാണ്?

എന്നോടൊപ്പം തന്നെ പ്രായാധിക്യ പരാധീനതകളിൽപ്പെട്ട സമപ്രായക്കാരായ മറ്റുചിലരും, ഇന്ന് ഒന്ന് കടന്ന് ചിന്തിക്കുമ്പോൾ, ഏറെക്കുറെ "കാലിപ്പിള്ളേർ ചുഴറ്റി എറിഞ്ഞ ചേര" കണക്കെ ഇങ്ങനെ 'കഴിഞ്ഞു

കൂടുക'യല്ലേ.... ഒരു ശങ്ക; അസ്ഥാനത്താണെങ്കിൽപോലും അങ്ങനെ തോന്നിപ്പോവുകയാണ്!

മറ്റൊരു സന്ദർഭം ഓർമ വരുന്നു. ഏതോ ആവശ്യത്തിന് എം.ടി. തൃശ്ശൂർ എത്തി. വന്ന കാര്യം നീണ്ടുപോകുന്ന സ്ഥിതിയിൽ, താമസം തുടർന്നു. ഞാനും ഒപ്പം ഉണ്ട്.

അക്കാലങ്ങളിൽ തൃശ്ശൂരിലെ പ്രസ്റ്റീജിയസ് ലോഡ്ജ് 'പ്രീമിയർ' ആണ്. അവിടെയാണ് ബഷീർ, രാമുകാര്യാട്ട്, എം.ടി. എന്നിങ്ങനെയുള്ള പ്രമുഖർ ഒക്കെ മുറി എടുക്കാറ്. കോളേജ് പഠനവേളയിൽ ഞാനും അവിടെ സ്ഥിരമായി മുറിയെടുത്ത് താമസിച്ചിരുന്നു. ചുറ്റിക്കറങ്ങാൻ ഒരു റോയൽ എൻഫീൽഡും. പത്തൻസ് കഴിഞ്ഞാൽ അന്നത്തെ ഒന്നാംതരം വെജിറ്റേറിയൻ ഹോട്ടലായ 'ഭാരത്' ഇന്നും തൃശ്ശൂരിന്റെ ഒരു മുഖമുദ്ര യായി തലയുയർത്തി നിൽപ്പുണ്ട്.

ഗുരുവായൂർ യാത്ര

ചായകുടിയും ബീഡിവലിയും പഴമ്പുരാണകഥനങ്ങളുമൊക്കെയായി എത്രനേരം കഴിയും. എന്നാൽ ഗുരുവായൂർക്ക് ഒരു യാത്ര ആയാലോ എന്നായി. ഒരു ടാക്സിയിൽ ഞങ്ങൾ പുറപ്പെട്ടു.

നിരത്തിന്റെ ഇരുവശങ്ങളിലും കെട്ടിടങ്ങളെക്കാൾ മരങ്ങളും വയലുകളും ആയിരുന്നു. പച്ചപിടിച്ച, മനസ്സിൽ മയിൽനൃത്തങ്ങൾ നടത്തുന്ന, മനോഹരദൃശ്യങ്ങൾ. ഞങ്ങളിരുവരും അതൊക്കെ ആസ്വദിച്ചു കൊണ്ടിരുന്നു.

കാറ് അന്നത്തെക്കാലത്ത് അമ്പലത്തിനടുത്തുവരെ എത്തും. ജനത്തിരക്കും നന്നെ കുറവ്. 'നമുക്ക് ആ ഉണ്ണിക്കൃഷ്ണനെ ഒന്ന് കാണാം' - എം.ടി.

പുതൂർ ഉണ്ണിക്കൃഷ്ണൻ എന്റെ പഴയ സുഹൃത്താണ്. സ്കൂളിൽ എന്നെക്കാൾ ഏറെ സീനിയറായിരുന്നു. ഉണ്ണിക്കൃഷ്ണൻ ഇറങ്ങി വന്നു. കിഴക്കെ നടയിൽ നിന്നുകൊണ്ടുതന്നെ കുറച്ചുനേരം ഓരോന്ന് സംസാ രിച്ചുകൊണ്ടിരുന്നു, എം.ടി.യും ഉണ്ണിക്കൃഷ്ണനും.

സൂക്ഷിച്ചു നോക്കിയപ്പോഴാണ് പിന്നീട് പുതൂരിന് എന്നെ മനസ്സിലാ യത്. "ആര് ഇത് ഉണ്ണിയല്ലേ? ഉണ്ണിക്ക് സാഹിത്യമൊക്കെ ഉണ്ടെന്ന് ഈയി ടെയാണ് ഞാനറിഞ്ഞത് ഉണ്ണിക്കൃഷ്ണൻ ഉറച്ച സ്വരത്തിൽ പറഞ്ഞു.

എം.ടി.യെ ചൂണ്ടി "ഇവരൊക്കെയല്ലേ നമ്മളെ വലുതാക്കുന്നത്" എന്ന് ഞാൻ. "അതേയതേ" എന്ന് തമാശയായെങ്കിലും പറയാൻ, പുറമേയ്ക്ക് പരുക്കനും ഉള്ളിൽ സ്നേഹസമ്പന്നനുമായ പുതൂർ ഉണ്ണിക്കൃഷ്ണന് ഒട്ടും മടിയില്ലായിരുന്നു.

ഒരു ബ്രാഹ്മണാൾ ഹോട്ടലിൽ നിന്ന് കാപ്പികുടിച്ച് ഞങ്ങൾ കാറിൽ മടക്കം കുറിച്ചു. തീരെ സ്പീഡില്ലാത്തതിനാൽ അമ്പലനടയിലല്പം

അകലെയായി റോഡരുകിൽ ഒരു പഴയ കെട്ടിടം നോക്കി, 'ഇതിങ്ങനെ കിടക്കുന്നത് കഷ്ടം തന്നെ' എം.ടി.യുടെ കമന്റ്.

ഞാൻ ഡ്രൈവറോട് വണ്ടി നിർത്തി റിവേഴ്സിൽ ഇത്തിരി പോവാൻ പറഞ്ഞു. ആ കെട്ടിടം എം.ടി.ക്ക് വിസ്തരിച്ച് കാണിച്ചുകൊടുത്തു.

"ഞാൻ അതിന്റെ ഒരു ദുര്യോഗം ഓർത്ത് വെറുതെ പറഞ്ഞെന്നേ ഉള്ളൂ. എന്തിനാ ഇത്ര സീരിയസ്സ് ആവുന്നത്?" എന്ന് എം.ടി.

തുടർന്ന് കാറ് മുന്നോട്ട് നീങ്ങി. ചൊവ്വല്ലൂർപ്പടിയും കൂനംമൂച്ചിയും കടന്ന് വണ്ടി ചൂണ്ടലിൽ എത്തുമ്പോഴേയ്ക്കും ഞാൻ എം.ടി.ക്ക് ആ ബിൽഡിംഗിന്റെ ആത്മകഥ വെളിപ്പെടുത്തി.

അത് എന്റെ സ്ഥലവും കെട്ടിടവുമാണ്. ഗവൺമെന്റ് സ്കൂളിന് വാടകയ്ക്ക് കൊടുത്തിരിക്കുന്നു. മുമ്പെന്നോ നിശ്ചയിച്ച മുപ്പത് രൂപയാണ് വാടക. അത് കൂട്ടിക്കിട്ടാൻ എഞ്ചിനീയർ കൂട്ടാക്കുന്നുമില്ല. വലിയ തുക കൈക്കൂലിയാണ് ആവശ്യപ്പെടുന്നത്. സ്ഥലമുടമയെ ദ്രോഹിക്കാൻ ക്ഷമ നശിച്ച അയാൾ 'ഈ കെട്ടിടം സ്കൂളിന് അനുയോജ്യമായതല്ല' എന്നെഴുതി മുകളിലേയ്ക്ക് വിട്ടു. ഇതാണ് ഉർവശീശാപം ഉപകാരം എന്ന് പറയുന്നത്. ഞാനത് പ്രതീക്ഷിച്ചിരിക്കുകയായിരുന്നു. കെട്ടിടവാടക അധികരിക്കലിലല്ല, അത് ഒഴിപ്പിക്കുന്നതിലാണ് എന്റെ നോട്ടം. നമ്മുടെ സർക്കാരല്ലേ, എവിടെ ഒഴിഞ്ഞുതരുന്നു. കാര്യങ്ങൾ ഇങ്ങനെ ഇഴഞ്ഞുനീങ്ങിക്കൊണ്ടിരിക്കയാണ്.

മീശ തലോടി ബീഡി തുടർച്ചയായി വലിച്ച് ചിന്താകുലനായിക്കണ്ടു, എം.ടി.യെ. എല്ലാം സശ്രദ്ധം കേൾക്കുന്നുണ്ടായിരുന്നുതാനും.

'ഉണ്ണീ, ഞാനൊരു ശ്രമം നടത്തിനോക്കാം. ക്ലിക്ക് ചെയ്താലായി. അപേക്ഷ കൊടുത്ത ഡീറ്റെയിൽസ് എനിക്കെത്തിച്ചാൽ മതി, മറക്കരുത്.'

ഞങ്ങൾ തൃശ്ശൂർ എത്തി. എം.ടി. അന്ന് രാത്രിതന്നെ കോഴിക്കോട്ടേക്ക് തിരിക്കുകയും ചെയ്തു.

ഡീറ്റെയിൽസ് ഞാനയച്ചുകൊടുത്തു. എങ്കിലും ഞാനിതൊന്നും അത്ര കണക്കാക്കിയില്ല. ഒരു മാസം കഷ്ടി കഴിഞ്ഞു കാണും ഗവൺമെന്റിൽനിന്നും ഒരു ഓർഡർ വന്നിരിക്കുന്നു; കെട്ടിടം സ്ഥലം ഉടമയ്ക്ക് ഉടനെ ഒഴിഞ്ഞു കൊടുക്കാൻ.

വകുപ്പുമന്ത്രിയുടെ ബന്ധുമുഖാന്തിരം എം.ടി. എളുപ്പത്തിൽ കാര്യം സാധിപ്പിച്ചതാണ്. ഞാനെന്താണ് പറയുക. അടുപ്പം കുറഞ്ഞവരോടാണെങ്കിൽ നന്ദി പ്രകടിപ്പിക്കാം. എന്നാൽ എം.ടി.യോട് എന്ത് പറയാനാണ്. ആ സ്നേഹത്തിന്റെ മുഖം ഞാനറിഞ്ഞപോലെ ഞങ്ങളുടെ സെറ്റിൽ മറ്റാര് അറിയാനാണ്?

"കർമണ്യേവാധികാരസ്തേ....." അതെ, ഫലം ഇച്ഛിക്കാതെയുള്ള കർമം. ജീവിതവിജയം അവരെ തൊട്ടുരുമ്മിക്കൊണ്ടേയിരിക്കും.

ഓർഡർ വന്നിട്ടും ഉദ്യോഗസ്ഥർ മാസങ്ങളോളം കളിപ്പിക്കൽ തുടർന്നു. അവസാനം ഞാൻ അതിലും വലിയ കളികളിച്ച് അവരെ ഒതുക്കി നിർത്തി.

നിനച്ചിരിക്കാതെ വന്നുഭവിക്കുന്ന കർമങ്ങളും അനന്തര നിയോഗങ്ങളും ഇതൊക്കെത്തന്നെയല്ലെ?

ഇന്നാണെങ്കിൽ ഗുരുവായൂരുള്ള കണ്ണായ ആ സ്ഥലത്തിന് ഏറ്റവും ചുരുങ്ങിയത് പത്ത്കോടി രൂപയെങ്കിലും വിലമതിക്കും.

വിവരമറിഞ്ഞപ്പോൾ എം.ടി.ക്ക് സമാധാനമായി. ജീർണിക്കാൻ പോകുന്ന ഒരു ഭൂമിക്ക് പുതുജീവൻ കിട്ടിയതിന്റെ സംതൃപ്തി. അല്ലാതെ യാതൊരമിതാഹ്ലാദവും കണ്ടില്ല.

ഇതിന്റെ പേരിലൊന്നുമല്ലെങ്കിലും കണ്ടുമുട്ടുമ്പോൾ പലപ്പോഴും പതിവുപോലെതന്നെ ചർച്ചകളും ആഘോഷങ്ങളും മുടങ്ങാതെ തുടർന്നിരുന്നു.

എം.ടി. എനിക്ക് ആരാധ്യപുരുഷനല്ല, അഭിവന്ദ്യ ഗുരുഭൂതനുമല്ല. അതിനൊക്കെ അപ്പുറം അവർക്കൊന്നും നൽകാനാവാത്ത ഉദാത്ത സ്നേഹം പ്രസരിപ്പിച്ചുവന്ന ഉത്തമസുഹൃദ്ശ്രേഷ്ഠനാണ്. എന്റെ കളങ്കമേശാത്ത ഒരു സ്വകാര്യ അഹങ്കാരം കൂടിയാണത്.

എം.ടി.ക്ക് ഞാൻ ആരായിരുന്നിരിക്കണം? പ്രതികരണം ആ ഹൃദയ വിശാലതയിലെ പച്ചപ്പരപ്പിൽതന്നെ പതിഞ്ഞിരിപ്പുണ്ടാകും.

കോഴിക്കോട്ടെ അടുപ്പമുള്ളവരെ എനിക്ക് പരിചയപ്പെടുത്താൻ എം.ടി. മടി കാണിച്ചിട്ടില്ല. വൈക്കം മുഹമ്മദ്ബഷീർ, എൻ.പി.മുഹമ്മദ്, തിക്കോടിയൻ, പുതുക്കുടി ബാലേട്ടൻ, നീനാബാലൻ, ടി.ദാമോദരൻ, ഇ.എം.ജെ. വെണ്ണിയൂർ അങ്ങനെ നീളും ആ പട്ടിക. ജി.അരവിന്ദനെയും എം.ടി.യാണ് പരിചയപ്പെടുത്തിത്തന്നത്.

പിന്നെ, സംഗീതജ്ഞനായ സലിൽ ചൗധരിയെ പരിചയപ്പെടുക മാത്രമല്ല, ഒപ്പം മണിക്കൂറുകളോളം ചെലവഴിക്കുകകൂടി ഉണ്ടായിട്ടുണ്ട്.

“അമിത സൗരഭധാരയിൽ മുങ്ങിടും
സുമിതസുന്ദരകുഞ്ജാന്തരങ്ങളേ
ലളിത നീലലസത്തൃണകംബള-
മിളിതശീതളഛായാതലങ്ങളേ”

ചങ്ങമ്പുഴയുടെ ലളിത കോമളങ്ങളായ ഈ വരികൾ ഞാൻ സലീൽ ചൗധരിയെ പാടിക്കേൾപ്പിച്ചത് ഓർമ വരുന്നു. അദ്ദേഹം ആ മലയാള പദച്ചേരുവകളിലെ മ്യൂസിക് ഇഷ്ടപ്പെട്ടതായി പ്രതികരിക്കുകയും ഉണ്ടായി.

സ്പെഷ്യലായി ഉണ്ടാക്കിയ “കല്ലുമ്മക്കായ” കൊണ്ടുള്ള സ്വാദിഷ്ട വിഭവം ആദ്യമായി ഞാൻ രുചിക്കുന്നത് സലീൽഭായുടെ ഒപ്പം

എം.ടി.യുടെ വീട്ടിലിരുന്നാണ്. 'മുന്തിരി'പ്പാനീയങ്ങളും അങ്ങേരുടെ ഇഷ്ടങ്ങളുടെ മുൻപന്തിയിൽ സ്ഥാനം പിടിച്ചിരുന്നു.

വയലാർ എം.ടി.യുടെ വീട്ടിൽ

ഒരിക്കൽ വയനാട്ടിൽ നിന്ന് കാറിൽ വയലാറും ഇളംപ്രായക്കാരനായ മകനുമൊത്ത്, ഞങ്ങൾ കോഴിക്കോട്ടേയ്ക്ക് വരികയായിരുന്നു. തിരുനെല്ലിക്കാടുകളിലും നെൽവയലുകളിലും മലഞ്ചെരുവുകളിലും മൂന്നാലു ദിവസം കറങ്ങിനടന്ന് ക്ഷീണിച്ച വരവാണ്.

കോഴിക്കോട്ടെത്തിയപ്പോൾ സന്ധ്യയാവാറായിരുന്നു. ഞാൻ ചോദിച്ചു, 'നമുക്ക് എം.ടി.യെ ഒന്ന് കണ്ടാലോ?'. 'ഉണ്ണി പറഞ്ഞാൽ എനിക്കെതിരില്ല. ശരി, പോവാം' എന്നായി വയലാർ.

ഞങ്ങൾ എം.ടി.യുടെ 'സിതാര'യിലെത്തുന്നു. മുൻകൂട്ടി അറിയിക്കുന്ന പതിവ് മുൻപേ എനിക്കില്ല. എന്റെ സ്വഭാവം ശരിക്കും അറിയുമെന്നതിനാൽ എം.ടി. പരിഭവിച്ചുമില്ല.

അദ്ഭുതവും സന്തോഷവും ആയിരുന്നു. വയലാർ രാമവർമ്മ ആദ്യമായാണ് എം.ടി.യുടെ വീട്ടിൽ വരുന്നത്. എം.ടി. ഷോകെയ്സിൽ നിന്നും ഒരു ഗിഫ്റ്റ് എടുത്ത് വയലാറിന്റെ മകന് സമ്മാനിച്ചു.

പിന്നെ ഞങ്ങളെല്ലാവരും എം.ടി.യുടെ ഒരു സുഹൃത്തിന്റെ വീട്ടിൽ പോയി. സിനിമാവിശേഷങ്ങൾ, കവിതകൾ, ഗാനങ്ങൾ അങ്ങനെ വിഷയങ്ങൾ പലതായിരുന്നു. അത്താഴാനന്തരം വയലാർ എറണാകുളത്തേക്ക് പോയി. ഞാൻ ഒരുദിവസം കൂടി അവിടെ നിന്നിട്ടേ തൃശൂർക്ക് തിരിച്ചുള്ളൂ.

രാമവർമ്മ വീടുകളിലൊക്കെ എത്തിപ്പെടൽ വളരെ അപൂർവമായിരുന്നു. അതാണ് എം.ടി.ക്ക് സർപ്രൈസ് ആയത്. ഞാനാണ് വയലാറിനെ വീട്ടിലേയ്ക്ക് വിളിച്ചുകൊണ്ടുവന്നത്. അതും കന്നി വരവായി. എം.ടി. വളരെ സന്തോഷത്തിൽ; ഒരുപൊടി ക്രെഡിറ്റ് എനിക്കും!

മദിരാശിയിൽ അശോകനഗറിലാണ് ഞാൻ താമസം. രാമുകാര്യാട്ട് ഒരു സമ്പൂർണ ചെക്കപ്പിനായി വിജയാ ഹോസ്പിറ്റലിൽ .

രഹസ്യമായി ഒരു ന്യൂസ് ചൂടോടെ എത്തിയത് ഞാനറിഞ്ഞു. തിക്കുറിശ്ശിക്ക് 'പത്മശ്രീ' ലഭിച്ചിരിക്കുന്നു.

നേരെ അദ്ദേഹത്തിന്റെ വസതിയിലേയ്ക്ക് വെച്ചടിച്ചു. സന്തോഷാധിക്യം മൂലം ആ വന്ദ്യവയോധികനെ കെട്ടിപ്പുണർന്നു. എന്നോടൊപ്പം മണിയൻ, ഷിഹാസ് തുടങ്ങി ചിലരും ഉണ്ട്. കെ.ജി.ജോർജും വന്നിരുന്നു എന്നാണോർമ.

എന്റെ മനസ്സിൽ സഡൺ ആയി ഒരു തകർപ്പൻ ആശയം ഉദയം കൊള്ളുകയായി. ചെറുതെങ്കിലും ഒരു അഭിനന്ദനപാർട്ടി ഒരുക്കിയാലോ? വേണ്ടതുതന്നെ. എന്നാൽ പണമെവിടെ?

അപ്പോഴേക്കുമുണ്ട് അതാ എം.ടി. വരുന്നു! പി.ഭാസ്കരനും എത്തി. പതുക്കെ എം.ടി.യുടെ ചെവിയിൽ ഉദ്ദേശ്യം മന്ത്രിച്ചു, ഞാൻ. 'കൊള്ളാം, നല്ലത്' എന്നായി എം.ടി.

പിന്നെ, ഒട്ടും ചിന്തിക്കാതെ പെട്ടെന്ന് ഞാൻ തിക്കുറിശ്ശിയെ പ്രൈവറ്റായി അകത്തേക്ക് വിളിച്ചുകൊണ്ടുപോയി. വിവരം പറഞ്ഞു. അദ്ദേഹം ചിരിച്ചുകൊണ്ട് ഒരു നൂറുരൂപാ നോട്ടു തന്നു. ഞാനത് കീശയിലിട്ടു.

സദസ്സിൽ പരസ്യമായി ഞാൻ വെളിപ്പെടുത്തി. 'നമ്മൾ ഈ വിലയേറിയ പത്മശ്രീ ഇപ്പോൾ ഇവിടെ ആഘോഷിക്കുകയാണ്. എല്ലാവരും ഒന്ന് കനിയണം.' ആദ്യം, ഇതാ എന്റെ വക ഒരു ചെറിയ തുക എന്ന് പറഞ്ഞ് നൂറിന്റെ നോട്ട് ടീപ്പോയിന്മേൽ വെച്ചു. പിന്നെ യാന്ത്രികമെന്നോണം ചടപടാന്ന് നോട്ടുകൾ വന്ന് വീണുകൊണ്ടിരുന്നു.

ആ പ്രഥമസൽക്കാരോത്സവവാർത്ത സിനിമാസർക്കിളിൽ പെട്ടെന്ന് പ്രചരിച്ചു. പിന്നെ ഹരിപോത്തന്റെ വക പാർട്ടി. അങ്ങനെ ഓരോരുത്തരുടെ വകയായി ചടങ്ങുകൾക്ക് തുടർച്ച വന്നുകൊണ്ടിരുന്നു.

'ഉണ്ണിയുടെയും കൂട്ടരുടെയും സന്ദർഭോചിതമായ പ്രയോഗം എന്തായാലും കലക്കി, ഗംഭീരമായി പരിപാടി' എന്ന് പിന്നീട് എം.ടി. പറയുകയുണ്ടായി.

എം.ടി. ഗൂഢമായ ഒരു സദുദ്ദേശവുമായാണ് എത്തിയിരിക്കുന്നത്. "ഒരു ചെറിയ കാറ് വാങ്ങിക്കണം. വിവരം ആർക്കും അറിഞ്ഞുകൂടാ. നമുക്കൊന്ന് കറങ്ങി തപ്പിനോക്കാം, എന്താ ഉണ്ണീ, ഇറങ്ങുകയല്ലെ എന്നാൽ."

പിന്നെ കോടമ്പാക്കത്തും മാംബലത്തും പൂനമല്ലിയിലും മൗണ്ട് റോഡിലുമൊക്കെ അന്വേഷണമായി. ഉച്ചകഴിഞ്ഞപ്പോഴേയ്ക്കും ഒരു കാറ് ഒത്തുകിട്ടി. എം.ടി.ക്ക് തൃപ്തിയുമായി. വലിയ വിലയില്ല. തീരുമാനം കഴിഞ്ഞ്, വിശന്ന് വലഞ്ഞിരിക്കയായിരുന്ന ഞങ്ങൾ 'ബിലാലി'ൽ കയറി ഉഗ്രൻ ബിരിയാണി കഴിച്ചാണ് പിരിഞ്ഞത്.

മാസങ്ങൾ കഴിഞ്ഞു. ഇതിനിടയിൽ എനിക്ക് ഒരു പനി. കുടുംബ ഡോക്ടർ നാവ് പരിശോധിച്ച് വിധിച്ചു. ടൈഫോയ്ഡ്! പിന്നെ ഇവിടെ തൃശ്ശൂർ ഡിസ്ട്രിക്ട് ഹോസ്പിറ്റലിൽ അഡ്മിറ്റായി.

പനിക്ക് ശമനം വന്നിട്ടുണ്ട്. എങ്ങനെയോ വിവരം അറിഞ്ഞ് ഒരു ഉച്ചയ്ക്ക് എം.ടി. ഒന്നു രണ്ടു കൂട്ടുകാരുമൊത്ത് എന്നെ ആശ്വസിപ്പിക്കാനെത്തി.

'ഉണ്ണീ, പണം വല്ലതും വേണമെങ്കിൽ പറയണം, ഞാൻ കൊണ്ടുവന്നിട്ടുണ്ട്.' എന്ന് പറഞ്ഞ് ഒരുപിടി നോട്ടുകൾ നീട്ടിയത് നന്ദിപൂർവം ഞാൻ വേണ്ടെന്ന് പറഞ്ഞു. ബാങ്കിൽ നിന്നും കാര്യസ്ഥൻ തലേന്ന്

കൊണ്ടുവന്ന ചെറിയ നോട്ടുകെട്ട് തലയണയ്ക്കടിയിൽ കാണിച്ചു കൊടുത്തപ്പോഴേ, എം.ടി. പിൻവാങ്ങിയുള്ളൂ.

അന്യോന്യം അറിഞ്ഞു ചെയ്യുന്ന സൽകൃത്യങ്ങൾ സ്നേഹമുള്ള മനസ്സുകളിൽ നിന്നും വന്നു ചേരുന്നവയാണെന്ന്, ഞാൻ അനുഭവ ങ്ങളിലൂടെ ക്രമേണ മനസ്സിലാക്കി വരികയായിരുന്നു.

'നെല്ല്' ഷൂട്ടിങ് വേളയിൽ സുൽത്താൻ ബത്തേരി ടി.ബി.യിൽ എം. ടി. ഒഴിവ് കിട്ടുമ്പോൾ വരുമായിരുന്നു. അക്കാലത്ത് കോഴിക്കോട്ട് ചെല്ലുമ്പോഴെല്ലാം ഞങ്ങൾ തമ്മിൽ കാണാറുണ്ട്. ബീച്ചിൽ രാത്രി വൈകുന്നതുവരെ വാതോരാതെ വർത്തമാനങ്ങൾ പറഞ്ഞിരിക്കും.

പ്രസാദ് വർത്തമാനത്തിനിടയിൽ ഈയിടെ പറയുകയുണ്ടായി. "എം.ടി.യുടെ കണ്ണ് നിറയുന്നത് ആദ്യമായി കണ്ടിട്ടുണ്ട്, എൻ.പി. എന്നേക്കുമായി പോയപ്പോൾ' എന്ന്.

എന്നാൽ മറ്റൊരവസരത്തിൽ കോഴിക്കോട് ബീച്ചിലിരിക്കുമ്പോൾ, "ഡയറിയും കൈയിൽ പിടിച്ച് സിനിമക്കാരുടെ കൂടെ ഉണ്ണി നടക്കുന്നത് കണ്ടപ്പോൾ എനിക്ക് സഹിക്കാനായില്ല" എന്ന് വികാരാധീനനായി എന്റെ തോളിൽ കൈവെച്ച് പറയുമ്പോൾ എം.ടി.യുടെ നിറകണ്ണുകൾ ഞാൻ അന്ന് ആദ്യമായി കണ്ടു.

അങ്ങനെയൊന്നും ചിരിച്ചു കാണാത്ത മിതഭാഷി എന്ന് അധികം പേരും ധരിച്ചിരിക്കുന്ന എം.ടി., വാചാലനാവുന്നതും പൊട്ടിച്ചിരിക്കുന്ന തുമായ ചിത്രങ്ങൾ എന്റെ മനസ്സിൽ നിറയെ കാണാം.

എനിക്ക് ഒരു മാന്യമായ ഉദ്യോഗം ശരിപ്പെടുത്താൻ എം.ടി. കുറച്ചൊന്നുമല്ല യത്നിച്ചിരിക്കുന്നത്. ഓരോ തവണയും 'ഇത് ശരിയാവും' 'ഞാൻ ഇത് ശരിയാവണേ എന്ന് നെഞ്ചുരുകി പ്രാർത്ഥി ക്കുകയാണ്' എന്നും മറ്റും കുറിച്ച കത്തുകൾ ഞാൻ മറന്നിട്ടില്ല.

എവിടെയോ ഒരു കേതുവിന്റെ അപഹാരം ഇരുന്ന് ഉപഹാരം അർപ്പി ക്കുന്നുണ്ടാവാം!

ബോംബെയിൽ വൈകിയ വേളയിൽ എയർടിക്കറ്റ് കിട്ടാതെ ദുബായ് യാത്ര അസ്തമിച്ചേക്കും എന്ന് വന്ന അവസ്ഥയിൽ, എം.ടി.യുടെയും രാമുകാര്യാട്ടിന്റെയും അജ്ഞാതഹസ്തങ്ങൾ, സലീൽചൗധരിയെന്ന സ്നേഹഗായകനിലൂടെ അദ്ഭുതമാണ് കാണിച്ചത്. 'എയർഇൻഡ്യ'യുടെ ഒരു ഫസ്റ്റ് ക്ലാസ്സ് ടിക്കറ്റ് എന്നെത്തേടിയെത്തി. വിസാസമയപരിധി തീരുന്നതിനു തൊട്ടുമുൻപെ ദുബായ് എയർപോർട്ടിൽ കാലും കുത്തി. ഇതെല്ലാം അനുഭവങ്ങളാണ്, നിറഞ്ഞ അനുഭവങ്ങൾ.

ദുബായിലെത്തിയ ഉടൻതന്നെ ഒരു ഉദ്യോഗം ലഭിച്ചത് അവിടത്തെ സുഹൃത്തുക്കളെ കുറച്ചൊന്നുമല്ല അമ്പരപ്പിച്ചത്. അത് സാധിച്ചത് എൻ. പി.മുഹമ്മദിന്റെ ശുപാർശയുടെ ബലത്തിലായിരുന്നു. നന്ദി, മനസ്സിൽ

സൂക്ഷിക്കാനല്ലാതെ പ്രകടിപ്പിക്കാൻ എനിക്കായില്ല എന്നത് മറ്റൊരു ദുഃഖ സത്യം!

-എം.ടി.യുടെ ബലിഷ്ഠകരങ്ങൾ ഏതെല്ലാം തരത്തിൽ എവിടെ യൊക്കെയോ എന്നെ വീഴ്ചയിൽപ്പെടാതെ ഉയർത്തി രക്ഷിക്കയായി രുന്നു.

എന്റെ ആദ്യ ലീവ് വരവിൽ എം.ടി. ഇവിടെ വന്നു. ഞങ്ങളൊരുമിച്ച് എറണാകുളത്തേയ്ക്ക് ഒരു യാത്ര. അവിടെ ഭാരത് ടൂറിസ്റ്റ്ഹോമിലെ മുറിയിൽവെച്ച് കെ.എൽ.മോഹനവർമ്മയെ പരിചയപ്പെടുത്തിത്തന്നു. കടും തവിട്ടു നിറമുള്ള 'കരിങ്ങാലിവെള്ള'വും വറുത്ത അണ്ടിപ്പരിപ്പു മായി ഞങ്ങളിരുവരും മണിക്കൂറുകൾ സംസാരിച്ചിരുന്നു. എം.ടി. 'ബന്ധനം' സിനിമാഷൂട്ടിങ് കാര്യങ്ങൾക്കായി പുറത്ത് ഓടി നടക്കുക യായിരുന്നു.

ദുബായിൽ വരുമ്പോൾ ഞങ്ങൾ ഒത്തുചേരാറുണ്ട്. അവിടത്തെ മലയാളി കൂട്ടായ്മയിൽ ഞാനില്ലാത്തപ്പോൾ എന്നെപ്പറ്റി വാചാലമായി എം.ടി. പ്രശംസിച്ച് പറഞ്ഞ കാര്യം പിന്നീട് മറ്റുള്ളവർ പറഞ്ഞ് ഞാനറിഞ്ഞിട്ടുണ്ട്.

കുടുംബവിശേഷങ്ങൾ ഒന്നൊഴിയാതെ എം.ടി. എനിക്കെഴുതു മായിരുന്നു. മാതൃഭൂമിയിൽ നിന്ന് രാജിവെച്ച ശേഷമുള്ള കോഴിക്കോടൻ ജീവിതവും 'രണ്ടാമൂഴം' എഴുതാനുള്ള തയ്യാറെടുപ്പ് സംജാതമാവു ന്നതും.

പുസ്തകം ഇറങ്ങി അത് വായിച്ച് കോൾമയിർ കൊണ്ട ഞാൻ ആസ്വദിച്ചതപ്പാടെ കടലാസ്സിലാക്കി എം,ടി,യ്ക്ക് അയച്ചുകൊടുത്തു. അതിന് എനിക്ക് കിട്ടിയ നീണ്ട മറുപടിയിൽ ഒരു ഭാഗത്ത് ഇംഗ്ലീഷിൽ എം. ടി. കുറിച്ചിട്ടത് ഇങ്ങനെ:

I enjoyed that letter as a piece of refreshing literature.

എന്നാൽ ഇന്നും എന്നും എം.ടി.യുടെ പുസ്തകങ്ങളിൽ ഞാൻ ഏറ്റവും വിലമതിക്കുന്നത് 'വിലാപയാത്ര' ആണ്.

"വിലാപയാത്ര" ഒരു സീരിയസ്സ് കൃതിയാണെന്ന് പലരും അറിഞ്ഞിട്ടില്ല. പുസ്തകങ്ങളുടെ കാര്യം അങ്ങനെയാണ്" എന്ന് എം.ടി. തന്നെ പിന്നീടൊരിക്കൽ പറഞ്ഞിട്ടുണ്ട്.

അർച്ചനയോടെ, സ്വന്തം

എനിക്ക് എത്രയോ വർഷങ്ങളായി അടുത്തറിയാവുന്ന എം.ടി.യിൽ ഞാൻ എന്താണ് കാണുന്നത്? ഈ ചോദ്യത്തിന് ഒരു മഹാവാക്യത്തിൽ ഇങ്ങനെ പ്രതികരിക്കാനാണ് എനിക്കിഷ്ടം.

-കൂടല്ലൂരിലെ തറവാട്ടിൽ പിറന്നുവീണ ചോരക്കുഞ്ഞിന് എന്റെ നോട്ടത്തിൽ ഒട്ടിനിൽക്കുന്ന രണ്ട് കൂടപ്പിറപ്പുകളുണ്ട്; മനക്കരുത്തും

വെൺചാമരങ്ങൾ

മനുഷ്യസ്നേഹവും. മാലോകരാകട്ടെ അവയെ പ്രതിഭ എന്ന വിളിപ്പേര് നൽകി ആദരിച്ചുപോരുന്നു.

ഇത്രയും നേരത്തെ എന്റെ ഈ വാചാലത എന്തായിരിക്കാം, സത്യത്തിൽ? മനസ്സിലൂടെ മുങ്ങാംകുഴിയിട്ട് തപ്പിക്കിട്ടിയ ഓർമത്തുണ്ടുകളെ നിരത്തി വച്ചു. ഉറക്കെയും പതുക്കെയും ഒന്നും ഉരിയാടാതെയും കുഴൽക്കണ്ണാടിയിലെ ഈ ബഹുവർണക്കുപ്പിവളപ്പൊട്ടുകൾ നോക്കിയും കാണിച്ചും ചിലച്ചും ചലിച്ചും ചിരിച്ചും നീങ്ങുകയായിരുന്നു; മായികലോകത്തിലെന്നപോലെ!

പ്രശാന്തമായ ഒരു വ്യത്യസ്തപ്രതലത്തിലാണ് ഞാനിപ്പോൾ എത്തി നിൽക്കുന്നത്. എങ്ങും നീലിമ. 'മനസ്സ്' മാഞ്ഞുമറഞ്ഞ, ആത്മബോധത്തിൽ ഇപ്പോൾ നിഴലിക്കുന്നത് വർണശബളമായ വളപ്പൊട്ടുകളല്ല; പകരം പവിത്രമായ തീർഥജലസ്പർശമുള്ള തുളസിയിലകളാണ്. കണ്ടതും കാണിച്ചതുമെല്ലാം മായക്കാഴ്ചകൾ മാത്രം. ആ തിരിച്ചറിവോ, ഉണർവിലേയ്ക്കുള്ള വഴിത്തിരിവും.

ഇപ്പോൾ വിശുദ്ധിയുടെ ഈറൻ നനവുള്ള ഈ തുളസിയിലകൾ പ്രിയസുഹൃത്തടക്കം ഏവർക്കും ഇതാ, എന്റേതായി.

രാമു കാര്യാട്ടും ചെമ്മീനും

പേർസണാലിറ്റി. പലരും പലപ്പോഴായി പറഞ്ഞു പോരുന്ന ഒരു പദം. എന്നാൽ, ഒന്ന് തെന്നിമാറി, പുതിയ അർഥങ്ങൾക്ക് ഊന്നൽ നൽകിയാലോ? 'ഒന്നി'ൽത്തന്നെ ഉൾക്കൊള്ളുന്ന ഒരു ബഹുമുഖ പേർസണാലിറ്റി വന്നുചേരലായി. അതോടൊപ്പം ആണത്തം കത്തിനിൽക്കുന്ന ആകാരവടിവും കൂടിയാവുമ്പോൾ, അതികായനായ രാമുകാര്യാട്ടിനെ കാണാം. നോട്ടത്തിലും സംസാരത്തിലും ചലനത്തിലും എല്ലാംതന്നെ ആ മാന്ത്രികസ്പർശം അറിയാനാവും.

പരിചിതസീമയിലെ മിത്രങ്ങളോ ശത്രുക്കളോ ആവട്ടെ, അവരൊക്കെ കാര്യാട്ടിന്റെ വിസ്മയകരമായ 'കരിസ്മ'യ്ക്കു മുന്നിൽ മനുഷ്യസ്നേഹികളായി മാറുന്ന മാസ്മരദൃശ്യമാണ് പിന്നെ. മറ്റനേകായിരങ്ങളിൽ നിന്നും വിട്ടുമാറി, ആ വലിയ രൂപത്തിന്, എവിടെ ച്ചെന്നാലും, വിലയേറിയ, വീതിയും വിസ്താരവുമുള്ള ഒരു കരിവീട്ടിക്കസേര ഒരുക്കിവെച്ചിരിക്കും. നാട്ടുനടപ്പിന്റെ തനതുശൈലി അതായിരുന്നു.

പറഞ്ഞുകേട്ട ഒരു കഥ ഇങ്ങനെ: "തിരുവനന്തപുരത്ത് ഒരു വി.ഐ.പി. കല്യാണം. അനേകങ്ങളുണ്ട് അതിഥികളായി. പ്രേംനസീറിന്റെ തോളിൽ കൈയിട്ട് രാമുകാര്യാട്ട് പടിയിറങ്ങി വരുമ്പോഴുണ്ട്, വി.കെ.കൃഷ്ണമേനോൻ അടുത്ത്! കാര്യാട്ടുമായുള്ള പഴയ അടുപ്പം അദ്ദേഹം പുതുക്കി. ആജാനുബാഹുവായ രാമുകാര്യാട്ട് ഒരു കൈ കൃഷ്ണമേനോന്റെ തോളിലും മറ്റേ കൈ പ്രേംനസീറിന്റെ തോളിലും വെച്ച് നടന്ന് നീങ്ങുന്ന 'ദൃശ്യം' ജനം കാണുന്നു. എല്ലാവരും ശ്രദ്ധിക്കുന്നത് ഇരുവർക്കും നടുവിലെ രാമുകാര്യാട്ടിനെയാണ്! അറിയാത്ത പലരും പരസ്പരം നോക്കി ചോദ്യം കൈമാറി. 'ഇതാരാ, ഈ വലിയ മനുഷ്യൻ?'

അറിഞ്ഞുകൊണ്ട് 'ആളാ'വാൻ കരുതിക്കൂട്ടി ചെയ്തതല്ലെങ്കിൽപോലും നിമിഷങ്ങൾക്കകം ആളുകളുടെ സവിശേഷശ്രദ്ധ പിടിച്ചുപറ്റുകയായിരുന്നു കാര്യാട്ട്. സ്നേഹസ്പർശിയായ ഒരപൂർവ വ്യക്തിപ്രഭാവത്തിന് ലഭിക്കുന്ന അർഹതപ്പെട്ട മാർക്ക്.

പ്രത്യേകം അടുത്തറിയാവുന്ന ഉറ്റവരുടെ ഉള്ളിൽ പകൽവെളിച്ചം പോലെ തെളിഞ്ഞുനിൽക്കുന്ന വൻമൂല്യം. ബുദ്ധിരാക്ഷസലേബലുള്ള മനുഷ്യമേലാളരുടെ മാർക്കിടലിനെ മറികടന്ന്, പക്ഷപാതമറിയാത്ത 'സാക്ഷാൽപ്രകൃതി', അമർത്തി കുറിച്ചിട്ട നൂറിൽ നൂറ് മാർക്ക്.

കാര്യാട്ട് ഒരു ധനമോഹി ആയിരുന്നില്ല. എന്നാൽ സ്നേഹധനനായിരുന്നു. ലോകമെമ്പാടുമുള്ള ആ വമ്പൻ സൗഹൃദബന്ധം സമ്മാനിച്ചതോ, സൗമനസ്യത്തിന് ലഭിച്ച സ്വർണമെഡലും.

ആത്യന്തികസത്യമാണ് അതിന്റെയൊക്കെ ആസ്ഥാനം. വ്യാവഹാരികലോകത്ത് ആ 'ഒന്ന്' അപൂർവങ്ങളിൽ അപൂർവമാകും. സൂര്യരശ്മി സൂര്യൻതന്നെ ആണല്ലോ. ഈ സ്നേഹവും 'സത്യം' തന്നെയാകുമ്പോൾ ഉണ്ടാവുന്നതത്രെ, ഒരു രണ്ടില്ലാത്ത 'ഒന്ന്':

ഗുണവിശേഷമുക്തമായ ഒരു ഉദാത്തഭാവം കൈവരിച്ച കാര്യാട്ടിന്റെ നിർവാണാവസ്ഥയിലെ ലയനസാധ്യത, എന്റെ ഒരു സ്വപ്നം!

ആദ്യകൂടിക്കാഴ്ച - 'നീലക്കുയിലി'ൽ -

ആയിരത്തിത്തൊള്ളായിരത്തി അമ്പതുകളുടെ ആദ്യകാലഘട്ടം. ഞാൻ കൗമാരത്തിലെ ട്രൗസർ-കുപ്പായവേഷത്തിൽ നിന്നും അമ്പേ മാറിക്കഴിഞ്ഞിട്ടില്ല. പെരുവല്ലൂരിനടുത്ത് അന്നകരയിലെ അമ്പലസമീപത്തായിരുന്നു, ആ 'സംഭവ'ത്തിന്റെ ആരംഭം.

ഒരു സിനിമാഷൂട്ടിങ്. എന്താണ് പേര് എന്നൊന്നും അറിയില്ല. വൈകുന്നേരം അവിടത്തെ പ്രൈമറി സ്കൂൾമുറ്റത്ത് ബോൾബാറ്റ്മിന്റൺ കളി ഒരു ഹരമായി രമിച്ചു നടക്കുന്ന കാലം. അപരിചിതനായ ഒരു യുവാവ് കളിക്കാൻ തയ്യാറായി ഞങ്ങളുടെ അടുത്തേയ്ക്ക് എത്തി.

ആ സുമുഖൻ നിയമവിദ്യാർഥിയാണ്. കൊച്ചപ്പൻ എന്നാണ് പേര്. കളിയിൽ ഞങ്ങൾ കാണാത്തതരം ട്വിസ്റ്റ് ഒക്കെ കാണിക്കുന്നത് കണ്ട് ആരാധനവരെ തോന്നി. ഇടയ്ക്കിടെ നല്ല തമാശകളും പറയുന്നുണ്ട്.

അടുത്തപ്പോഴാണ് അറിഞ്ഞത്, ആള് എന്റെ ഒരു ബന്ധുകൂടിയാണ്. പിറ്റേന്ന് ഷൂട്ടിങ് തുടങ്ങുന്ന സിനിമയിലെ അഭിനേതാവാണ്. അതോടെ ഞാൻ എല്ലാം മറന്ന് ആഹ്ലാദപൂർവം കൊച്ചപ്പനുമായി ശരവേഗത്തിൽ അടുത്തുകഴിഞ്ഞു. ഇഷ്ടനും ഉണ്ണിയെ ഇഷ്ടമായി.

അന്നകര അമ്പലത്തിനരികിലെ അച്ഛന്റെ തറവാട്ടുവകയിലെ അമ്മാവന്റെ വക ഒരു പഴയ പത്തായപ്പുരയിലാണ് സിനിമക്കാർ പലരും ക്യാമ്പ് ചെയ്യുന്നത്. ഞാൻ ഭാസ്കരേട്ടൻ എന്ന് വിളിക്കുന്ന മദിരാശി റെയിൽവെയിലെ ഉയർന്ന ഉദ്യോഗസ്ഥന്റെ കൂട്ടുകാരനാണ് പി. ഭാസ്കരൻ. അവിടത്തെ ഷൂട്ടിങ് പശ്ചാത്തലം അങ്ങനെ സംഭവിച്ചതാണ്.

കൊച്ചപ്പന്റെകൂടെ കൈയിൽ 'നാരായണ' ബാറ്റുമായി പത്തായപ്പുര മുറ്റത്ത് ചെന്നപ്പോൾ, അപരിചിതരായ ചില യുവാക്കൾ അങ്ങുമിങ്ങും

നടക്കുന്നു. അവർ തിരക്കിലാണെന്ന് തോന്നി. കൊച്ചപ്പന്റെ ഉച്ചത്തിലുള്ള ഫലിതഭാഷണം കേട്ട് അവരിൽ നല്ല ഉയരം തോന്നിച്ച രണ്ടുമൂന്നുപേർ അടുത്തേക്ക് വന്നു.

'ഇത് ഉണ്ണി. എന്റെ ചിന്നപ്പുവമ്മാവന്റെ മകനാണ്. ആള് ബാഡ്മിന്റൺകളിയിൽ മിടുക്കനാ' കൊച്ചപ്പൻ കൈപിടിച്ച് എന്നെ അവർക്ക് പരിചയപ്പെടുത്തി.

പിന്നെ കൊച്ചുകുശലങ്ങൾ. 'സിനിമ കാണാറുണ്ടോ?' 'ധാരാളം. ചിലത് മൂന്ന് തവണയൊക്കെ കാണും.' ഞാൻ. 'ഏറ്റവും ഇഷ്ടപ്പെട്ട സിനിമ ഏതാ?' 'എല്ലാം തമിഴ്പടങ്ങളാണ്. സ്റ്റണ്ട് സിനിമയാണ് അധികവും കാണൽ'. എന്നിട്ട് പൊടുന്നനെ ചോദിക്കാതെതന്നെ പറഞ്ഞു. 'ഞാൻ കവിത എഴുതും.' 'ആഹാ. ഏത് കവിതയാ കൂടുതലിഷ്ടം?' എന്റെ മറുപടി കവിതയിലൂടെയായിരുന്നു.

'എങ്കിലും ചന്ദ്രികേ ലോകമല്ലേ, പങ്കിലമാനസർ കാണുകില്ലേ'

'ആള് കൊള്ളാമല്ലോ പരമൂ' എന്ന് പറഞ്ഞ് അവരിലൊരാൾ ഒരു ബീഡി കത്തിച്ച് വലിതുടങ്ങി. എന്നോടായി. 'നാളെ ഷൂട്ടിങ് കാണാൻ വരില്ലെ? 'പിന്നെ വരാതിരിക്ക്വോ. എനിക്ക് സിനിമാന്ന് വെച്ചാ ജീവനാ.'

അപ്പോൾ പൊട്ടിപ്പൊളിയാറായ തിണ്ണമേലിരുന്ന് ഒരു നോട്ടുബുക്കിൽ പെൻസിൽകൊണ്ട് എന്തോ കുത്തിക്കുറിക്കുന്ന ഗൗരവമുഖമുള്ള മറ്റൊരാൾ, പല്ലുകൾ മുഴുവനും പുറത്തുകാട്ടി ചിരിച്ച് എന്നെനോക്കി രണ്ടുവരി ആവർത്തിച്ച് പാടി സ്വയം രസിക്കുന്നു.

'നീ മറഞ്ഞാലും തിരയടിക്കും, നീലക്കുയിലേ നിൻ ഗാനമെന്നും' എന്നിട്ട് എന്നോടൊരു ചോദ്യം. 'രമണൻ' വായിച്ചിട്ടുണ്ടോ? കേട്ടപാതി കേൾക്കാത്ത പാതി, ഞാൻ ഉച്ചത്തിൽ അഞ്ചാറ് വരികളങ്ങ് പാടി. 'മലരണിക്കാടുകൾ തിങ്ങിവിങ്ങി, മരതകകാന്തിയിൽ മുങ്ങിമുങ്ങി....'

കൊച്ചപ്പൻ സിഗരറ്റും വലിച്ച് ആരോടോ എന്തൊക്കെയോ തമാശകൾ പറയുകയും എല്ലാവരും ചിരിക്കുകയും ചെയ്യുന്നുണ്ട്. തൊട്ടടുത്തുള്ള എന്റെ വലിയമ്മയുടെ വീട് വരെ പുള്ളി എന്നോടൊപ്പം വരികയും ചെയ്തു.

നടത്തത്തിനിടയിൽ എന്റെ സംശയങ്ങളും തീർത്തു തരുന്നുണ്ടായിരുന്നു. 'കവിത ചൊല്ലിയ ആളാണ് പി.ഭാസ്കരൻ.' 'മറ്റേത് ആരാ കൊച്ചപ്പാ?' 'ആര്?' 'ബീഡി വലിച്ച് എന്നോട് സിനിമയെപ്പറ്റി ചോദിച്ച മീശക്കാരൻ' 'അതല്ലേ ഡയറക്ടർ ആർ.കാര്യാട്ട്.' കൊച്ചപ്പൻ അല്പം ആദരവോടെയാണത് പറഞ്ഞത്. 'അപ്പൊ രമണൻ പാടിയതോ?' 'അത് പി.ഭാസ്കരൻ'. 'ആൽത്തറയിലേക്ക് നടന്ന് പോയത് പരമു, ഫോട്ടോഗ്രാഫറാണ് ചോദിക്കാതെതന്നെ കൊച്ചപ്പൻ സ്പീഡിൽ ശ്വാസംവിടാതെ പറഞ്ഞുകൂട്ടുന്നത് മനസ്സിലാക്കാൻ ഞാൻ പാടുപെട്ടു.

കാലത്തിന്റെ ഒളിച്ചോട്ടത്തിനിടയിൽ ഉന്നതങ്ങളിലെത്തിയ മൂന്ന് മഹാരഥന്മാരെയാണ്, പിന്നീട് അകാലചരമം വരിച്ച ഉഗ്രൻ ഹാസ്യനടനായ

എന്റെ ബന്ധു കൊച്ചപ്പൻ, വെറും സ്കൂൾ വിദ്യാർഥിയായിരുന്ന എനിക്ക് കാണിച്ചുതന്നത്!

വളരുകയും വലുതാവുകയും ചെയ്തപ്പോൾ ശോഭനാസ്റ്റുഡിയോ ബന്ധത്തിലൂടെ ഈ മൂന്ന് പേരുമായി അവരുടെ മരണം വരെ ഒരു ഉറച്ച സുഹൃദ്ബന്ധം നെയ്തെടുക്കാനായതിൽ എന്റെ അഭിമാനം പറഞ്ഞാൽ തീരില്ല.

നീലക്കുയിലും രാരിച്ചൻ എന്ന പൗരനും നായര് പിടിച്ച പുലിവാലും കൊച്ചപ്പൻ തകർത്തഭിനയിച്ച പടങ്ങളാണ്. അപ്പോഴേയ്ക്കും പുലിവാൽ കൊച്ചപ്പൻ എന്ന് പേർവീണ ആ സീനിയർ ഹൈക്കോടതി അഭിഭാഷകൻ, എനിക്ക് തൃശ്ശൂരിൽ ജൂനിയറായി പ്രാക്ടീസ് ചെയ്യാൻ തന്റെ സഹപാഠി അഡ്വക്കേറ്റ് വീരചന്ദ്രമേനോന് ശുപാർശക്കത്ത് തന്നത് ഞാനോർക്കുന്നു.

തൃശ്ശൂരിന്റെ ഏഴെട്ട് നാഴിക അകലത്തെ അന്നകര അന്നപൂർണ ക്ഷേത്രസന്നിധിയിൽ വച്ച്, കേവലം ഔപചാരികമായിട്ടാണെങ്കിലും രാമുകാര്യാട്ടിനെ കണ്ടുമുട്ടാൻ കഴിഞ്ഞ മുഹൂർത്തം, പിൽക്കാലത്ത് നീണ്ടുനിന്ന വിലയേറിയ സൗഹൃദത്തിന്റെ നിശ്ശബ്ദമായ ഒരു നാന്ദിയായിരുന്നു. അതറിയാൻ കാലം വീണ്ടും കുറെ ഉരുണ്ടുതിരിയേണ്ടിവന്നു എന്നത് മറ്റൊരു സത്യം.

രാമുകാര്യാട്ടുമായുള്ള എന്റെ കന്നിക്കൂടിക്കാഴ്ച ഇന്ന ഇന്ന രീതിയിലേ ആകാവൂ എന്ന സുനിശ്ചിതമായ വിധിനിയോഗത്തിനു മുന്നിൽ, അറുപതിൽപരം കൊല്ലം പിന്നിട്ട് ഇപ്പോൾ വിനയപൂർവം നമിക്കുകയാണ്, ഞാൻ. മനമില്ലാമനവുമായി, എൺപതിലേയ്ക്ക് എണ്ണംപിടിച്ച് എത്താൻ കേവലം നാലഞ്ച് കൈവിരൽ അകലമെന്നറിഞ്ഞ് ഏറുകണ്ണിട്ടിരിക്കുന്ന, ഞാൻ!

'ചെമ്മീൻ'

ഹൈസ്കൂൾപഠനശേഷം തൃശ്ശൂർ കേരളവർമ്മ കോളേജിൽ സംഭവബഹുലമായ വിദ്യാഭ്യാസം ആരംഭിച്ചു. കോളേജ് ആക്റ്റിവിറ്റീസിനൊപ്പം പട്ടണബഹളങ്ങളിലും ഭാഗഭാക്കായിമാറി. സാഹിത്യകാരന്മാർ, രാഷ്ട്രീയക്കാർ, പോലീസുകാർ, ബിസിനസ്സുകാർ തൊട്ട് കവലച്ചട്ടമ്പികൾവരെയുള്ള സുഹൃത്തുക്കളുടെ വലയം വലുപ്പംവെച്ച് വന്നുകൊണ്ടിരുന്നു.

കൊല്ലങ്ങൾ നീങ്ങി. കൂട്ടത്തിൽ ഒരു രഹസ്യപ്രണയവും, ക്രമത്തിൽ വളർച്ച വ്യാപിച്ചുവരുന്നുണ്ടായിരുന്നു.

ശോഭനസ്റ്റുഡിയോവിൽ പരമേശ്വരൻനായരെ വല്ലപ്പോഴേ കാണാറുള്ളൂ. സിനിമാപ്രവർത്തനങ്ങളുമായി അധികവും മദിരാശിയിലാവും. രാമുകാര്യാട്ടിനെയും കാണാൻ കഴിഞ്ഞിട്ടില്ല.

മുറപ്പെണ്ണും നഗരമേ നന്ദിയും മുടിയനായ പുത്രനും മൂടുപടവും ആയി സിനിമകൾ പലതും കണ്ടുകൊണ്ടിരുന്നു; കൂട്ടുകാരുമൊത്ത്.

അങ്ങനെ ഒരുനാൾ, കുറുപ്പം റോഡിലെ ജയാലോഡ്ജ്മുറിയിൽ വെച്ചാണ് രാമുകാര്യാട്ടിനെ കാണുന്നത്. മുമ്പേ പരിചയമുള്ള സ്വാമിയുമുണ്ടായിരുന്നു. സ്വാമി എന്നെ കാര്യാട്ടിന് പരിചയപ്പെടുത്തി. 'നീലക്കുയിൽ' ഷൂട്ടിങ് വേളയിൽ ഒരിക്കൽ തമ്മിൽ കണ്ടിരുന്ന കാര്യം ഞാൻ സൂചിപ്പിച്ചു. കാര്യാട്ടിന് അതൊന്നും അപ്പോൾ ഓർമയുണ്ടായിരുന്നില്ല. ബാക്കി, ബന്ധുക്കളെയും ഷൂട്ടിങ് സംബന്ധമായി നടന്നതുമൊക്കെ അങ്ങേര് ഓർത്തു.

മാരാർ റോഡിൽ പേരിനുമാത്രമുള്ള ഒരു സ്ഥലമുണ്ട്. പരിചയക്കാരന്റെ വർക്ക്ഷോപ്പിനോടു ചേർന്ന മുറിയാണ്. പിന്നെ ഞങ്ങൾ അവിടെയാണ് കണ്ടുമുട്ടാറ്.

തകഴിയുടെ 'ചെമ്മീൻ' സിനിമയാക്കാനുള്ള നീക്കത്തിന്റെ ആദ്യപടികൾ അവിടെനിന്ന് തുടങ്ങുന്നു. സംഭാഷണങ്ങൾ, യാത്രകൾ, പണമിറക്കാൻ കഴിവുണ്ടെന്ന് കരുതിയിരുന്ന പണക്കാരുമായി ചർച്ചകൾ ഇങ്ങനെ നാളുകൾ പറക്കുകയായിരുന്നു. ഒരു പുരോഗതി ഉണ്ടാവുന്ന ലക്ഷണംമാത്രം പ്രത്യക്ഷപ്പെടുന്നില്ല.

എന്നാൽപ്പിന്നെ വലിയതുക ലോൺ എടുത്ത് ആരെയും ആശ്രയിക്കാതെ സിനിമ എടുത്താലോ എന്ന തീരുമാനം ഉദിക്കുന്നു. രാമുകാര്യാട്ടും ഞാനുംകൂടി പെരുവല്ലൂർ എന്റെ വീട്ടിൽ അച്ഛനുമായി എല്ലാ വശങ്ങളും സംസാരിച്ചു. വസ്തു ഈട് നൽകുന്ന കാര്യത്തിൽ തീരുമാനമാവാതെ ആ യത്നം അലസിപ്പിരിയുകയാണുണ്ടായത്.

ഒട്ടും പിന്തിരിയാതെ ഞാനും കാര്യാട്ടുമൊത്ത് പരിശ്രമം മുന്നോട്ട് കൊണ്ടുപോയി. ഫൈനാൻസ് ഒപ്പിക്കലാണ് കീറാമുട്ടിയായി വന്നിരുന്ന കാതലായ പ്രശ്നം. കാര്യാട്ടിന് ഒരു കൂസലും കണ്ടില്ല. തികഞ്ഞ ആത്മധൈര്യമായിരുന്നു അങ്ങേരുടെ മൂലധനം. അടുത്തുള്ളവർപോലും ആ ധൈര്യം പകർന്നുകിട്ടുംവണ്ണം ശക്തമായിരുന്നു. കാര്യാട്ടിന്റെ ചില സമയങ്ങളിലെ ഇൻറ്റ്യൂഷൻ എന്നെ അദ്ഭുതപ്പെടുത്തിയിരുന്നു.

ഒരു ദിവസം രാമുകാര്യാട്ടിന്റെ ആ പഴയ ഫ്രണ്ട് എഡ്ഡിമാഷ് ഒരു ശുഭവാർത്ത അറിയിച്ചു. പടം എടുക്കാൻ തികഞ്ഞ പ്രാപ്തിയുള്ള ഒരാൾ എറണാകുളത്ത് ഉണ്ട്. ബാക്കി ഒന്നും അറിയില്ല. എല്ലാ കാര്യങ്ങളും കാര്യാട്ട് അങ്ങേരുമായി നേരിട്ട് സംസാരിച്ച് തീരുമാനിക്കണം. ക്ലിക്ക് ചെയ്താലായി; ഉറപ്പൊന്നുമില്ല.

സ്റ്റേറ്റ് ട്രാൻസ്പോർട്ട് ബസ്സിൽ ഞാനും കാര്യാട്ടുമായി എറണാകുളം യാത്ര. കൊച്ചിയിലെ മൂന്നാംകിട ലോഡ്ജിലെ അഞ്ചുരൂപ വാടകമുറി ദിവസവാടകയ്ക്കെടുത്ത് അവിടെ തങ്ങി.

ഞാൻ മുറിയിൽത്തന്നെ നേരം കഴിച്ചു; നേരത്തെയും കഴിച്ചുകൊണ്ടിരുന്നു. കാര്യാട്ട് ഒറ്റയ്ക്ക് പോയി, അന്നും പിറ്റേന്നും. അങ്ങനെ

ആ ധനികയുവാവിനെ കണ്ട് കാര്യങ്ങൾ വിശദീകരിച്ചു. എന്തിനേറെ, വാക്കും ഉറപ്പിച്ച് ഒരു തെറ്റില്ലാത്ത തുകയുമായാണ് കാര്യാട്ട് മുറിയിൽ മടങ്ങിയെത്തിയത്. വ്യക്തിത്വശക്തി; അഥവാ ഈശ്വരാധീനം.

ഞങ്ങൾക്കുണ്ടായ സന്തോഷത്തിന് അതിരില്ലായിരുന്നു. ഒരു ടാക്സി കാറിലായിരുന്നു പിന്നെ തൃശ്ശൂർക്ക് തിരിച്ചത്! പോട്ടെ പോ.

രണ്ടുദിവസം കഴിഞ്ഞ് കാര്യാട്ട് പ്രാരംഭപ്രവർത്തനങ്ങൾക്കായി മദിരാശിയിലേക്ക് ട്രെയിനിൽ പോയി. പിന്നീട് ഞാനും അവിടെ എത്തിച്ചേർന്നു. സ്വാമീസ് ലോഡ്ജിൽ കാര്യാട്ടുണ്ട്. അവിടെ താമസിക്കുന്ന സത്യൻ എന്ന അതുല്യനടനുമായി പരിചയപ്പെട്ടു. അദ്ദേഹത്തോടൊപ്പം നഗരം ചുറ്റും. ഹോട്ടലുകളിൽ പോകും; ജോളിമയം.

ഞാൻ കുറച്ചുദിവസം അവിടെ തങ്ങി, പിന്നെ നാട്ടിലേക്കു തിരിച്ചു.

കാര്യാട്ട് ദ്രുതഗതിയിൽ കാര്യങ്ങൾ മുന്നോട്ട് കൊണ്ടുപോവുകയായിരുന്നു.

തിരിച്ച് തൃശ്ശൂരെത്തി റെസ്റ്റ്ഹൗസിലിരുന്ന് തുടർനടപടികൾക്കായി, ശ്രമം. സഹായത്തിന് പി.എ.ബക്കർ, എ.സി.സാബു എന്നിവരും ഉണ്ടായിരുന്നു. എസ്സെൽപുരത്തിനെ വരുത്തി സ്ക്രിപ്റ്റ് എഴുതിച്ചു. രാമവർമ്മ പാട്ടെഴുതി.

മാർക്കസ് ബാർട്ട്ലി എന്ന ജർമൻ ക്യാമറാമാന് ലൊക്കേഷനുകൾ കാണണംപോലും! അദ്ദേഹത്തോടൊപ്പം ഞാനും കാര്യാട്ടുംകൂടി ചാവക്കാടും ചേറ്റുവ മുതൽ കൊടുങ്ങല്ലൂർ വരെയുമുള്ള കടപ്പുറം മുഴുവനും യാത്ര ചെയ്തു. കാൽനടയും നല്ലപോലെ വേണ്ടി വന്നു. ബാർട്ലി വളരെ ഹാപ്പി മൂഡിലായിരുന്നു.

റെസ്റ്റ്ഹൗസിലിരുന്ന് ആർട്ടിസ്റ്റുകളെ ഏതാണ്ട് കാസ്റ്റ് ചെയ്തു. പ്രൊഡ്യൂസർ ബാബു ഇടയ്ക്കൊക്കെ ബ്രീഫ്കെയ്സിൽ നിറയെ നോട്ടുകെട്ടുകളുമായി ഫിയറ്റ് കാറിൽ തൃശ്ശൂർക്ക് വരുമായിരുന്നു. ഷിഹാബും കൂടെ കാണും.

വലപ്പാട് ഭാഗത്ത് ഒരു ഷെഡ്യൂൾ ഷൂട്ടിങ് തീരുമാനിച്ചു. വർഷങ്ങളായി കടൽത്തീരത്ത് താമസിച്ചുവരുന്ന ചില കുടുംബങ്ങളെ കുറച്ചു കാലത്തേക്ക് മാറ്റിപ്പാർപ്പിക്കയായിരുന്നു, ഒറിജിനാലിറ്റിക്കായി, അവരുടെ അതേ കുടിലുകൾ തന്നെ ചിത്രീകരിക്കാൻ. ആ അവസരങ്ങളിലൊക്കെ അവിടെ ഉള്ളവർക്കെല്ലാം വിഭവസമൃദ്ധമായ ഭക്ഷണം ഫ്രീ ആയിത്തന്നെ നൽകിയിരുന്നു. പ്രൊഡ്യൂസർ, ഡയറക്ടർക്ക് ഫുൾ ഫ്രീഡം ആണ് അനുവദിച്ചിരുന്നത്.

ഒരു ദിവസം പെരുവല്ലൂരു നിന്ന് എന്തോ പ്രത്യേക തോന്നൽമൂലം തൃശ്ശൂർക്ക് വന്നതാണ് ഞാൻ. "ഒരു പ്രത്യേക ദർശനം" സാധിക്കാനായി വടക്കുംനാഥദർശനം ലക്ഷ്യമായിരുന്നു. എന്നാൽ, ഒന്ന് റെസ്റ്റ് ഹൗസ് വരെ പോയാലോ എന്ന് കരുതി അങ്ങോട്ട് വിട്ടു. പ്രത്യേകിച്ച് കാരണമൊന്നുമില്ല. വെറുതെ.

റെസ്റ്റ്ഹൗസിലെ ബോയ് പറഞ്ഞു:-

"കാര്യാട്ട് സാറ് അന്വേഷിക്കുന്നുണ്ടായിരുന്നു. ഇപ്പൊ വന്നത് ഏതായാലും നന്നായി, മോളിലുണ്ട്."

ഞാൻ നേരെ റൂമിലേക്ക് ചെന്നപ്പോൾ കാര്യാട്ട് ശ്രദ്ധാപൂർവം 'ചെമ്മീനി'ന്റെ സ്ക്രിപ്റ്റ് വായിച്ചിരിക്കയാണ്. വേറെ ആരും ഇല്ല അവിടെ.

"ഉണ്ണി എവിടെപ്പോയിരിക്ക്യാ? കാണാനും കൂടിയില്ലല്ലോ" കാര്യാട്ട് ഒരരപരിഭവസ്വരത്തിലാണ് പറയുന്നത്.

വീട്ടിലെ പ്രശ്നങ്ങളും സ്വന്തം പ്രണയവിശേഷങ്ങളും അതിന്റെ നൂലാമാലകളും എല്ലാം ഞാൻ വിശദീകരിച്ചു.

അപ്പോഴേക്കും ചായ എത്തി. ചായ കുടിച്ച് കാര്യാട്ട് പറഞ്ഞു: 'ഉണ്ണി ഇന്നിനി എങ്ങും പോകേണ്ട. ഷൂട്ടിങ്ങിനു പോകാം നമുക്ക്. നമ്മൾ മുമ്പ്പോയി കണ്ടസ്ഥലം തന്നെയാണ്. ശരി, പോവാം?'

അങ്ങനെ ഞങ്ങൾ രണ്ടുപേരും കാറിൽ വലപ്പാട് ഭാഗത്തേയ്ക്ക് യാത്രയായി. അവിടെ കടൽത്തീരത്താണ് ലൊക്കേഷൻ.

ചെമ്പൻകുഞ്ഞിന്റെ കുടിലിനുള്ളിൽ ശാന്താ പി നായരുണ്ട്, ലതയുണ്ട്. കാര്യാട്ടും ഞാനും അവരോടൊപ്പം പുട്ടും കടലയും ചായയും കഴിച്ചു.

വേറൊരു ഭാഗത്തുനിന്ന് അപ്പോഴേയ്ക്കും ഷീല മെയ്ക്കപ്പോടെ വന്നു. ഷീലയെ കറുത്തമ്മയാക്കി മാറ്റിയ വേഷവിധാനം കാര്യാട്ടിന് ഒട്ടും പിടിച്ചില്ല. അസിസ്റ്റന്റ് സാബുവിനെ ഉറക്കെ വിളിച്ച് കാര്യാട്ട് ചീത്തയോട് ചീത്ത. എന്നിട്ട് ആ ബ്ലൗസ് ഉടനെ മാറ്റിത്തുന്നിക്കാൻ പറഞ്ഞു. മാറിടം കൂർത്തുനിന്ന് സെക്സി ആയ സ്ഥിരം രീതിയിലായിരുന്നു വേഷം. ടെയ്‌ലറും മെഷീനും ഒക്കെ അവിടെത്തന്നെ ഏർപ്പാടാക്കിയിരുന്നതിനാൽ മാറ്റിത്തുന്നലിന്നൊന്നും ഒരു ബുദ്ധിമുട്ടും കണ്ടില്ല!

പുതിയവ തുന്നി തയ്യാറാക്കിയിട്ടേ ആ ഭാഗം ഷൂട്ടിങ് ആരംഭിച്ചുള്ളു.

ഞാൻ ഇതുകണ്ട് അന്ധാളിച്ചുപോയി. കാര്യാട്ടിന്റെ മാന്യത എനിക്ക് നേരിൽ ബോധ്യപ്പെട്ടു. കൂട്ടുകാരുടെ ഒപ്പം പാട്ടുംപാടി രസിച്ച് ലേശം ലൂസായ മട്ടിലൊക്കെ പെരുമാറാൻ മടിയില്ലാത്ത കാര്യാട്ടിനെയല്ല, അവിടെ കണ്ടത്. തന്റെ സൃഷ്ടിയിൽ സത്യസന്ധതയും മാന്യതയും ഗൗരവവും നൂറ്ശതമാനവും പാലിക്കാൻ കമ്മിറ്റഡ് ആയ ഒരു കർമധീരനാണ് കാര്യാട്ട് എന്ന് എനിക്ക് മനസ്സിലാക്കാൻ കഴിഞ്ഞു, അന്ന്.

ഏതു സിനിമയുടേതായാലും ഷൂട്ടിങ് കാണുക ഒരു പരമബോറായ ഏർപ്പാടായിരിക്കും; അതിൽ ഭാഗഭാക്കാവാത്തവർക്ക് പ്രത്യേകിച്ചും. കുറെ കഴിഞ്ഞപ്പോൾ ഞാൻ തൃശ്ശൂർക്ക് തിരിച്ചു പോന്നു.

-സ്വന്തം ഇഷ്ടകാമുകിയുമായുള്ള പ്രണയബന്ധം അതിന്റെ പാരമ്യത്തിലെത്തിനിൽക്കുന്ന സമയമായിരുന്നു, എന്റേത്.

മറ്റൊരു സന്ദർഭം. നാട്ടിലുള്ള ഒന്നു രണ്ട് പരിചയക്കാർക്ക് ചെമ്മീൻ ഷൂട്ടിങ് കാണാൻ താത്പര്യം. അവരെയും കൂട്ടി ഒരു ദിവസം ഞാൻ വലപ്പാട് ലൊക്കേഷനിലേയ്ക്ക് പോവുകയുണ്ടായി.

അവിടെ തുറയിൽ അരയന്റെ ഭാഗമാണ് എടുത്തിരുന്നത് എന്നാണെന്റെ ഓർമ. യു. രാജഗോപാലാണ് ക്യാമറ ഓപ്പറേറ്റ് ചെയ്യുന്നത്. അസിസ്റ്റന്റ് എ.സി.സാബു ആ പഴയ പ്രഗത്ഭ നാടകനടന് വേണ്ട നിർദേശങ്ങൾ നൽകി. ഫീൽഡ് റെഡിയാക്കി. ലൈറ്റിങ്ങും കറക്ട്. കാര്യാട്ട് സ്റ്റാർട്ട് പറയുന്നു. ക്യാമറ ഓൺ.

ആദ്യ ടേക്ക് കഴിഞ്ഞു. രാജഗോപാലിന്റെ പിൻവശത്ത് ഞാനും എന്റെ ഫ്രണ്ട്സും. 'ആവൂ ടേക്ക് ഓ.കെ.യായി' എന്ന് ക്യാമറാമാൻ എന്നെ നോക്കി ആത്മഗതംപോലെ പറയുകയും ചെയ്തു.

അപ്പോഴാണ് കാര്യാട്ട് നേരിട്ട് ആ നടന്റെ അടുത്ത് ചെന്ന് എന്തൊക്കെയോ ചെവിയിൽ പതുക്കെ പറയുന്നു. എന്നിട്ട് ഒരു ടേക്ക്കൂടെ എടുക്കുകയായിരുന്നു. അതും ഓ.കെ. ക്യാമറാമാന് ആദ്യടേക്കിലെ തകരാറ് തീരെ പിടികിട്ടിയില്ല.

കൂട്ടുകാരെ ചിലർക്കൊക്കെ പരിചയപ്പെടുത്തി ഞങ്ങൾ മടങ്ങുകയും ചെയ്തു.

പിന്നീട് ആ രംഗത്തെപ്പറ്റി കാര്യാട്ടിനോട് ചോദിച്ചപ്പോൾ എനിക്കതു വിശദമാക്കിത്തന്നു. കാര്യം നിസ്സാരമാണ് എല്ലാവർക്കും. എന്നാൽ രാമു കാര്യാട്ടിന് അത് ഗൗരവമുള്ള ഒന്നായിരുന്നു.

നടൻ ഡയലോഗ് പറയുമ്പോൾ കുറച്ചുകൂടുതൽ കൈയും കലാശവും കാണിച്ചിരുന്നു. അത് വളരെ തന്മയത്വപൂർണവും ആയിരുന്നു. പക്ഷേ; കാര്യാട്ടിന്, വ്യക്തിപരമായി, നടന്മാർ excess ആയ ആംഗ്യങ്ങൾ കാണിക്കുന്നത് തീരെ ഇഷ്ടമുണ്ടായിരുന്നില്ല. അപ്പോൾ, അതാണ് കാരണം.

ആ നടൻ കാര്യാട്ടിന് വേണ്ടപ്പെട്ട ഒരാൾ. ധാരാളം നാടകപരിചയമുള്ളയാൾ. മാത്രവുമല്ല, 'ചെമ്മീനി'ന്റെ പ്രൊഡ്യൂസറെ ആദ്യമായി ചൂണ്ടിക്കാണിച്ചുതന്ന വ്യക്തിയും. ഞങ്ങളുടെയൊക്കെ പ്രിയപ്പെട്ട എഡ്ഡിമാഷ് ആയിരുന്നു, അത്. എത്ര വലിയവനോ ആയിക്കോട്ടെ, ഷൂട്ടിങ് വേളയിൽ രാമുകാര്യാട്ട് കടുകിടപോലും വിട്ടുവീഴ്ചയ്ക്ക് വഴങ്ങാത്ത കൂട്ടത്തിലാണെന്നതിന് ഒരു നല്ല ദൃഷ്ടാന്തമായി എനിക്ക് തോന്നി.

തൃശ്ശൂര് ചെമ്പൂക്കാവിൽ ഒരു ചെറിയ വീട് വാടകയ്ക്കെടുത്തിരുന്നു. അവിടെയാണ് "പെണ്ണാളേ പെണ്ണാളേ കരിമീൻ കണ്ണാളേ..." എന്ന പാട്ടിന്റെ റിഹേഴ്സൽ നടന്നിരുന്നത്. വളരെ ബുദ്ധിമുട്ടി ആവർത്തിച്ച്

പരിശീലിപ്പിച്ചതിൽ പിന്നെയാണ് ആ സീൻ മനോഹരമായി ചിത്രീകരിക്കാനായത്. ഞാനും ബക്കറും സാബുവുമൊക്കെ സ്ഥിരം പാടിനടക്കാറുള്ള പാട്ട് “മാനസമൈനേ വരൂ...” എന്നതായിരുന്നില്ല; “പെണ്ണാളേ പെണ്ണാളേ...” ആയിരുന്നു.

അതിനൊക്കെ മുമ്പ് ഞാൻ മദിരാശിയിൽ ഉള്ളപ്പോഴാണ്; മന്നാഡേ ഹോട്ടലിലുണ്ട്. കാര്യാട്ട് എന്നോട് “മാനസമൈനേ വരൂ...” എന്ന വരികളെഴുതിത്തന്ന് മന്നാഡെയെക്കൊണ്ട് ശരിയായ ഉച്ചാരണം ഒന്ന് ഒപ്പിച്ചെടുക്കാൻ ആവശ്യപ്പെടുകയുണ്ടായി.

ഒന്നു രണ്ടു മണിക്കൂർ ഞാൻ മന്നാഡെയോടൊപ്പം ചെലവഴിച്ചു. ഒരു രക്ഷയും കാണുന്നില്ല. അദ്ദേഹത്തിന് ‘ര’ ഉച്ചരിക്കാൻ വലിയ വിഷമം തോന്നി. ‘ര’ എന്ന് ഒറ്റയ്ക്ക് പറയും. എന്നാൽ മറ്റു വാക്കുകളോടൊപ്പം പാടുമ്പോൾ പ്രയാസം വരുന്നു. ഞാൻ കാര്യാട്ടിനോട് കാര്യം തുറന്ന് പറയുകയും ചെയ്തു.

എന്തോ ഭാഗ്യവശാൽ ആ പാട്ട് മന്നാഡേ പാടി ഹിറ്റാവുകയായിരുന്നു, പിന്നീട്! എന്തുകൊണ്ടാണ് മന്നാഡെയെത്തന്നെ സെലക്ട് ചെയ്തത് എന്ന് ചോദിച്ചപ്പോൾ കാര്യാട്ട് പറയുകയാണ്: “അങ്ങേരുടെ വോയ്സ് റെയ്ഞ്ച് അപാരമാണ്, അത് മറ്റാർക്കും ഇല്ല.” രാമുകാര്യാട്ടിന്റെ observation power ആണ് അത് സൂചിപ്പിക്കുന്നത്. അതുപോലെ ‘വളരെ അപ്പുറം’ കാണാനും അതനുസരിച്ച് പ്രവർത്തിക്കാനുമുള്ള സന്നദ്ധതയും.

അതിന് മറ്റൊരു ഉത്തമ ഉദാഹരണം ഓർമ വരുന്നു. ബോംബെയിൽ ലതാമങ്കേഷ്ക്കറുടെ ഡേറ്റ് കിട്ടിയിരിക്കുന്നു! അത് വലിയൊരത്ഭുതമാണ്. അവർക്ക് പാടാൻ പാകത്തിൽ ഒരു പാട്ടും വയലാർ എഴുതിയിട്ടുണ്ട്. ആവേശത്തോടെ ബോംബെയ്ക്ക് പുറപ്പെടുന്നതിനു തൊട്ടു മുമ്പായി ഒരു ‘മിന്നൽ തോന്നൽ’ ആണ് കാര്യാട്ടിന്. യേശുദാസിനെക്കൂടെ ഒപ്പം കൊണ്ടുപോയാലോ എന്ന്. അങ്ങനെ യേശുദാസും കൂടെ പോയി. അദ്ദേഹവും വളരെ ഉത്സാഹത്തിലായിരുന്നു.

എന്നാൽ ബോംബെയിൽവെച്ച് അവസാനനിമിഷത്തിൽ ലതാമങ്കേഷ്കർക്ക് എത്തിച്ചേരാൻ പറ്റാത്ത സാഹചര്യം പൊടുന്നനെ വന്നുചേർന്നു. എല്ലാവരും ഷോക്ക്ഡ് ആയി. രാമുകാര്യാട്ടല്ലേ ആള്. അങ്ങേര് എളുപ്പത്തിൽ പോംവഴി കണ്ടു. ആ പാട്ട് യേശുദാസിനെക്കൊണ്ടു പാടിച്ചു, അത്രതന്നെ.

“കടലിനക്കരെ പോണോരേ കാണാപ്പൊന്നിന് പോണോരേ...” എന്ന പാട്ടാണെന്നാണ് തോന്നുന്നത്. അതോ, “കാണാപ്പൂമീനിന് പോകണ തോണിക്കാരാ...” എന്ന പാട്ടോ, നല്ല ഓർമയില്ല.

ഇത് പറയാൻ കാരണം രാമുകാര്യാട്ടിന്റെ മാസികഘടനയിലെ ചില അപൂർവ പ്രത്യേകതകൾ സൂചിപ്പിക്കാൻ കൂടിയാണ്. അങ്ങേരുടെ ചില

ഇന്റ്യൂഷൻസ് അദ്ഭുതകരമാണ്. അപ്പുറം കാണാൻ അഥവാ, ഭാവി ഊഹിക്കാൻ ചില സന്ദർഭങ്ങളിൽ പ്രകടമാവുന്ന സിദ്ധി എന്ന് അതിനെ വേണമെങ്കിൽ നമുക്ക് വിശേഷിപ്പിക്കാം.

ഒരിക്കൽ തൃശ്ശൂര് 'രാമുകാര്യാട്ട് ഹോട്ടലിലുണ്ട്. ഒന്ന് പോയി പരിചയപ്പെടണം" എന്റെ ഒരു സുഹൃത്തിന്റെ ആവശ്യമാണ്. ശരി എന്ന് പറഞ്ഞ് ഞാൻ അയാളോടൊപ്പം കാര്യാട്ടിന്റെ മുറിയിലെത്തി അയാളെ പരിചയപ്പെടുത്തി.

ഞങ്ങൾ പെട്ടെന്ന് തിരിച്ചുപോരാനൊരുങ്ങുമ്പോൾ കാര്യാട്ട് ഒരേ ഒരു പിടി. "ഉണ്ണി ഇവിടെ ഇരി." എന്റെ ചങ്ങാതിയെ ഞാൻ ഒരു ടാക്സി വിളിപ്പിച്ച് അതിൽകയറ്റി പറഞ്ഞയ്ക്കുകയും ചെയ്തു. അയാൾ ഹാപ്പിയായിരുന്നുതാനും."

"ചെമ്മീൻ" എല്ലാ പണികളും പൂർത്തിയായി, ഇനി റിലീസ് ചെയ്യുകയേ വേണ്ടൂ എന്ന അവസ്ഥയിലാണ്. കാര്യാട്ട് വളരെ സന്തോഷത്തിലും ഉത്സാഹത്തള്ളലിലുമാണ്. നാടിന്റെ നാനാമൂലകളിൽ നിന്നും "ചെമ്മീൻ" എന്താ റിലീസ് ചെയ്യാത്തത് എന്ന ചോദ്യശരങ്ങൾ പാഞ്ഞുവന്നുതുടങ്ങിയിരുന്ന സമയം.

ഞാൻ ഉത്തമവിശ്വാസത്തോടെ കാര്യാട്ടിനോട് ചോദിച്ചു: 'നമുക്ക് ഈ പടത്തിന് ഇത്തവണ ഒരു വെള്ളിമെഡൽ ഉറപ്പാണെന്നൊരു തോന്നൽ, എനിക്ക്'.

വലതുകൈയിലെ തുളുമ്പുന്ന ഗ്ലാസ്സും ഉയർത്തിപ്പിടിച്ച് കാര്യാട്ടിന്റെ ഉച്ചത്തിലുള്ള പ്രവചനം ഇപ്പോഴും എന്റെ ചെവിയിൽ മുഴങ്ങുകയാണ്.

"ഉണ്ണീ എന്താ ഈ പറേണേ. നമ്മടെ "ചെമ്മീന്" സ്വർണമെഡൽ തന്നെ കിട്ടണം."

അത് കുറച്ച് അതിരു കടന്ന മോഹമാണെന്ന് എനിക്ക് ആ നിമിഷം തോന്നിയെങ്കിലും, കാര്യാട്ടിന്റെ മുഖഭാവവും മറ്റും കണ്ടപ്പോൾ, എന്തുകൊണ്ട് സ്വർണമെഡൽ കിട്ടിക്കൂടാ എന്ന് എന്റെ മനസ്സും മന്ത്രിക്കുന്നുണ്ടായിരുന്നു.

അന്തിമഫലം എന്തായി ഭവിച്ചു? രാമുകാര്യാട്ടിന്റെ ലേശം അതിരുകടന്നതെങ്കിലും കനമുള്ള ആത്മവിശ്വാസം, ഒരു വൻവിജയം കൈവരിക്കുകയായിരുന്നല്ലോ!

സാധാരണക്കാരിൽനിന്നും പാടെ വിഭിന്നമായ ചില ക്വാളിറ്റീസ്. ചില വിശേഷമൂല്യങ്ങൾ ആ വലിയ മനുഷ്യന് ഒരു സിദ്ധിയായി, ഒരു വരപ്രസാദമായി ലഭിച്ചിട്ടുണ്ട് എന്നതാണ് പരമാർഥം.

മറ്റൊരു പഴയ ഓർമ: 'ചെമ്മീൻ' പ്രവർത്തനം തുടങ്ങിയ കാലത്ത് മധു തൃശ്ശൂരിൽ വരുമ്പോൾ ഞങ്ങൾ തമ്മിൽ കണ്ടുമുട്ടാറുണ്ട്. ഒരു സന്ദർഭം:-

“ഉണ്ണീ, പിന്നെ എവിടംവരെയായി നിങ്ങടെ ചെമ്മീൻ?” മധുവിന്റെ അന്വേഷണമാണ്.

“സാമ്പത്തികം ഭദ്രമല്ലെ. പിന്നെ എന്ത് പ്രശ്നാ?” എന്ന് ഞാൻ.

മധുവിന്റെ ധാരണ (മറ്റ് പലരുടെയുംപോലെതന്നെ) ‘ചെമ്മീനി’ൽ പരീക്കുട്ടിയായി പ്രേംനസീറാവും എന്നായിരുന്നു.

ഞാൻ മധുവിനോട് ആ റോളിന്റെ കാര്യം രഹസ്യമായി സൂചിപ്പിച്ചു. മധുവിന്റെ പ്രതികരണം, അപ്പോഴത്തെ മുഖഭാവം, ഞാനിന്നും ഓർക്കുന്നു.

തൃശ്ശൂർ സെൻട്രൽ ഹോട്ടൽ ആണ് സ്ഥലം. ഞാൻ ഒരു ടാക്സി കാർ വരുത്തി അപ്പോൾതന്നെ അതിൽപോയി റൗണ്ടിലെ സ്ട്രീറ്റിൽ നിന്നും ഒന്നരയോ രണ്ടരയോ ഉറുപ്പിക കൊടുത്ത് പച്ചക്കവറുള്ള ഒരു ‘ചെമ്മീൻ’ ചീപ്പ് എഡിഷൻ ബുക്ക് വാങ്ങിക്കൊണ്ട് വന്ന് മധുവിന് കൊടുക്കുകയുണ്ടായി. എന്നെക്കാൾ പ്രായക്കൂടുതലുള്ള അദ്ദേഹത്തിന് ഇതൊക്കെ ഇപ്പോൾ ഓർമയുണ്ടോ ആവോ?

എൺപതുകളിൽ ദുബായിൽ നിന്ന് ലീവിൽ വന്ന് നാഗർകോവിലിൽ ഒരു ചെക്ക് അപ്പ് കഴിഞ്ഞ്, ഉഷയുടെ അനിയൻ ദാസനോടൊപ്പം തിരുവനന്തപുരത്ത് മധുവിന്റെ വീട്ടിൽവെച്ച് നല്ല ഒന്നാംതരം ഒരു സദ്യ കഴിച്ച് പിരിഞ്ഞതാണ്. പിന്നെ ഞങ്ങൾ തമ്മിൽ കണ്ടിട്ടില്ല. അതിന് പറ്റിയ ഒരവസരം വന്നുചേർന്നില്ല എന്നുമാത്രം.

‘ചെമ്മീൻ’ ഷൂട്ടിങ് ഭാരമേറിയ ഒരു പദ്ധതി തന്നെ ആയിരുന്നു. ആർത്തിരമ്പുന്ന അറബിക്കടലിന്നകലത്തിലേക്ക് ക്യാമറയും സംഘവുമായിപ്പോയ സാഹസം. സത്യൻ എന്ന അതുല്യ നടൻ ഡ്യൂപ്പിനെ ഇടാനൊന്നും മിനക്കെടാതെ സ്വയം റിസ്ക് എടുത്തു കടലിൽ അഭിനയിച്ചത്. മിക്കവാറും എല്ലാ ഷൂട്ടിങ്ങിനുമെന്നപോലെതന്നെ, ആർട്ടിസ്റ്റ്മാരുടെ ഈഗോ പ്രശ്നങ്ങൾമൂലം വന്നു ചേരുന്ന പിണക്കങ്ങളും നിസ്സഹകരണവും ഷൂട്ടിങ് നീളലും അങ്ങനെ അനേകം തലവേദനകൾ....

എന്നാൽ രാമുകാര്യാട്ട് സിനിമാലോകം കണ്ടതിൽവെച്ച് ഏറ്റവും മികച്ച ഒരു കോ-ഓർഡിനേറ്റർ ആയതിനാൽ, രമ്യതയോടെ ഒത്തുതീർപ്പുകൾ നടത്തി എല്ലാവരെയും ഒത്തിണക്കി, പദ്ധതിക്ക് ഒരു വിജയകരമായ പര്യവസാനം കൈവരിക്കാനായി. പടത്തിന്റെ വിജയത്തിനും ഇതൊരു മുഖ്യ ഘടകമായിരുന്നു എന്നത് വിസ്മരിച്ചുകൂടാ.

ഇടക്കാലത്ത് എന്റെ അച്ഛൻ അസുഖമായി കിടപ്പായതിനാൽ ഞാൻ അധികവും വീടു വിട്ട് പുറത്തേയ്ക്ക് പോകാറില്ലായിരുന്നു.

കാര്യാട്ട് മദ്രാസിലും ബോംബെയിലുമായി പണികളിൽ വ്യാപൃതനായിരുന്നു. നാട്ടിൽ വരുമ്പോഴൊക്കെ കാണാറുണ്ട്.

ഇതിനിടയിൽ അച്ഛൻ മരിച്ചു. ഞാൻ ഡിഗ്രി കഴിഞ്ഞ് എറണാകുളത്ത് ലോകോളേജിലും ചേർന്നു. (കൂടെ പഠിച്ചവർ ജഡ്ജിമാരും

മുഖ്യമന്ത്രിപോലും ആയി!) അധികമാരും അറിയാതെ ഒരു പ്രേമവിവാഹവും ശുഭപര്യവസായിയായി കലാശിക്കുകയുണ്ടായി.

എന്നെതിരഞ്ഞ് കാര്യാട്ട് ലോകോളേജിലേയ്ക്ക് ഒരു ദൂതനെ വിട്ടു. ഉടൻതന്നെ ഞാൻ ഹോട്ടലിൽ പോയി കണ്ടപ്പോൾ കാര്യാട്ട് സന്തോഷപൂർവം സ്വീകരിക്കയുണ്ടായി.

'ഉണ്ണീ ഇന്ന് 'ശ്രീധറി'ൽ നമ്മൾ മൂന്ന് പേരും മാത്രം 'ചെമ്മീൻ' ആദ്യമായി ഇട്ട് കാണാൻ പോവുന്നു." മൂന്ന് പേരെന്ന് ഉദ്ദേശിച്ചത്, കാര്യാട്ടും ബാബുവും ഞാനും.

പടം കണ്ട് തരിച്ചിരുന്നുപോയി. ജീവിതത്തിൽ ഇത്ര ഗംഭീരമായൊരു പടം കണ്ടിട്ടില്ല എന്ന് തോന്നി. അതിനുശേഷം ചെറിയതോതിൽ ആഘോഷവും നടത്തി, കാര്യാട്ട് തൃശ്ശൂർക്ക് തിരിച്ചുപോയി.

ഉറച്ച ആത്മവിശ്വാസവും സ്ഥിരോത്സാഹവും മുറുകെപ്പിടിച്ച് കൂസലെന്യേ മുന്നേറിയതിന്റെ മധുരഫലമായിരുന്നു, 'ചെമ്മീൻ'; സുവ്യക്തമാണത്.

നീണ്ട കലാലയജീവിതകാലത്തിനിടയിൽ എനിക്ക് എന്നുമെന്നും ഓർത്ത് ഓമനിക്കാൻ പോന്ന ഓർമകളായിരുന്നു, രാമുകാര്യാട്ടുമായുള്ള ഉറ്റ സുഹൃദ്ബന്ധം സമ്മാനിച്ചത്.

പത്മരാജന്റെ തൃശൂർക്കാലം

ചുരുങ്ങിയ കാലത്തെ ചങ്ങാത്ത ജീവിതത്തിലെ വിഭിന്നാനുഭവങ്ങളിൽ പ്രകടമായിരുന്ന 'പത്മരാജന്റെ ഭാവപ്രതികരണങ്ങൾ' എന്തൊക്കെ ആയിരുന്നു?

ഈ ചോദ്യത്തിനൊരു മറുപടി, സ്വാഭാവികമായും സങ്കീർണമാവേണ്ടതാണ്. എങ്കിൽ തെറ്റി. എളുപ്പത്തിൽ, ഇടംവലം നോക്കാതെ അതിന് ലളിതമായ ഒരു ഉത്തരം നൽകാൻ എനിക്ക് നിമിഷങ്ങൾ മതി!

'ഭാവമാണെങ്കിൽ കറകളഞ്ഞ സ്നേഹം; പ്രതികരണങ്ങളാകട്ടെ ഉള്ളുതുറന്ന പൊട്ടിച്ചിരികളും'.

എന്തായിരിക്കാം പത്മരാജനിൽ ഞാൻ ദർശിച്ച പ്രത്യേകത? എണ്ണ ക്കൂടുതലുള്ള പരേതരും വിരലിലെണ്ണാവുന്ന ഇപ്പോഴുള്ളവരുമായ സ്നേഹിതർ. അവർ എല്ലാവരും എന്നെ അങ്ങേയറ്റം സ്നേഹിച്ചിരുന്നു. ശാസിച്ചിരുന്നു. ഉപദേശിച്ചിരുന്നു!

എന്നാൽ, പത്മരാജനാകട്ടെ സ്വന്തം ഉള്ളം കവിയുമാറ് ഉറ്റസുഹൃ ത്തിനെ ഉൾക്കൊള്ളുകയായിരുന്നു. ഒരിക്കലും ശാസിച്ചിട്ടില്ല, ഉപദേശി ച്ചിട്ടില്ല. അങ്ങ് totally accept ചെയ്യുകയായിരുന്നു. അവസാനം, നിർത്താതെ ചിരിച്ചുകൊണ്ട് ചൂണ്ടുവിരൽ നീട്ടി ഒരു പെരുവഴിയിലേക്ക് വെളിച്ചം വീശുകയാണ് ചെയ്തത്.

തെളിഞ്ഞ സ്നേഹമായിരുന്നു, ആ 'ഭാവം'. ഫലിതങ്ങൾ നുണയു മ്പോഴും, സാഫല്യപ്രാപ്തി മുൻകൂറായി കണ്ട ആഹ്ലാദത്തിന്റെ തുടരെ ത്തുടരെ ഉണ്ടായ പൊട്ടിച്ചിരികളായിരുന്നു, 'പ്രതികരണങ്ങൾ'.

പ്രണയത്തിന്റെ രാജൻ തികഞ്ഞ ഫലിതാസ്വാദകൻ കൂടിയായി രുന്നു. അധികമാരും അതറിഞ്ഞു കാണില്ല. ഉറ്റതോഴന്റെ അപ്രവചനീ യങ്ങളായ പെരുമാറ്റവിശേഷങ്ങളിലും പരസ്പരവിരുദ്ധങ്ങളായ അസ്വാ ഭാവികരീതികളിലും ഫലിതങ്ങൾ ആസ്വദിച്ച് പൊട്ടിച്ചിരിച്ചിരുന്ന പത്മ രാജനെ എനിക്കറിയാം.

സുഹൃദ്സദസ്സുകളിൽ ഏറെനേരം മൗനം പാലിച്ച ധ്യാനത്തിന്റെ

പരിസമാപ്തി പലപ്പോഴും വികസിച്ച് വിടർന്നുവീഴുന്ന ഒരു വലിയ പൊട്ടിച്ചിരി ആയിരിക്കും.

ഇപ്പോൾ ജീവിതസായാഹ്നത്തിലൂടെ അടിവെച്ച് അങ്ങനെ നിരങ്ങിനീങ്ങുമ്പോൾ ഓർമകൾക്ക്, നേരിയ മൂടൽമഞ്ഞിന്റെ ഒരാവരണം. എങ്കിലും ജീവൻ തുടിച്ചുതുള്ളുന്ന ആ ദൂരക്കാഴ്ച നുണയുമ്പോൾ, സുഖകരമായ ഒരാലസ്യമാണ്.

അഹങ്കാരപൂർവം ആർജിച്ച ലൗകിക സത്തുക്കൾ ക്രമേണ കുറഞ്ഞുവരുന്നതിനൊപ്പംതന്നെ, വെള്ളിമുത്തുകൾപോലെ ഉള്ളിൽ ഒളിച്ചുവെച്ച് ലാളിച്ചിരുന്ന വാക്കുകളുടെ ശേഷി ശോഷിച്ചുവരികയാണോ?

മുളവന്ന് ഉയർന്നുവരുന്ന ആശയങ്ങൾ വെളിപ്പെടുത്താൻ ഞെരുങ്ങവെ, ഉചിതമായ വാക്കുകൾ വഴങ്ങാതെ കുഴഞ്ഞു പോയി പിഴവുകൾ പിണയുന്നത് പക്ഷേ ഞാനറിയുന്നുണ്ട്. സ്നേഹപൂർവം ക്ഷമിക്കുമല്ലോ.

മക്കളുടെ വേർപാടിനുശേഷം ഉഷയോടൊപ്പം ഇക്കഴിഞ്ഞ ഇരുപതിൽപരം വർഷങ്ങളുടെ പടവുകൾ താണ്ടി നേടിയ ആത്മീയ അറിവുകളത്രയും ആവർത്തിച്ച് അരിച്ച് ഊറ്റി സാരാംശം സ്വായത്തമാക്കാനായതുകൊണ്ടുകൂടിയാവാം, ഞങ്ങൾ ഇപ്പോൾ സന്തുഷ്ടരാണ്, സംതൃപ്തരും.

കൃതജ്ഞതാപൂർവം ഓർക്കുന്ന, കാരണഭൂതരായ മഹത്തുക്കളുടെ പട്ടികയ്ക്ക് നീളമേറും. എങ്കിലും എടുത്തുപറയേണ്ട ഏതാനും പേരുകൾക്കുമുന്നിൽ ആദരവോടെ നമിക്കാതെ വയ്യ.

രമണമഹർഷിയും ഓഷോരജനീഷും പിന്നെ ഈയിടെ പിരിഞ്ഞുപോയ പ്രിയപ്പെട്ട പ്രൊഫസ്സർ ജി.ബാലകൃഷ്ണൻ നായരും. ഇന്നും ജീവിച്ചിരിക്കുന്ന എക്ഹാർട്ട്ടോളി എന്ന ജർമൻ ജ്ഞാനിയുടെ കാന്തവലയമാകട്ടെ, അപാരം എന്നേ പറയാനാവൂ.

ആദ്യത്തെ കണ്ടുമുട്ടലോടെ....

മൂന്നോ നാലോ കാര്യങ്ങൾ ശരിയാക്കിയെടുക്കാനായി തൃശ്ശൂരിലെത്തിയതായിരുന്നു, ഞാൻ. വാടകസൈക്കിളുമെടുത്ത് എം.ജി. റോഡിലൂടെ പോവുമ്പോൾ പെട്ടെന്നാണ്, വർഗീസിനെ ഒന്ന് കണ്ടാലോ എന്ന് തോന്നി. പിന്നെ നേരേ സിലോൺ ലോഡ്ജിലെ വർഗീസിന്റെ മുറിയിലേക്ക്.

ബി.എ.പരീക്ഷയുടെ ഒരു പേപ്പർ എഴുതാനുള്ള തയ്യാറെടുപ്പിലാണ് പുള്ളിക്കാരൻ. മുറി അടച്ചിടുന്ന പതിവ് മുമ്പുമില്ല ഇഷ്ടന്. ബോംബെയിൽ നിന്നിറങ്ങുന്ന ബ്ലിറ്റ്സ് പത്രം നിവർത്തി എനിക്ക് പരിചയമില്ലാത്ത ഒരാളുമായി അവിടെ ചൂടുപിടിച്ച ചർച്ചയിലാണ്.

എന്നെ കണ്ടപാടേ ചർച്ച നിർത്തി. ഒരു മൺകൂജയിൽനിന്നും തൊണ്ട യിലേയ്ക്ക് നേരെ വെള്ളം ഇറക്കവെ എന്റെ ബനിയനടിയിലിരുന്ന കായം കമ്പനിക്കാരുടെ കാലിതുണിസഞ്ചി നനഞ്ഞു. ഞാനത് മേശപ്പുറത്തേക്ക് എറിഞ്ഞു.

'ഇത് ഉണ്ണിമാൻ' വർഗീസ് എന്നെ പരിചയപ്പെടുത്തി. വെളുത്തു മെലിഞ്ഞ് ചുരുണ്ട് സമൃദ്ധമായ മുടിയുള്ള സുന്ദരനായ ചെറുപ്പം വിടാത്ത അയാൾ ആ നനഞ്ഞ സഞ്ചി നോക്കി ചിരിയടക്കാൻ ശ്രമിച്ചു. 'ഉണ്ണിമാൻ, ഇയ്യാള്, റേഡിയോ സ്റ്റേഷനിലാണ് ജോലി, പത്മരാജൻ.'

ഞാൻ അലസനായി വെറുതെ ഒരു ഹലൊ പറഞ്ഞു. നടപ്പിലാ ക്കേണ്ട മറ്റുപദ്ധതികളായിരുന്നു മനസ്സിലാകെ.

'പിന്നെ എന്താ പരിപാടി?' വർഗീസ്. "പോലീസ് സ്റ്റേഷനിൽ ഒന്ന് പോണം; ഇൻസ്പെക്ടറെക്കൊണ്ട് ഒരു കാര്യമുണ്ട്. കുറച്ച് പച്ചക്കറിയും വാങ്ങണം. ഞാൻ ഉടനെ പോകും പെരുവല്ലൂർക്ക്'.

'അതെന്ത് ഏർപ്പാടാ. അത് ശരിയാവില്ല' വർഗീസ്. 'അതല്ല വർഗീസേ, ഇൻസ്പെക്ടർ എന്റെ ഫ്രണ്ടാണ്. അയാളെ കാക്കി യൂണി ഫോമിൽതന്നെ പൊക്കി ഗുരുവായൂർക്ക് കൊണ്ടുപോയി, എടത്തടിച്ചു നിൽക്കുന്ന ആ കുടിയാനെ ഒന്ന് കിടുകിടെ വിറപ്പിക്കണം. താഴെ ഗെയ്റ്റിൽ സൈക്കിളുണ്ട്. അത് കൊണ്ടുപോയി ഏൽപ്പിക്കണം താൻ. ഞാൻ ടാക്സി പിടിച്ച് പോവും സ്റ്റേഷനിലേയ്ക്ക്.'

എന്റെ വിശദീകരണം തള്ളിക്കളഞ്ഞ് 'ഇന്നിനി എവിടെയും പോകേണ്ട' എന്നായി വർഗീസ്.

നേരത്തെ അടക്കിനിർത്തിയ ചിരി burst ചെയ്ത് ആ ചെറുപ്പക്കാരൻ പയ്യൻ എന്നെ ഉറ്റുനോക്കിക്കൊണ്ടിരുന്നു. ഞാൻ അയാളെ നോക്കി സൗമ്യനായി ചോദിച്ചു: 'എന്താ പേര്?' 'പത്മരാജൻ' എന്ന് ഉത്തരം തന്ന് വീണ്ടും ധൈര്യമായിത്തന്നെ ചിരിക്കാൻ തുടങ്ങി അയാൾ.

എന്തിനാണ് ഇയാൾ ഇങ്ങനെ ചിരിക്കുന്നതെന്ന് എനിക്ക് എത്ര ഓർത്തിട്ടും ഒരു പിടിയും കിട്ടിയില്ല. മേശപ്പുറത്ത് കണ്ട 'ചാർമിനാർ' സിഗരറ്റ് പാക്കറ്റിൽ നിന്ന് ഒരെണ്ണം എടുത്ത് ഞാൻ പത്മരാജന് നീട്ടി.

'സോറി, ഞാൻ സ്മോക്ക് ചെയ്യില്ല.'

'അത് സാരമില്ല. നമുക്ക് ആ ആർട്ട് പെട്ടെന്ന് പഠിക്കാലോ' എന്നായി ഞാൻ.

തുടർന്ന് ഞങ്ങൾ ഷെയ്ക്ക്ഹാൻഡ് ചെയ്ത് എളുപ്പത്തിൽ യോജിച്ചു പോവുകയായിരുന്നു. മുറിയിലെ അന്തരീക്ഷം കൂടുതൽ സജീവമായി വരുകയാണ്.

ആദ്യകൂടിക്കാഴ്ചയിലെ ആ യുവസുഹൃത്തിന്റെ പൊട്ടിച്ചിരിയുടെ പൊരുൾ അന്നൊന്നും മനസ്സിലാക്കാനായില്ല. കാലം, പിന്നീട് അതിന്റെ അകപ്പൊരുൾ എന്നെ പഠിപ്പിച്ചു എന്നതാണ് സത്യം.

പത്മരാജനൊക്കെ വർക്കി എന്ന് വിളിക്കുന്ന വർഗീസിന്റെ സാന്നിധ്യത്തിൽ നിമിഷങ്ങൾക്കകം ഞങ്ങളിരുവരും ഒരു ഉറച്ചബന്ധത്തിന് അടിത്തറ ഒരുക്കി.

ഇപ്പോൾ അമ്പതിലുമേറെ കൊല്ലങ്ങൾ കഴിഞ്ഞു കാണും. ആ സത്യം അല്പംപോലും മങ്ങാതെ പ്രകാശിച്ച് തിളങ്ങുന്നു, ഇന്നും.

നിനച്ചിരിക്കാതെ കർമങ്ങൾ; നിയോഗങ്ങൾ.

പെരുവല്ലൂരു നിന്ന് തൃശ്ശൂർ ടൗണിലെത്തുമ്പോഴൊക്കെ മിക്കവാറും പത്മരാജനെ കാണാറുണ്ട്. വർഗീസ് പരീക്ഷ എഴുതി മടങ്ങിപ്പോയിരുന്നു. ആയിടെ ലോഡ്ജിലെ ഡബ്ബിൾറൂമിൽ പുതിയൊരു ഫ്രണ്ടിനെ പത്മരാജൻ പരിചയപ്പെടുത്തി. സുമുഖനായ യുവാവ്, ധനികൻ. വീട്ടിൽ നിന്നും ഇടയ്ക്കൊക്കെ മാറി ലോഡ്ജിൽ കുറച്ചുനാൾ താമസിച്ച് മടങ്ങുന്ന പതിവുകാരൻ.

അവിടെ അയാൾ ഫ്ളൂട്ട് വായിക്കാൻ പഠിക്കുന്നുണ്ട്. എന്നും ഒരു മാഷ് വരും സംഗീതാഭ്യസനത്തിന്. ഒരു ദിവസം ഞാനും പത്മരാജനും ആ മുറിയിൽ ഇരിക്കുന്ന ഫ്ളൂട്ട് കണ്ടു. പത്മരാജൻ വെറുതെ അതെടുത്ത് ഊതിനോക്കി നിരാശനായി ടീപ്പോയിന്മേൽ വെച്ചു. ഞാൻ തന്ത്രപൂർവം ആ ഓടക്കുഴലെടുത്ത് ആദ്യം തപ്പിത്തടഞ്ഞ് ഒരു വായന. പത്മരാജൻ പരിഹസിക്കാൻ തുടങ്ങവേ ഞാൻ ആ കുഴലിൽ "വെള്ളാരം കുന്നിലേ പൊന്മുളം കാട്ടിലേ പുല്ലാങ്കുഴലൂതും കാറ്റേവാ...." എന്ന പാട്ട് നന്നായി പാടുന്നു. പരിഹാസം പതുക്കെ ആദരവിന് വഴിമാറി എന്ന് പറയാം. ഏതാനും പാട്ടുകളൊക്കെ ഫ്ളൂട്ടിലും ബുൾബുളിലും വയലിനിലുമൊക്കെ പാടാൻ എനിക്ക് കഴിയുമെന്ന കാര്യം പത്മരാജനെ അദ്ഭുതപ്പെടുത്തി. എന്റെ പുറത്തു തട്ടി പൊട്ടിച്ചിരിച്ചുകൊണ്ട് പത്മരാജൻ "സമ്മതിച്ചിരിക്കുന്നു ഞാൻ" എന്ന് അഭിനന്ദിച്ചു.

ആ ധനികയുവാവ് എന്റെയും ഒരു സുഹൃത്താണെന്ന കാര്യം പത്മരാജന് ആദ്യമൊന്നും അറിയില്ലായിരുന്നു. അറിഞ്ഞപ്പോൾ വീണ്ടും ആ വെളുത്ത മുഖം തുടുത്തു നിന്നു.

അതിനിടയിൽ ഒരു ദിവസം വർഗീസ് അവിടെ എത്തിയപ്പോൾ ഞാൻ അവിടെ ആ അബ്കാരി യുവാവിനൊപ്പം ഉണ്ടായിരുന്നു. പത്മരാജന്റെ മുറിയിൽ ഞങ്ങൾ മൂന്ന് പേരും മാത്രം. മെലിഞ്ഞ ശരീരവും ചെറിയ മുഖവുമുള്ള വർഗീസ് തന്റെ മുഖത്തിന് ഒട്ടും തന്നെ യോജിക്കാത്ത ആ വലിയ കൊമ്പൻമീശ ഇടയ്ക്കിടെ പിരിച്ചു കൊണ്ടിരുന്നു. പലരും പുലർത്തി വരുന്ന പഴകിയ ഒരു ശീലം.

പത്മരാജൻ തിടുക്കത്തിൽ കുളിച്ച് ഡ്രസ്സ് ചെയ്ത് ഡ്യൂട്ടിക്കു പോയി. 'കട്ടൻ കാപ്പിയും' പരിപ്പുവടയും പഴമ്പുരാണവുമൊക്കെയായി നേരം അങ്ങനെ നീങ്ങിക്കൊണ്ടിരുന്നു. ഇതിനിടയിൽ വർഗീസ് പത്മരാജന്റെ കട്ടിലിൽ അവശരൂപത്തിൽ കിടപ്പായിക്കഴിഞ്ഞു. ബോധംകെട്ട കിടപ്പ്....

ഡ്യൂട്ടി കഴിഞ്ഞു ക്ഷീണിതനായി മുറിയിലെത്തിയ പത്മരാജൻ, മീശ അമ്പെ മാഞ്ഞു പോയ വർക്കിയുടെ മുഖം കണ്ട് ആർത്ത് പൊട്ടിച്ചിരിക്കാൻ തുടങ്ങി. പിന്നീട് ചിരിയടങ്ങവേ വിവേകം വീണ്ടെടുത്ത് 'ഇത് വലിയ കടുംകൈ ആയിപ്പോയി' എന്ന് പറഞ്ഞു. പത്മരാജന്റെയും എന്റെയും ഒരു പുതിയ അനുഭവമായിരുന്നു, ഈ സംഭവം. തൃശൂരിലെ വരാനിരിക്കുന്ന സംഭവപരമ്പരകളിൽ കേവലം ഒരാരംഭം മാത്രമായിരുന്നല്ലോ അത്. പത്മരാജന്റെ ഭാവനാകുതുകിയായ മനസ്സ് ഈ അനുഭവങ്ങളെ അപ്പാടെ ഒപ്പിയെടുത്ത് അടപ്പിട്ട് ഭദ്രമാക്കി തന്റെ കരുതൽ നിധി കനപ്പിച്ചു കൊണ്ടേയിരുന്നു.

ഞങ്ങളുടെയൊക്കെ പ്രായം കേവലം ഇരുപതുകളിലാണെന്നോർക്കണം. കലാലയജീവിതം കലാശിച്ച ഉടനെയുള്ള ചുടുചോരത്തിളപ്പിന്റെ യുഗം.

ഒരിക്കൽ പ്രിയസുഹൃത്ത് എൻ.മോഹനൻ ഔദ്യോഗികാവശ്യത്തിനായി തൃശൂരെത്തിയ സമയം എന്നെ നേരത്തെ അറിയിച്ചിരുന്നു. എന്നാൽ സമയത്തിന് രാമനിലയത്തിൽ എത്താൻ എനിക്ക് ഒത്തില്ല. അവസാനനിമിഷം റെയിൽവേ സ്റ്റേഷനിൽ തിരുവനന്തപുരത്തേയ്ക്ക് തിരിക്കാനൊരുങ്ങുമ്പോഴേയ്ക്കും ഞാൻ ടാക്സി പിടിച്ചു പോയിക്കണ്ടു. പത്മരാജനെയും ഒപ്പം കൂട്ടി.

കുശലങ്ങൾ കൈമാറിക്കൊണ്ടിരിക്കുമ്പോൾ പാവം പത്മരാജൻ ഒന്നും മിണ്ടാതെ ചുമ്മാ മിഴിച്ചു നോക്കി നിൽപായിരുന്നു. കംപാർട്ടുമെന്റിന്റെ ഉള്ളിലാണ് ഞങ്ങൾ. വണ്ടി പുറപ്പെടാറായി. ഇറങ്ങാൻ നേരത്ത് റേഡിയോ അനൗൺസർ പോസ്റ്റിന് ഒന്ന് ശ്രമിച്ചാലോ എന്ന് കരുതുന്നതായി ഞാൻ മോഹനനോട് പറയുന്നു.

എടുത്തടിച്ചപോലെ മോഹനൻ തടയിട്ട് പറഞ്ഞു. 'എന്തോന്ന് അനൗൺസറ്, ഒന്നും വേണ്ട. അതൊരു പന്ന ജോലിയാണ്?' അത് കേൾക്കുമ്പോൾ അനൗൺസർ ആയ പത്മരാജന്റെ വികാരം എന്തായിരുന്നിരിക്കണം? പിന്നെ ഒട്ടും വൈകാതെ ഉടനെ ഞാൻ പത്മരാജനെ മോഹനന് ഇൻട്രൊഡ്യൂസ് ചെയ്തു. 'ഇത് പത്മരാജൻ. ഇവിടെ റേഡിയോ അനൗൺസർ ആണ്.'

നിമിഷങ്ങൾ നീണ്ട ഒരു Awkward Silenceന് വിരാമമിട്ട് വണ്ടി നീങ്ങാൻ തുടങ്ങുന്നതോടെ മോഹനനോട് ഗുഡ്ബൈ പറഞ്ഞ് ഞങ്ങൾ തിരക്കിട്ട് പ്ലാറ്റ്ഫോമിലേക്ക് ചാടിയിറങ്ങി.

പ്ലാറ്റ്ഫോം ടിക്കറ്റൊന്നും എടുത്തിട്ടില്ല. ആ പതിവ് ഇല്ല തന്നെ. സ്റ്റേഷനിൽ ഉദ്യോഗസ്ഥരും പോർട്ടർമാരും ഒക്കെ പരിചയക്കാരായിരുന്നു. ടി.ടി.ആറിന്റെ മുറിയിൽ രാത്രി സമയങ്ങളിൽ കിടന്നുറങ്ങുക കൂടി പതിവായിരുന്നു!

ഞങ്ങൾ കൈകോർത്ത് പിടിച്ച് സ്റ്റേഷനു പുറത്ത് കടന്ന് ഒരു ടാക്സിയിൽ ചാടിക്കയറുമ്പോൾ പത്മരാജൻ ഉറക്കെ ചിരിച്ചു കൊണ്ട്

"ഉണ്ണിമാൻ എന്തായാലും ഉഗ്രമായി ഈ പരിപാടി. സമ്മതിച്ചിരിക്കുന്നു ഞാൻ" എന്ന് പറഞ്ഞ് ചിരിച്ചുകൊണ്ടിരുന്നു.

ഒരു ജൂലായിലെ മഴ തിമിർത്തു തകർക്കുന്ന രാത്രി. ടാക്സിയിൽ എന്നെ പെരുവല്ലൂർക്ക് കൊണ്ടാക്കാൻ എക്സ്പ്രസ്സ് ജോർജും പത്മ രാജനും വർക്കിയും ഒപ്പമുണ്ട്. വീട്ടിലെ മതിലിന്നരികിലെത്തിയപ്പോൾ ഞാൻ കാറിൽ നിന്നിറങ്ങാൻ കൂട്ടാക്കിയില്ല! എനിക്കെന്തോ തൃശൂർക്കു തന്നെ തിരിച്ചു പോവാനായിരുന്നു, ജ്വരം. അങ്ങനെ ഞങ്ങൾ മടങ്ങി.

മുള്ളൂർക്കായലിന്റെ കിഴക്കേ അറ്റത്ത് കയറ്റത്തിലായി വണ്ടി നിർത്തി. മൂത്രമൊഴിക്കൽ എല്ലാവർക്കും ഒരേപോലെ ആവശ്യമായി തോന്നി. കോരിപ്പെയ്യുന്ന മഴയൊന്നും ഒരു പ്രശ്നമേ ആയിരുന്നില്ല ആർക്കും. പത്മരാജൻ എല്ലാം enjoy ചെയ്യുകയായിരുന്നു. ഡോർ ഗ്ലാസ്സ് കയറ്റി അടച്ച കാറിനുള്ളിൽ ചാർമിനാർ സിഗരറ്റു പുകയുടെ രൂക്ഷഗന്ധം.

ആ ഉയരമുള്ള മുനമ്പിൽ നിന്നും താഴെ അഗാധതയിലെ ജലപ്പരപ്പി ലേക്ക് ഒന്ന് ചാടിയാലോ... എന്നൊരൈഡിയാ. ആശയം ഉദിച്ചാൽ, പിന്നെ നടപ്പിലാക്കൽ എന്റെ ശീലവും. മുമ്പേ മനസ്സിൽ പലപ്പോഴും താലോ ലിച്ചുകൊണ്ടിരുന്ന ഒന്നാണിത്. ഇതാണ് പറ്റിയ സമയം. ഞാനാകട്ടെ വലിയൊരു ത്രില്ലിലും ആയിരുന്നു.

മൂത്രശങ്ക മാറ്റാനായി നടന്ന് കുറെയധികം നീങ്ങി താഴേക്ക് ചാടാനൊ രുങ്ങുമ്പോൾ നീണ്ട രണ്ടു കൈപ്പത്തികൾ എന്റെ കഴുത്തിൽ ബലമായി പിടിച്ച് എന്നെ പുറകോട്ട് വലിച്ചിഴയ്ക്കുകയായിരുന്നു. പത്മരാജൻ തക്ക സമയത്ത് ചെയ്ത ആ ഉദ്ദേശശുദ്ധി കലർന്ന സൽകൃത്യം ജീവൻരക്ഷാ പ്രവൃത്തി കൂടിയായിരുന്നു; തീർച്ച.

എല്ലാവരും കാറിൽ കയറി, പത്മരാജൻ ഉത്സാഹപൂർവം സംഭവം വർണിക്കാനും തുടങ്ങി. പഴയ നാടൻപാട്ടുകൾ പാടി, കാറ് ചിറ്റിലപ്പിള്ളി റോഡിലൂടെ തൃശൂർക്ക് നീങ്ങിക്കൊണ്ടിരുന്നു.

വർക്കിയാകട്ടെ മറ്റൊരു പാട്ടിന് തുടക്കമിട്ടു. ഞങ്ങൾ ഏറ്റു പാടി. "ഇക്കാണുന്ന കെട്ടിടത്തിൽക്കയറി, അവിടുള്ള മുതലെല്ലാമപഹരി ച്ചെടുത്ത്, ഇനി പോകാടോ നമുക്കുല്ലാസമായ്ക്കുല ചെയ്തീടാം, ചെയ്തീടാം..."

ആ പാട്ട് ഞാൻ മറന്നിട്ടില്ല, വർക്കിയെയും. എനിക്ക് പുതുജീവൻ ദാനം തന്ന പത്മരാജൻ, അത്ഭുതം കുറിക്കുന്ന മുഖവുമായി പൊട്ടിച്ചി രിച്ചുകൊണ്ടിരുന്ന പത്മരാജൻ എന്നിൽ ഇന്നും ജീവിച്ചുകൊണ്ടേയിരി ക്കുന്നു!

ഒരു വഴിത്തിരിവ് വന്നത്

രാധാലക്ഷ്മിയുമായുള്ള പത്മരാജന്റെ അടുപ്പം മുറുകി വരാൻ തുടങ്ങി. മുറുകി മുറിവു വരെ വന്നേക്കാം എന്നായി. എന്നോട്

കാര്യങ്ങളുടെ ദുർഘടാവസ്ഥയെല്ലാം വിശദമാക്കിത്തന്നു പുള്ളി. കാമുകൻ ശരിക്കും ധർമസങ്കടത്തിലായിരുന്നു. വ്യത്യസ്തത പുലർത്തുന്ന രണ്ട് വീട്ടുകാരുടെയും ഉറച്ച സമ്മർദങ്ങൾക്കു മധ്യത്തിൽ ഒന്നും ചെയ്യാനാവാത്ത അവസ്ഥ.

ഞാൻ വെട്ടിത്തുറന്ന് പറഞ്ഞു. ഒന്നുകിൽ എല്ലാം നേരിടാനുറച്ച് ധീരമായി മുന്നോട്ടു പോവുക. അതിന് ആവില്ലെങ്കിലോ പിന്മാറുക.

"ഫലമില്ലാപ്പൊൻകതിർമാറുകില്ല കലഹിക്കാൻ ശക്തി വരുന്നുമില്ല" എന്ന വിഷാദം കലർന്ന ഈരടി ആ ചുമന്ന ചുണ്ടുകൾ മന്ത്രിക്കുന്നുണ്ടോ എന്നൊരു സംശയം. എന്തിനേറെ, അങ്ങനെ പത്മരാജൻ കുറെ കരുത്ത് തേടി ജോലിസ്ഥലത്തും മറ്റും ധൈര്യമായി കഴിയാൻ തുടങ്ങി. കാർമേഘങ്ങൾ കാറ്റിൽ പറന്നു പോയി. പിന്നെ കാര്യങ്ങൾ ദൈവ നിശ്ചയം പോലെ ഭംഗിയായി യഥാവിധി നടക്കുകയും ആയിരുന്നു.

മിക്കവാറും എന്റെ അവസ്ഥയും ഈ പ്രേമചരിതം പോലെതന്നെ സംഘർഷഭരിതമായിരുന്നു.

"ആ വിശുദ്ധമാം മുഗ്ദ്ധ പുഷ്പത്തെ കണ്ടില്ലെങ്കിൽ
ആ വിധം പരസ്പരം സ്നേഹിക്കാതിരുന്നെങ്കിൽ"

എന്നൊക്കെ പാടി നോക്കിയിരുന്നു. ക്രമേണ കാര്യങ്ങൾ ശുഭപര്യ വസാനത്തിലേക്ക് എത്തുകതന്നെ ചെയ്തു.

അന്നൊക്കെ പുതിയ റിസ്റ്റ് വാച്ചുകളിൽ എനിക്ക് ഭ്രമമായിരുന്നു. കുന്നംകുളത്തൊരിടത്ത് സ്മഗ്ലിങ് കേന്ദ്രത്തിൽ ഒരു 'ഒമീഗ' വാച്ച് വന്ന വിവരം അറിഞ്ഞു. സെലക്ട് ചെയ്യാൻ പത്മരാജനും വരാമെന്നേറ്റു.

ജോർജിന്റെ ജീപ്പിൽ ഞങ്ങൾ മൂന്ന് പേരും നിശ്ചിത സ്ഥലത്തെ ഒരോ ലപ്പുരയിൽ എത്തി വാച്ച് കണ്ടു. വില അഞ്ഞൂറ് രൂപ! അന്തം വിട്ടു പോയി എല്ലാവരും. ഞാൻ വാങ്ങിക്കാൻ തയ്യാറായിരുന്നു. എന്നാൽ അവർ രണ്ടുപേരും തടസ്സം നിന്നു. ആരുടെ കൈയിലും പണം അത്ര യ്ക്കുണ്ടായിരുന്നില്ല. എനിക്കാണെങ്കിൽ പണം കൈവശം വെയ്ക്കുന്ന പതിവും ഇല്ലായിരുന്നു.

പരിപാടി ഉപേക്ഷിച്ച് ഞങ്ങൾ തൃശൂർക്ക് തിരിച്ചു. കൈപ്പറമ്പ് ഭാഗത്ത് എത്തിയപ്പോൾ മിക്കവാറും അർധനഗ്നയായ ഒരു ഹിപ്പിമദാമ്മ വണ്ടിക്ക് കൈ കാണിച്ച് നടു റോഡിൽ നിൽപ്പാണ്. ജോർജ് ജീപ്പ് നിർത്തി അവർക്ക് ലിഫ്റ്റ് കൊടുക്കാൻ. എങ്ങുനിന്നെന്നില്ലാതെ രണ്ട് ആൺഹിപ്പികൾ പെട്ടെന്ന് ജീപ്പിൽ കയറിക്കൂടി.

പത്മരാജന് തീരെ ഇഷ്ടമായില്ല. ഹിപ്പികളെ അടുത്തു കണ്ട ഒരു മൂന്നാംകിട ഹോട്ടലിലേയ്ക്കാനയിച്ചു. പതുക്കെ അവിടന്ന് മുങ്ങി വണ്ടി സ്റ്റാർട്ട് ചെയ്ത് അവരെ അവിടെ വിട്ട് ഞങ്ങൾ സ്പീഡിൽ തൃശൂർക്ക് വിട്ടു.

പത്മരാജൻ ഈ സംഭവം മറ്റു സുഹൃത്തുക്കളോട് കലാപരമായി വർണിച്ച് ഒരു ചെറുകഥ പറയുമ്പോലെ വിശദീകരിച്ചിരുന്നു. ഇതൊക്കെ

ആദ്യാനുഭവങ്ങൾ ആയതുകൊണ്ടു കൂടിയാവാം, പത്മരാജൻ അദ്ഭുതത്തോടെ ആയിരുന്നു ഇതെല്ലാം വീക്ഷിച്ചിരുന്നത്. സിൻസിയർ ആയതുകൊണ്ടാണ് അതൊക്കെ ആസ്വദിച്ച് പിന്നീട് പൊട്ടിച്ചിരിച്ചിരുന്നത് എന്നും ഞാൻ മനസ്സിലാക്കിയിരുന്നു.

(പിൽക്കാലത്ത് ദുബായിൽ നിന്നും ലീവിൽ വരുമ്പോൾ പത്മരാജന് നൽകാൻ ഞാൻ ഒരു 'റോളക്സ്' വാച്ച് കൊണ്ടുവരികയുണ്ടായി. കഷ്ടകാലത്തിന് കണിശക്കാരായ കസ്റ്റംസുകാർ അലമ്പുണ്ടാക്കി ആകെ കുഴപ്പത്തിലാക്കി. അത് നിരാശാപൂർവം തിരിച്ചുകൊണ്ടു പോവേണ്ട ഗതികേടുണ്ടായി.)

എക്സ്പ്രസ്സ് ബസ്സുടമ ജോർജിന്റെ കാറിൽ പത്മരാജനുമുണ്ട് ഒപ്പം. ഞങ്ങൾ ചുമ്മാ ഒരു പീച്ചി യാത്ര പ്ലാൻ ചെയ്യുന്നു. തുടർച്ചയായി സിഗരറ്റും വലിച്ച് ഈസിയായി ജോർജ് വണ്ടി ഓടിച്ചു കൊണ്ടിരുന്നു. പീച്ചിയ്ക്കുള്ള റോഡിലേയ്ക്ക് തിരിയാതെ വണ്ടി നേരെ പോവുകയാണുണ്ടായത്. വടക്കഞ്ചേരി വരെ എത്തിയപ്പോൾ തിരിച്ചു പോരാനൊരുങ്ങി. കാർ യാത്ര ഒരു ഹരമായിരുന്നു എല്ലാവർക്കും.

കുതിരാൻ മലയുടെ കയറ്റത്തിലെത്തിയപ്പോൾ കാർ നിർത്തി. അവിടെ തെക്കുവശത്തായി മുകളിൽ എന്തോ ഒരു പ്രതിഷ്ഠ വെച്ചിരുപ്പുണ്ട്. അതിലേ പോകുന്നവർ എന്തെങ്കിലും പണം അർപ്പിക്കും. നാളികേരം എറിയും. ശുഭയാത്രയാണ് ഉദ്ദിഷ്ടലക്ഷ്യം.

ജോർജ് ഒരാശ്രിതനെപ്പോലെ കണ്ട ഒരാളെ ചാക്കിട്ട് കുറച്ച് നാളികേരപൂളുകൾ തരമാക്കി. അവരിരുവരും 'നാളികേരവെള്ള'വും അകത്താക്കുന്നുണ്ടായിരുന്നു. തൊട്ടു തിന്നാൻ പൂളുമുണ്ടല്ലോ. ജോർജ് ഏതോ പഴയ തമിഴു സിനിമാപ്പാട്ടിന്റെ പല്ലവി മൂളുന്നുണ്ട്. പത്മരാജൻ നാളികേരപ്പൂളുകൾ ചവച്ച് മൂകസാക്ഷിയായി എല്ലാം നിരീക്ഷിക്കുന്നു.

പിന്നെ പീച്ചിയിലേയ്ക്കൊന്നും പോയില്ല. നേരെ തൃശൂർക്ക് മടങ്ങുകയാണുണ്ടായത്.

(ഈയിടെ ഒരു കല്ല്യാണത്തിന് ആ വഴിപോയപ്പോൾ, കുതിരാനിലെ ആ സ്ഥലം തെറ്റില്ലാത്ത ഒരു കൊച്ചമ്പലച്ഛായ കൈവരിച്ചപോലത്തെ പ്രതീതി ആയിരുന്നു. ഞാൻ പഴയ അനുഭവം ഓർത്തെന്ന് മാത്രമല്ല, കാറിലുണ്ടായിരുന്ന ബന്ധുക്കളോട് വിശദീകരിക്കുകയും ചെയ്തു.)

പത്മരാജന് ഈ സീൻ ആദ്യത്തെ അനുഭവമായിരുന്നു. പിന്നീട് പല കൂട്ടുകാരുടെ സദസ്സുകളിലും ഈ സംഭവം പെരുപ്പിച്ച് വർണിക്കാറുണ്ടായിരുന്നു. ആ കലാകാരൻ കുതിരാൻ മലയിലെ സുഹൃത്തിന്റെ താളം തെറ്റിയ പ്രകടനങ്ങൾ ഒപ്പിയെടുത്ത് ഉള്ളിൽ സൂക്ഷിച്ചിട്ടുണ്ട്. എവിടെയെങ്കിലും പറ്റിയ ഇടത്ത് അവ പ്രയോഗിച്ചിട്ടുണ്ടോ എന്നറിഞ്ഞുകൂടാ. ഞാൻ വളരെക്കാലം ഒരു മണ്ടൻ പ്രവാസിയായി മാറിയിരുന്നല്ലോ.

മിക്കവാറും എന്റെ പക്കൽ ഒരു കുടയും സഞ്ചിയും ഉണ്ടാവും ഒരു ട്രേഡ് മാർക്ക്പോലെ. തേക്കിൻകാട് മൈതാനത്തു കൂടെ മഴയത്ത്

നടക്കുമ്പോഴും കുടനിവർത്താതെ ഞങ്ങൾ നനഞ്ഞൊലിച്ച് നടക്കുമായിരുന്നു.

മഴ പത്മരാജന് അത്ര ഇഷ്ടമാണ്. മുറിയിൽ നിന്ന് പുറത്തിറങ്ങാൻ ഞങ്ങൾ ചങ്ങാതിമാർ കാത്തിരിക്കുമ്പോഴും, ലാസ്റ്റ് മിനുട്ടിൽ പത്മരാജൻ, 'ഒരഞ്ചു നിമിഷം മതി, ഞാൻ പെട്ടെന്ന് ഒന്ന് കുളിച്ച് ഫ്രഷ് ആയി വരാം, പ്ലീസ്' എന്ന് പറഞ്ഞ് കുളിമുറിയിലേയ്ക്ക് നീങ്ങുന്നത് പതിവാണ്.

ദിവസത്തിൽ രണ്ടും മൂന്നും തവണയൊക്കെ കുളിച്ചേക്കും! വെള്ളത്തുള്ളികളുടെ സ്പർശസുഖവും മനോഹാരിതയും പത്മരാജനിൽ അലിഞ്ഞു ചേർന്നതായി ഞാൻ മനസ്സിലാക്കിയിരുന്നു.

ദുബായിൽ ഒരു സിനിമ കണ്ട് മടങ്ങാൻ നേരത്ത്, വീണുകിട്ടിയ മഴ നനഞ്ഞ് ഫ്ളാറ്റ് വരെ നടന്നപ്പോൾ, എന്റെ ഉള്ളിൽ തൃശൂർ റൗണ്ടിലൂടെ നനഞ്ഞൊലിച്ചു നടന്ന പത്മരാജനായിരുന്നു നിറഞ്ഞു നിന്നിരുന്നത്.

സ്വരാജ് റൗണ്ടിൽ മണികണ്ഠനാലിന് അടുത്തായിരുന്നു ജോർജിന്റെ ബസ്സ് ആപ്പീസ്. ഞങ്ങളുടെ ഒരു സ്ഥിരം സമ്മേളന വേദിയായിരുന്നു ആ ഭാഗം. ഫുട്പാത്തിലൊന്നും തിരക്കേ കാണില്ല.

ഒരിക്കൽ ഞങ്ങൾ മൂന്ന് നാല് കൂട്ടുകാർ അലസമായി വെടിപറഞ്ഞ് രസിച്ചിരിക്കവേ അതുവഴി ഒരു ചെറുപ്പക്കാരൻ ജ്യോത്സ്യൻ എത്തുന്നു. അയാളെ പത്മരാജൻ പ്രത്യേകം ഉറ്റു നോക്കുന്നുണ്ടായിരുന്നു.

കൂട്ടത്തിൽ പുതിയതായി വന്ന പണക്കാരനായ ഒരു ചങ്ങാതിയുടെ കൈ നോക്കാൻ തുടങ്ങി ജ്യോത്സ്യൻ. ഈയിടെ നടന്ന സംഭവങ്ങൾ മാത്രമല്ല അടുത്തു നടന്ന പുള്ളിക്കാരന്റെ വിവാഹാലോചന നടക്കും എന്നുവരെ കൃത്യമായി അയാൾ പ്രവചിച്ചപ്പോൾ ആ ശുദ്ധൻ സുഹൃത്ത് ചാടിയെഴുന്നേറ്റ് ജോത്സ്യന് അഞ്ചുരൂപ കൊടുത്തു! അയാൾ പറഞ്ഞതൊക്കെ സത്യമായിരുന്നു പോലും! പത്മരാജനും അമ്പരന്നു പോയി.

പ്രവാചകൻ തിരിച്ചുപോയതോടെ ആ സുഹൃത്തിനെക്കൊണ്ട് ഒരു ഉഗ്രൻ "ചെലവ്" ചെയ്യിച്ചു എന്ന് പറഞ്ഞാൽ മതിയല്ലോ.

എനിക്ക് യാതൊരത്ഭുതവും തോന്നിയില്ല. കൂട്ടത്തിൽ കൂടി നിന്നുകൊണ്ടിരുന്നു, അത്ര തന്നെ. പത്മരാജനാകട്ടെ ആ കൈനോട്ടക്കാരനോടുള്ള ആദരവ് ആയിരുന്നു; ഉത്സാഹം പാരമ്യത്തിലും.

ഹോട്ടലിലെ സൽക്കാരാനന്തരം ഞാനും പത്മരാജനും ലോഡ്ജിലേക്ക് നടന്ന് നീങ്ങുമ്പോൾ പതുക്കെ ആ സത്യം ഞാൻ വെളിപ്പെടുത്തി. ചിരപരിചിതനായ ആ ജ്യോത്സ്യനെ ജോർജ് ശട്ടം കെട്ടിയതായിരുന്നു. ആ പുതിയസുഹൃത്തിന്റെ ലേറ്റസ്റ്റ് വിശേഷങ്ങൾ ജ്യോത്സ്യന് കൈമാറിയിരുന്നു. മാത്രവുമല്ല അയാൾക്ക് ജോർജ് ഒരു രൂപ ടിപ്പും കൊടുത്തതാണ്. പത്മരാജൻ ചിരിച്ച് ചിരിച്ച് മണ്ണു കപ്പിയാണ് സിലോൺ ലോഡ്ജിലെ ചവിട്ടുപടികൾ കയറിക്കൊണ്ടിരുന്നത്.

ഞങ്ങളുടെ അത്രയ്ക്കൊന്നും ഉപദ്രവകരമല്ലാത്ത കൊച്ചു കൊച്ചു ക്രൂരവിനോദങ്ങൾ ക്രമേണ പത്മരാജൻ മനസ്സിലാക്കി വരികയായിരുന്നു.

എന്റെ ഗൾഫ് യാത്ര പ്രോത്സാഹിപ്പിച്ചതിൽ പത്മരാജന് പ്രധാന പങ്കാണ് ഉണ്ടായിരുന്നത്. ഇവിടത്തെ ഈ സെറ്റ്അപ്പിന്റെ കെട്ടുപാടുകൾക്കിടയിൽ നിന്ന് തടിയൂരി രക്ഷപ്പെടേണ്ടത് എന്റെ നന്മക്ക് ഒരാവശ്യം ആണെന്ന് പത്മരാജൻ പറഞ്ഞിരുന്നു.

ഒരു gentlemanliness ആണ് പത്മരാജന്റെ മുഖമുദ്ര. അശ്ലീല പദങ്ങളൊന്നും വികാരവിക്ഷോഭാവസ്ഥകളിൽപോലും പത്മരാജനിൽ ഉണ്ടായിക്കണ്ടിട്ടില്ല. ഞാനും ജോർജുമൊക്കെ പാരഡികൾ പാടി അടിച്ചുതിമിർക്കുമ്പോൾ പത്മരാജൻ താളംകൊട്ടി ആസ്വദിക്കുമായിരുന്നു.

തേക്കിൻകാട് വഴികൾക്കരികെ മത്തണലിലിരുന്ന് ഞങ്ങൾ മണിക്കൂറുകൾ സംസാരിച്ചിരുന്നത്, വീട്ടുകാര്യങ്ങൾ പരസ്പരം കൈമാറിയിരുന്നത്, ലോക്കൽ വാരികകളിൽ കഥകൾ എഴുതൽ, "മാതൃഭൂമി ആഴ്ചപ്പതിപ്പിലെയും" 'കൗമുദി' വാരികയിലെയും വിഭിന്ന വിഭവങ്ങളെക്കുറിച്ചുള്ള സുദീർഘ ചർച്ചകൾ എല്ലാം മനസ്സിൽ മിന്നിമിന്നി വരികയാണ്.

ടൗണിൽ ഞാൻ സ്ഥിരം എടുക്കാറുള്ള ലോഡ്ജ് മുറിയിൽ പത്മരാജൻ പലപ്പോഴും വന്നിരുന്നു. അവിടെ ഒരു തോർത്തു മുണ്ടു കൂമ്പാരം നോക്കി ആർത്തു ചിരിക്കാറുണ്ട്.

ഉഷയെ കാലത്ത് വടക്കുന്നാഥക്ഷേത്രത്തിൽ പോയി കാണാൻ തലേന്ന് രാത്രി, സ്ഥലത്ത് ക്യാമ്പ് ചെയ്തിരുന്നു ഞാൻ. ഓരോ പ്രാവശ്യവും പുതിയ തോർത്തുകൾ വാങ്ങും. ഡ്രസ്സുകളും അങ്ങനെതന്നെ; പുതിയ ഷർട്ടുകൾ വാങ്ങി പലർക്കായി സമ്മാനിയ്ക്കലും എന്റെ ഒരു വിനോദമായിരുന്നു.

സിനിമയിൽ "ഒന്നാം രാഗം പാടി ഒന്നിനെ മാത്രം തേടി..." എന്ന പാട്ടുസീനിൽ ഒട്ടേറെ തോർത്തുമുണ്ടുകൾ അയക്കോലിൽ തൂക്കിയിട്ടിരിക്കുന്നതായി കാണിച്ചതിന്റെ പിന്നിലെ യാഥാർഥ്യം എനിക്കും കൂട്ടുകാർക്കും മാത്രമറിയുന്നതായിരുന്നു.

തിരുവനന്തപുരത്തേയ്ക്ക് മാറ്റം കിട്ടി പോയതിൽ പിന്നെ ഒന്നു രണ്ടു പ്രാവശ്യമേ പത്മരാജൻ തൃശൂർക്ക് വന്നിട്ടുള്ളു; അഥവാ ഞങ്ങൾ തമ്മിൽ കണ്ടിട്ടുള്ളൂ.

ആദ്യവരവ് ഒരു സന്ധ്യ നേരത്ത് തൃശൂരിലെ വീട്ടിലേയ്ക്ക്. "റെസ്റ്റ് ഹൗസിൽ രാമുകാര്യാട്ട് കാത്തിരിക്കുന്നു. നമുക്ക് ഒരുമിച്ച് കൂത്താട്ടുകുളത്തേക്ക് പോവാം. കുറെ സംസാരിക്കുകയും ആവാമല്ലോ.

ഞങ്ങൾ റെസ്റ്റ് ഹൗസിലെത്തി. കുറച്ചു കഴിഞ്ഞ് കൂത്താട്ടുകുളം ലക്ഷ്യമാക്കി യാത്ര പുറപ്പെട്ടു. സുദർശനും ഉണ്ട് കൂടെ.

തകഴി, പൊറ്റെക്കാട്, കെ.എസ്.കെ. തളിക്കുളം, ഇടശ്ശേരി തുടങ്ങി ഹെമിങ്‌വെ വരെ ചർച്ചാവിഷയങ്ങളിൽ വന്നും പോയുമിരുന്നു. കാര്യാട്ടിന്റെ സാഹിത്യപരമായ അറിവ് പത്മരാജൻ ആദ്യമായി അറിയുകയായിരുന്നു.

കൂത്താട്ടുകുളത്ത് ഒരു ചെറിയ സമ്മേളനമാണ്. അരവിന്ദനും ഉണ്ടായിരുന്നു. പത്മരാജന്റെ പ്രബന്ധവായന ഞാൻ ആദ്യമായി കേൾക്കുകയാണ്. ഞാൻ കോരിത്തരിച്ചു പോയി. സമകാലിക മലയാള സാഹിത്യത്തിന്റെ അന്തർധാരകൾ അതിവിദഗ്ദ്ധമായി പത്മരാജൻ അവതരിപ്പിച്ചത് വലിയ കൈയടിയോടെയാണ് സദസ്സ് അംഗീകരിച്ചത്.

അരവിന്ദൻ എന്നോട് 'ഇപ്പോൾ എന്താണ് ചെയ്യുന്നത്' എന്ന് ചോദിച്ചു. മറുപടി പത്മരാജനാണ് പറഞ്ഞത്. "ഉണ്ണിമേനോൻ മിഡിൽ ഈസ്റ്റിലേക്കുള്ള യാത്രയ്ക്കൊരുങ്ങുകയല്ലെ."

പത്മരാജൻ നേരെ തിരുവനന്തപുരത്തേക്കും ഞങ്ങൾ തൃശൂർക്കും മടങ്ങി. പത്മരാജനെക്കുറിച്ച് കാര്യാട്ട് പറഞ്ഞതിങ്ങനെയാണ്: "ബ്രില്യന്റ് പയ്യൻ, കൊള്ളാം എനിക്ക് നന്നെ പിടിച്ചു."

മടക്കത്തിൽ ഒരു ടാക്കീസിൽ ചെമ്മീൻ കളിക്കുന്നു. ഞങ്ങൾ കൊട്ടകയിൽ കയറി കുറെ നേരം പടം കാണുകയും ചെയ്തു."

('ചെമ്മീൻ' റിലീസിനു മുമ്പായി എറണാകുളത്ത് 'ശ്രീധറി'ൽ ഞങ്ങൾ മൂന്ന് പേർ- ബാബു, കാര്യാട്ട്, ഞാൻ- ആദ്യമായി ചൂടോടെ പടം കണ്ടത് ഓർമ വരുന്നു.)

രണ്ടാം തൃശൂർ വരവിൽ റെസ്റ്റ് ഹൗസിൽ ഞങ്ങൾ കുറച്ചുപേർ ഒത്തുകൂടിയിരുന്നു. ഉച്ചയ്ക്ക് മുമ്പായി തിരുവനന്തപുരത്തേയ്ക്ക് മടങ്ങുമ്പോൾ പത്മരാജൻ ആകെ സംഭ്രമത്തിൽ! കൂളിങ് ഗ്ലാസ്സ് കണ്ണട മിസ്സ് ആയിരിക്കുന്നു. തപ്പി നോക്കാത്ത ഇടമില്ല. ട്രെയിനിന്റെ സമയമാകുന്നു. ഞങ്ങൾ ഒരു ടാക്സി വരുത്തി സ്റ്റേഷനിലേക്ക്.

കണ്ണിൽ ജലം കിനിയുന്നുണ്ടോ എന്നൊരു സംശയം, പത്മരാജൻ നെഞ്ചത്ത് കൈവെച്ച് ആത്മഗതം പോലെ കണ്ണടയും കൊണ്ട് ചെന്നില്ലെങ്കിൽ ആ 'ചൊക്കൻ' എന്നെ തല്ലിക്കൊല്ലും. ചൊക്കൻ എന്ന് വിളിച്ചത് എം.ജി.രാധാകൃഷ്ണനെയാണ്. രാധാകൃഷ്ണന്റെ കണ്ണടയാണത്.

പെട്ടെന്ന് Intuition ഉണ്ടായ പോലെ എനിക്ക് ഒരൈഡിയ വന്നു. ഞാൻ ഇപ്പൊ വരാം എന്ന് പറഞ്ഞ് മറുപടിക്കൊന്നും കാക്കാതെ ഒരു ടാക്സി പിടിച്ച് റെസ്റ്റ് ഹൗസിലേക്ക് പറന്നു. ചെന്നപാടെ പിൻവശത്തു ചെന്ന് അവിടത്തെ ഒരു പണിക്കാരന്റെ സാധനസാമഗ്രികൾ ബലമായി പരിശോധിച്ചപ്പോൾ, അതാ കിടക്കുന്നു കണ്ണട. അതുമെടുത്ത് വായുവേഗത്തിൽ ടാക്സി റെയിൽവേ സ്റ്റേഷനിലേക്ക് പറന്നു.

ട്രെയിൻ പതിവുപോലെ ലെയ്റ്റ് ആയത് അനുഗ്രഹമായി. സിഗരറ്റും വലിച്ച് ഉലാത്തുന്ന പത്മരാജനെ മുഖവുരയൊന്നും കൂടാതെ കണ്ണട ഏൽപിച്ചു.

പത്മരാജന്റെ മുഖം കാണേണ്ടതായിരുന്നു. സന്തോഷാധിക്യത്താൽ എന്നെ കടന്ന് കെട്ടിപ്പിടിച്ചു. നടന്ന കാര്യങ്ങൾ തിടുക്കത്തിൽ ഞാൻ ഒറ്റ ശ്വാസത്തിൽ വിസ്തരിച്ചു. അദ്ഭുതത്തോടെ പത്മരാജൻ പൊട്ടിച്ചിരിക്കാൻ തുടങ്ങി.

തൃശൂർ വെച്ച് പിന്നെ ഞങ്ങൾ കണ്ടതായി ഓർമയില്ല. അങ്ങനെ പത്മരാജന്റെ രണ്ടാം തൃശൂർ വരവും സംഭവബഹുലം, നാടകീയം.

അർച്ചനയോടെ, സ്വന്തം

ഒരു ലീവ് കഴിഞ്ഞ് മടങ്ങവേ തിരുവനന്തപുരത്ത് 'പാരമൗണ്ടി'ലാണ് ഞാൻ മുറിയെടുത്തിരുന്നത്. കാലത്താണ് എന്റെ ദുബായ് ഫ്ളൈറ്റ്.

വീട്ടിലേക്ക് വിളിച്ചപ്പോൾ, പത്മരാജൻ കാലത്ത് മദിരാശി ഫ്ളൈറ്റിൽ ഇവിടെ എത്തുമെന്നറിഞ്ഞു.

പോകുന്നതിനുമുമ്പ് ഒന്ന് കാണണമെന്ന അടങ്ങാത്ത ആഗ്രഹവുമായി ഞാൻ മുറിയിൽ, ബാഗ് തയ്യാറാക്കി എയർപോർട്ടിലേക്ക് പോവാൻ തീരുമാനിച്ചിരിക്കുമ്പോഴാണ് ഡോറിൽ മുട്ട്. ശക്തിയായ മുട്ട്.

എയർപോർട്ടിൽ നിന്നും നേരെ രാധാലക്ഷ്മിയോടൊപ്പം പത്മരാജൻ എന്നെ കാണാൻ വന്നിരിക്കുന്നു. കുശലങ്ങൾക്കൊന്നും തീരെ നേരമുണ്ടായിരുന്നില്ല.

ബലത്തോടെ കൈകുലുക്കി പത്മരാജൻ യാത്രപറഞ്ഞിറങ്ങാൻ തുടങ്ങി. വിടർന്ന മന്ദഹാസവുമായി നടന്ന് തിരിഞ്ഞു നോക്കി വീണ്ടും കൈവീശി അകന്നു പോകവെ, ഒരവസാന വേർപാടിന്റെ വിലാപ സന്ദേശം വായിച്ചറിയാൻ മാത്രം അന്ന് ഞാൻ അത്രയ്ക്ക് വളർന്നിട്ടില്ലായിരുന്നു.

കോവളം കടൽത്തീരത്തും പൂജപ്പുര തെരുവിലും തേക്കിൻകാട് മൈതാനിയിലും പരന്ന് മുഴങ്ങിയ സൗഹൃദത്തിന്റെ നിലയ്ക്കാത്ത പൊട്ടിച്ചിരി എനിക്കിപ്പോൾ കേൾക്കാം. പത്തരമാറ്റ് തിളങ്ങുന്ന ആ 'സത്യത്തിന്റെ സൗന്ദര്യം' സുവ്യക്തമായി കാണുന്നുമുണ്ട്.

ഞാനും, മാനം മുഴങ്ങുമാറ് ഒന്ന് ഉറക്കെ ചിരിച്ചോട്ടേ.

-ഉൾക്കണ്ണിൽ തെളിയുന്ന ആ സജീവ സാന്നിധ്യത്തിനുമുന്നിൽ, ഇത്തിരി എള്ളും പൂവും ചന്ദനവും പനിനീരിൽ ചേർത്ത് അർപ്പിക്കുന്നു എന്റെ അർച്ചന!

'ചെമ്മീനിനു' ശേഷം
രാമു കാര്യാട്ട്

അഭയം

'നീലക്കുയി'ലിനുമുമ്പേതന്നെ സുദൃഢബന്ധം സ്ഥാപിച്ചുവന്നിരുന്ന സുഹൃത്തുക്കളായിരുന്നു രാമുകാര്യാട്ടും ശോഭന പരമേശ്വരൻനായരും. സിനിമാപ്രവർത്തനമൊന്നും ഇല്ലാത്ത അവസരങ്ങളിൽ തൃശ്ശൂര് അവർ ഉണ്ടാകും. മിക്കപ്പോഴും പി.ഡബ്ല്യു.ഡി. റെസ്റ്റ് ഹൗസിൽ മറ്റു സ്നേഹിതന്മാരുമായി ഒത്തുചേരും. 'വേലനാളെ, ജഗത്തിനിന്നുത്സവവേള എന്ന് വിളംബരം' ചെയ്ത് ദിവസങ്ങളെ സമ്പന്നമാക്കും!

അവരിവിടെ ഉള്ളപ്പോഴെല്ലാം ഞാനും അവർക്കൊപ്പം ഉണ്ടാവാറുണ്ട്. സിനിമാചർച്ചകൾ, സാഹിത്യസംവാദങ്ങൾ, ഗാനങ്ങൾ ഇങ്ങനെ കൂട്ടായ്മകൾ സജീവമായിക്കൊണ്ടേ ഇരിക്കുമായിരുന്നു.

എം.ടി., വി.കെ.എൻ., ജി.വിവേകാനന്ദൻ, എൻ.മോഹനൻ എന്നീ സാഹിത്യകാരന്മാരും ചിലപ്പോഴൊക്കെ കൂട്ടത്തിൽ എത്തിച്ചേരാറുണ്ട്. അടുത്തെവിടെയെങ്കിലും ഷൂട്ടിങ്ങുണ്ടെങ്കിൽ പ്രമുഖനടന്മാരും വന്നെത്തും.

ഒരു പുതുമയുള്ള കാവ്യാത്മകത തുളുമ്പിനിൽക്കുന്ന പടം. രാമുകാര്യാട്ടിന്റെ പുതിയ ഐഡിയ ആണ്. അതിന് ചേരുംമട്ടിലുള്ള കഥയാണ് ആവശ്യം.

എന്റെ ഓർമയിൽ വന്ന പല കഥകളും നോവലുകളും പരിശോധിച്ചു നോക്കി. ഓരോന്നിനും ഓരോ കുഴപ്പങ്ങൾ ഉണ്ടാവും. മാസങ്ങൾ നീണ്ട പരിശ്രമത്തിനുശേഷം അവസാനമാണ് രാജലക്ഷ്മിയുടെ ജീവിതത്തെ ആസ്പദമാക്കി പെരുമ്പടവം ശ്രീധരൻ രചിച്ച 'അഭയം' എന്ന നോവൽ ശ്രദ്ധയിൽപ്പെട്ടത്.

ഞങ്ങളെല്ലാം വായിച്ചു, കഥയും ഇഷ്ടമായി. അപ്പോഴാണ് പാട്ടുകളുടെ കാര്യത്തിൽ ഒരു പുതുമ പരീക്ഷിക്കാൻ തോന്നിയത്. മലയാളത്തിലെ ഒന്നാന്തരം കവികളുടെ കവിതകളിൽ നിന്നും തെരഞ്ഞെടുത്ത

കവിതകൾ ദക്ഷിണാമൂർത്തിസ്വാമിയെക്കൊണ്ടു ചിട്ടപ്പെടുത്താമെന്ന് തീരുമാനമായി.

ശോഭന പരമേശ്വരൻ നായരാണ് പടം നിർമിക്കുന്നത്. പിന്നെ പണികൾ തിരക്കിട്ടു നടപ്പിലാവുകയായിരുന്നു. മധു, ഷീല, രാഘവൻ, എസ്.പി.പിള്ള തുടങ്ങിയവർ മുഖ്യതാരങ്ങളും.

തിരുവനന്തപുരത്ത് മെരിലാന്റിൽ ഒരു ഷൂട്ടിങ്ഡേറ്റ് ഫിക്സ് ചെയ്തിരിക്കുന്നു. കാര്യാട്ട് ചോദിച്ചു 'ഉണ്ണീ നമുക്ക് തിരുവനന്തപുരത്തേക്ക് പോകാം, എന്താ?' 'ഞാൻ റെഡി. പക്ഷേ, നാളെയേ ഉറപ്പ് പറയാനാവൂ. എന്റെ സീനിയറോട് ഒരു വാക്ക് ചോദിക്കണ്ടേ?'

–ഞാനന്ന് കോടതിയിൽ പബ്ലിക് പ്രോസിക്യൂട്ടറുടെ ജൂനിയർ ആയി പ്രാക്ടീസ് ചെയ്തുവരികയാണ്.

പിറ്റേന്ന് ഞങ്ങൾ എന്റെ പുതിയ ഫിയറ്റ് കാറിൽ തിരുവനന്തപുരത്തേയ്ക്ക് പുറപ്പെട്ടു. യാത്ര ഉല്ലാസപൂർവം എന്ന് പ്രത്യേകിച്ച് പറയേണ്ടതില്ലല്ലോ?

പരമേശ്വരൻനായർ തമ്പാന്നൂരിൽ വെങ്കടേശ്വരലോഡ്ജിൽ താമസമാക്കി. ഞാനും കാര്യാട്ടും പൂജപ്പുരയിൽ പഴവിള രമേശൻ ആയിടെ വാടകയ്ക്കെടുത്ത വീട്ടിലും. കെ.ബാലകൃഷ്ണൻ ഇടയ്ക്ക് അവിടെ വന്ന് രംഗം സജീവമാക്കാറുണ്ട്. ഒരു ഉഗ്രൻ പേർസണാലിറ്റി തന്നെയാണ് അദ്ദേഹം. ബാലകൃഷ്ണനും രാമുകാര്യാട്ടും കൂടിച്ചേരുമ്പോഴത്തെ അവസ്ഥ അപാരം തന്നെയെന്ന് എനിക്കവിടെ നേരിൽ അനുഭവപ്പെട്ടു. ഉല്ലാസപൂർണങ്ങളായ നാളുകൾ.

ഷൂട്ടിങ് തീർന്ന് ഞങ്ങൾ മൂവരും എന്റെ കാറിൽത്തന്നെ തൃശ്ശൂർക്ക് മടങ്ങി. കാറ് ഞാൻ തന്നെയാണ് ഓടിച്ചിരുന്നത്. യാത്ര ജോളി ആയിരുന്നു. കൊരട്ടി എത്തിയപ്പോൾ പാതിരയ്ക്ക് റെയിൽവെഗെയ്റ്റ് അടച്ചിരിക്കുന്നു! റെയിൽ റിപ്പയർമൂലം; പുലരുമ്പോഴേ തുറക്കൂ. അവിടെ ഞങ്ങൾ തികച്ചും 'പെട്ടു' പോയി. കാര്യാട്ട് കാറിന്റെ പിൻസീറ്റിൽ കിടന്ന് നല്ല ഉറക്കം. പരമേശ്വരൻ നായർ മുൻവശത്തും. ഞാൻ ബോണറ്റിന്മേലും!

പിറ്റേന്ന് ഗുരുവായൂരിൽ വളരെ പ്രധാനപ്പെട്ട രണ്ടു കല്യാണങ്ങൾ, പോവാതെ പറ്റില്ല. രാമനാഥന്റെയും സുദർശനന്റെയും. എന്തായാലും കല്യാണത്തിന് കൃത്യസമയത്തുതന്നെ ഞങ്ങളെത്തിച്ചേർന്നു.

തൃശ്ശൂർക്ക് മടക്കം ചേറ്റുവ വഴിയാക്കി. പരമേശ്വരൻനായരുടെ കുട്ടിക്ക് ചിക്കൻപോക്സ്! സുദർശനന്റെ പതിനാറേക്കർ പരപ്പുള്ള തെങ്ങിൻപറമ്പിൽ നിന്ന് കാറിന്റെ ഡിക്കി നിറയെ ഇളനീർ ശേഖരിച്ച് ഞങ്ങൾ തൃശ്ശൂർക്ക് തിരിക്കയും ചെയ്തു.

അതൊക്കെ കഴിഞ്ഞ് മദിരാശിയിലെ ഷൂട്ടിങ്ങിനും ഞാൻ പോയി. അതിൽ ഒരു കോളേജ് അധ്യാപകന്റെ ഭാഗം ഞാനഭിനയിക്കണം

പോലും! കാര്യാട്ടിന്റെ ഡയറക്ഷന് കീഴിൽ ഞാൻ അഭിനയിച്ചു. എൻ. എൽ.ബാലകൃഷ്ണൻ അന്ന് നല്ല ചെറുപ്പമായി ചുറുചുറുക്കോടെ ക്യാമറയുമായി സ്റ്റിൽസ് എടുത്തുകൊണ്ടിരുന്നിരുന്നു.

'രാമനിലയ'ത്തിലും 'റെസ്റ്റ്ഹൗസി' ലുമൊക്കെവെച്ച് എന്നെ കാണുമ്പോൾ അന്നത്തെ 'യുവതുർക്കി' പരമ്പരയിൽപ്പെട്ട വി.എം.സുധീരൻ, 'അഭയ'ത്തിലെ എന്റെ ഡയലോഗ് എന്നെക്കൊണ്ട് പറയിപ്പിച്ച് ആസ്വദിക്കുമായിരുന്നു! "രാഷ്ട്രീയത്തിലെ ഒരു ട്രാജഡിയാണ് മന്ത്രി."

'അഭയം' മനോഹരമായ പടമായിരുന്നു. ഒരു സുന്ദരകാവ്യംപോലെയാണ് കാര്യാട്ട് ആ പടം സൃഷ്ടിച്ചത്. കവിത തുളുമ്പുന്ന പാട്ടുകളും. പക്ഷേ പടം സാമ്പത്തികമായി വിജയിച്ചില്ല. ഇപ്പോൾ 'അഭയ'ത്തിന്റെ പ്രിന്റ് പോലും കിട്ടാനില്ല. എന്റെ സുഹൃത്തു A.I.R.-ൽ ഉണ്ടായിരുന്ന മണികണ്ഠൻനായരാണ് രാഘവനുവേണ്ടി ശബ്ദം കൊടുത്തത്. പത്മരാജൻ മാറ്റമായി പോയപ്പോൾ പകരം വന്ന അനൗൺസറായിരുന്നു, മണികണ്ഠൻനായർ. ആയുസ്സ് നീണ്ടില്ല; അകാലചരമം ആയിരുന്നു വിധി.

നെല്ല്

ബോംബെയിൽ നിന്നും ഒരു വൻപാർട്ടി ബിഗ്പ്രോജക്ടുമായി സമീപിച്ചിരിക്കുന്നു എന്ന് രാമുകാര്യാട്ട് എന്നോട് പറഞ്ഞു. 'ചെമ്മീൻ' പോലെതന്നെ, എല്ലാ നിലയ്ക്കും നല്ല നിലവാരമുള്ള ഒരു നല്ല ചിത്രമാണ്, പ്രൊഡ്യൂസർ എൻ.പി. അലിയുടെ ലക്ഷ്യം. ആള് മലയാളിയുമാണ്.

മദിരാശിയിൽ പ്രാരംഭചർച്ചാവേളകളിൽ ഞാൻ കാര്യാട്ടിന്റെ കൂടെ താമസമാക്കി. പി.വത്സലയുടെ അവാർഡ് ലഭിച്ച 'നെല്ല്' എടുക്കാനായിരുന്നു, അന്തിമതീരുമാനം.

വയനാട്ടിലെ കാടുകൾക്കിടയിൽ നടക്കുന്ന ഹൃദയസ്പർശിയായ കഥയാണ്; പുതുമയുമുണ്ട്. എസ്സെൽപുരം സദാനന്ദൻ തിരക്കഥ എഴുതാമെന്ന് സമ്മതിച്ചു. അതിനുമുമ്പ് അക്കാര്യം എം.ടി.യുമായി ആലോചിച്ചപ്പോൾ, എം.ടി. വേറെ തിരക്കിലായിപ്പോയിരുന്നു. കാര്യാട്ടിന്റെ അസിസ്റ്റന്റ് ആയി പൂന ഫിലിം ഇൻസ്റ്റിറ്റ്യൂട്ട് സന്തതി കെ.ജി.ജോർജ്, ക്യാമറാമാൻ ബാലുമഹേന്ദ്ര. പിന്നെ ഹരിപോത്തന്റെ പ്രൊഡക്ഷന്റെ എല്ലാമെല്ലാമായ മണിയൻ ഓൾറൗണ്ട് ആയി ഒപ്പം ഉണ്ട്. ശോഭനാ പരമേശ്വരൻനായരും ഒപ്പം ഒത്തു ചേർന്നു. പ്രൊഡക്ഷൻ മേൽനോട്ടങ്ങളും മറ്റും നിർവഹിക്കാൻ ലത്തീഫ്, ഡേവിഡ് എല്ലാവരും ഉണ്ട്.

സംഗീതം സലിൽചൌധരി തന്നെ. ഗാനങ്ങൾ വയലാർ രാമവർമ്മയും. അപ്പോൾ സലിൽ ചൌധരിക്ക് ഒരു നിർബന്ധം. കാടുകളും പരിസരങ്ങളും എല്ലാം ഒന്ന് നേരിൽ കാണണം; വയലാറിനും അതേ

വെൺചാമരങ്ങൾ

താത്പര്യം തന്നെ. അങ്ങനെ ഞങ്ങൾ കുറച്ചുപേർ വയനാട്ടിലേക്ക് നീങ്ങി. സുൽത്താൻ ബത്തേരി ടി.ബി.യിൽ താമസവുമായി.

പി.വത്സലയുടെ ഭർത്താവ് ഞങ്ങളോടൊപ്പം എത്തിച്ചേർന്നു. തിരുനെല്ലിക്കാടുകളിലും അയൽവീടുകളിലും അവിടത്തെ വയലുകളിലും ഒക്കെയായി ഞങ്ങൾ കുറെയേറെ സഞ്ചരിച്ചു. തിരുനെല്ലിക്ഷേത്രം, പാപനാശിനി, കാളിന്ദിപ്പുഴ, വർഗീസ്പാറ എന്നീ സ്ഥലങ്ങൾ. കാടിന്റെ ഉൾവശങ്ങളിലെ ആദിവാസികളായ അടിയർ, കുറിച്യർ, കുറുമർ എന്നിവരുടെ കുടിലുകളിൽ പോയി അവരുമായി സമ്പർക്കം പുലർത്തി.

അങ്ങിങ്ങായി ഒഴുകുന്ന കാട്ടുചോലകൾ. എങ്ങും ചാടിത്തുള്ളുന്ന മാനുകളും മുയൽക്കൂട്ടങ്ങളും. തൊട്ടകലെനിന്നും വരുന്ന കാട്ടുമൃഗങ്ങളുടെ ആരവങ്ങൾ. ആകപ്പാടെ രോമാഞ്ചം കൊള്ളിക്കുന്ന നയനമനോഹരമായ കാഴ്ചകളും അനുഭവങ്ങളുമായിരുന്നു അത്.

പട നയിക്കുന്ന ക്യാപ്റ്റനെപ്പോലെ കാര്യാട്ട് നേതൃത്വം വഹിച്ചു, എല്ലാറ്റിനും. സുൽത്താൻബത്തേരിയിലെ മണിസ്വാമി സഹായങ്ങളുമായി ഉണ്ടായിരുന്നു; പിന്നെ ഏതാനും എസ്റ്റേറ്റ് ഉടമകളും. അവരെല്ലാവരും അങ്ങേ അറ്റം സഹകരിക്കുകയുമുണ്ടായി.

തിക്കുറിശ്ശി, പ്രേംനസീർ, അടൂർഭാസി, കനകദുർഗ, കവിയൂർ പൊന്നമ്മ, ശങ്കരാടി, ജയഭാരതി, റാണിചന്ദ്ര, മോഹൻ, കൊട്ടാരക്കര തുടങ്ങി വലിയൊരു താരനിരതന്നെ ആയിരുന്നു പടത്തിൽ. ഷൂട്ടിങ് അങ്ങനെ വേഗത്തിൽ പുരോഗമിച്ചുകൊണ്ടിരുന്നു. മാനന്തവാടി ടി.ബി.യിലും ഞങ്ങൾ ക്യാമ്പ് ചെയ്യുകയുണ്ടായി.

സിനിമയുടെ തുടക്കത്തിൽ രാഘവൻനായർ എന്ന കഥാപാത്രം (നസീർ) ആദ്യമായിവന്ന് പാപനാശിനിയുടെ വഴിയന്വേഷിച്ചുവരുന്ന ഭാഗത്തിൽ ആ നേരത്ത് ഉദ്ദേശിച്ച ആൾ എത്താതെവന്നപ്പോൾ വഴി പോക്കനായി, കാര്യാട്ട് എന്നോട് അഭിനയിക്കാൻ ആവശ്യപ്പെട്ടു. പ്രേംനസീറിന്റെ ഒപ്പം ഡയലോഗ് ഉള്ള ഒരു സീൻ. ഒരു വടിയും കുത്തി നടന്നുപോകുന്ന എന്നെ ഇപ്പോൾ കണ്ടാൽ തിരിച്ചറിയില്ല!

ഷൂട്ടിങ് 'ചെമ്മീൻ' പോലെതന്നെ ആഘോഷമയമായിരുന്നു. അവിടങ്ങളിൽ ഒരു ഉത്സവച്ഛായ വന്നുചേർന്നിരുന്നു. കേരളത്തിന്റെ പല ഭാഗത്തുനിന്നും കലാസ്നേഹികൾ ഷൂട്ടിങ് വേളയിൽ സന്ദർശനത്തിന് സുൽത്താൻബത്തേരിയിൽ എത്തിച്ചേരാറുണ്ട്.

ഒരിക്കൽ വനമദ്ധ്യത്തിലായി ഷൂട്ടിങ് നടക്കുകയാണ്. അടൂർഭാസി, ആന വരുന്നത് കണ്ട് ഭയപ്പെടുന്ന ഭാഗത്ത് ഒരു 'ആനമന്ത്രം' ഉരിയാടണം. സ്ക്രിപ്റ്റിന്റെ ആ ഭാഗം മിസ്സായി, കാണാനുമില്ല.

'ഉണ്ണീ, ഒരു 'ആനമന്ത്രം' ഇപ്പൊ വേണം' എന്നായി കാര്യാട്ട്. ജോർജിന്റെ പക്കൽനിന്നും ഒരു തുണ്ട് കടലാസ്സിൽ ഒരു ആനമന്ത്രം പെട്ടെന്ന് ഉണ്ടാക്കി എഴുതാൻ എനിക്ക് സാധിച്ചു. കാര്യാട്ടിന്റെ ഒരു കമാന്റിംഗ് പവറിന്റെ ഉദാഹരണമായി അത് കരുതാം.

ആ ഭാഗം എടുത്തു കഴിഞ്ഞ് വിശ്രമനേരത്ത് കാര്യാട്ട് എന്റെ പുറത്ത് തട്ടി 'നെല്ലി'ലെ പാട്ടിന് ഒരു തത്സമയപാരഡി ഉണ്ടാക്കി പാടാൻ തുടങ്ങി.

'നീലപ്പൊന്മാനേ, എന്റെ നീലപ്പൊന്മാനേ' എന്നതിന്റെ ചുവട്പിടിച്ച് 'ഉണ്ണിമേനോനേ എന്റെ ഉണ്ണിമേനോനേ' എന്നായിരുന്നു ആ പല്ലവി. അടൂർഭാസി ചിരിച്ച് തലയാട്ടി അതേറ്റ് പാടുന്നുണ്ടായിരുന്നു. എന്നെ കാണുമ്പോൾ ആ പാരഡി പിന്നെ എല്ലാവരും ചൊല്ലുമായിരുന്നു.

അതുവഴിവന്ന ഇന്നത്തെ മഹാനടൻ ഇന്നസെന്റിനെ ഡേവിഡ് എനിക്ക് പരിചയപ്പെടുത്തിത്തന്നത് ഞാനോർക്കുന്നു. ഷൂട്ടിങ് വേളയിൽ എം.ടി., ചൊവ്വല്ലൂർ കൃഷ്ണൻകുട്ടി എന്നീ സാഹിത്യകാരന്മാർ ഇടയ്ക്ക് അവിടെ എത്തിച്ചേരാറുണ്ട്.

'നെല്ല്' തെറ്റില്ലാത്ത ഒരു നല്ല പടമായിരുന്നു. എന്നാൽ പ്രതീക്ഷിച്ച കളക്ഷൻ സംഭവിക്കുക ഉണ്ടായില്ല. തൃശ്ശൂർ 'രാഗം' തിയേറ്ററിലായിരുന്നു 'നെല്ല്' റിലീസ് ചെയ്തത്. ടൈറ്റിലുകൾ വരുമ്പോൾ ലത്തീഫിന്റെ ഒപ്പം എന്റെ പേരും വലിയ അക്ഷരത്തിൽ ഇമ്പമുള്ള മ്യൂസിക് ബാക്ഗ്രൗണ്ടുമായി പ്രത്യക്ഷപ്പെട്ടിരുന്നു. കാര്യാട്ടിന്റെ പണിയാണത്.

വയനാട്ടിലെ 'നെല്ല്' ഷൂട്ടിങ് മറക്കാനാവാത്ത ഒരനുഭവമായിരുന്നു, മറ്റുപലർക്കുമെന്നപോലെ എനിക്കും. അനുഭവശൃംഖലയിലേക്ക് ഒരു വലിയ കണ്ണികൂടി ചേർന്നപോലെ.

ദ്വീപ്

ചാവക്കാട് ഒരുമനയൂരിനടുത്ത് താമസക്കാരനായ എൻ.പി.അബു ഒരു സിനിമ നിർമിക്കാൻ താത്പര്യം കാണിച്ചു; രാമുകാര്യാട്ടിനോട്. ബോംബെയിൽ ബിസിനസ്സുകാരനാണ് അബു; സഹൃദയനും. കാര്യാട്ട് സമ്മതിച്ചു.

അങ്ങനെയാണ് മാതൃഭൂമി വീക്കിലിയിൽ തുടർച്ചയായി വന്ന തുളസിയുടെ നോവലായ 'ദ്വീപ്' സിനിമയാക്കാമെന്ന് തീരുമാനിച്ചത്. 'തുളസി' തൂലികാനാമമാണ്. പലരും കരുതിയിരിക്കുന്നപോലെ സ്ത്രീയൊന്നുമല്ല. കേരളവർമ്മ കോളേജിൽ എന്റെ ജൂനീയറായി ലിറ്ററെയ്ച്ചർ ബി.എ.ക്ക് പഠിച്ചിരുന്ന എൻ.തുളസീധരൻ അന്നേ എന്റെ സുഹൃത്തായിരുന്നു.

നല്ലൊരു സ്ക്രിപ്റ്റ് വേണം. കാര്യാട്ട് ഞാനുമായി ആലോചിച്ച് പല അന്വേഷണങ്ങളും നടത്തി. ഒന്നും അങ് തൃപ്തിയാവുന്നില്ല! തൃശ്ശൂർ റെസ്റ്റ്ഹൗസിൽ കാര്യാട്ട് ഏതാണ്ട് സ്ഥിരമായിത്തന്നെ ക്യാമ്പ് ചെയ്യുന്നുണ്ട്. ശോഭന പരമേശ്വരൻനായർ, കെ.വി.മണികണ്ഠൻനായർ, അമ്പലശ്ശേരി വിജയൻ എന്നീ സുഹൃത്തുക്കളൊക്കെ മിക്കവാറും ചർച്ചയിൽ പങ്കെടുക്കും.

കാര്യാട്ട് മറ്റാരും അറിയാതെ ഒരു സൂചന തന്നു. 'ഉണ്ണീ, സി.രാധാകൃഷ്ണനായാലോ?' ഞാൻ പറഞ്ഞു: 'പറ്റിയ ആളാണ്. പക്ഷേ,

സമ്മതിച്ച് കിട്ടണം.' ഒട്ടും ആലോചിക്കാൻ നിൽക്കാതെ കാര്യാട്ട് എന്നോട് കാറുമെടുത്ത് അപ്പോൾത്തന്നെ പോയി രാധാകൃഷ്ണനെ കോൺടാക്റ്റ് ചെയ്യാൻ പറയുകയായിരുന്നു.

കേട്ടപടി ഞാൻ കാറുമെടുത്ത് ചമ്രവട്ടത്തേയ്ക്ക് വെച്ചടിച്ചു. ആദ്യമായി പോവുകയാണ്. വഴിയൊന്നും വലിയ പിടിയില്ല. ചമ്രവട്ടത്ത് രാധാകൃഷ്ണന്റെ വീട്ടിലെത്തി. ചമ്രവട്ടം എനിക്ക് വളരെ ഇഷ്ടപ്പെട്ടു. എന്തോ ഒരു പ്രത്യേകത ആ സ്ഥലത്തിനുള്ളതായി ഞാൻ മനസ്സിലാക്കി.

ഭാഗ്യത്തിന് രാധാകൃഷ്ണൻ വീട്ടിൽത്തന്നെ ഉണ്ടായിരുന്നു. സ്വയം പരിചയപ്പെടുത്തി, ഞാൻ. പിന്നെ വർത്തമാനങ്ങളായി. നല്ല ഒന്നാംതരം നാടൻ ഊണും കഴിച്ച് രാധാകൃഷ്ണനെയും കൂട്ടി ആ കാറിൽത്തന്നെ തൃശ്ശൂർക്ക് മടങ്ങി എന്നതാണ് സത്യം. വളരെനേരം ഞങ്ങൾ മൂവരും കാര്യാട്ടിന്റെ മുറിയിൽ സംസാരിച്ചിരുന്നു. രാധാകൃഷ്ണന് സമ്മതവുമായി.

എന്നാൽ, പിന്നീട് മറ്റ് അപ്രതീക്ഷിത കാരണങ്ങളാൽ രാധാകൃഷ്ണന് സ്ക്രീൻപ്ലേ രചിക്കാൻ തടസ്സങ്ങൾ വന്നുപെട്ടു.

രാമുകാര്യാട്ട് നിരാശനായില്ല. 'നിരാശ' അങ്ങേരുടെ നിഘണ്ടുവിൽ ഇല്ലാത്ത പദമാണ്. ഒരു ദിവസം എന്നെ വിളിച്ചുവരുത്തി പറയുകയാണ്: 'ദ്വീപി' ന്റെ സ്ക്രിപ്റ്റ് എഴുതാൻ ഒരാളെ കണ്ടുപിടിച്ചിരിക്കുന്നു!

ഉദ്വേഗത്തോടെ ഞാൻ ആരാഞ്ഞു, 'ആരാ ആള്?' കാര്യാട്ടിന്റെ മറുപടികേട്ട് ഞാൻ അന്തംവിട്ടു.

'ഉണ്ണിതന്നെ. എന്താ എതിരുണ്ടോ?'

'ഒരെതിരുമില്ല, ഞാൻ റെഡി.' എനിക്ക് അങ്ങനെയല്ലാതെ മറ്റൊരു ഉത്തരം ഉരിയാടാൻ അറിയില്ലായിരുന്നു.

'ദ്വീപ്' വീണ്ടും ശ്രദ്ധയോടെ വായിച്ചുനോക്കി ഞാൻ. ചില ഭേദപ്പെട്ട തിരക്കഥാരചനകളും പരിശോധിച്ച് രീതി മനസ്സിലാക്കാൻ ശ്രമിക്കുകയും ഉണ്ടായി.

പെട്ടെന്നാണ് ഒരിക്കലുപേക്ഷിച്ച എന്റെ ഗൾഫ് യാത്രയുടെ വിസാ സാധ്യത ഓ.കെ.യായി ഒത്തുവരുന്നത്. കാര്യാട്ടിനോട് ഞാൻ കാര്യം വ്യക്തമാക്കി.

അങ്ങേർക്ക് അളവറ്റ സന്തോഷമാണുണ്ടായത്. 'പോവാനുള്ള പരിപാടികൾ നോക്കിക്കോളൂ' എന്ന് ആവേശത്തോടെ എന്നോട് പറയുകയും ചെയ്തു.

അങ്ങനെയാണ് അവസാനം ഞങ്ങളുടെയൊക്കെ പൊതുസുഹൃത്തായ വിജയൻ കരോട്ടിനെ 'ദ്വീപി'ന്റെ സ്ക്രീൻപ്ലേ രചിക്കാൻ ഏർപ്പാടാക്കുന്നത്. രാമുകാര്യാട്ടും രചനയിൽ ആവശ്യമായ സഹായങ്ങൾ ചെയ്തുകൊടുത്തിരുന്നു.

ലക്ഷദ്വീപ് സമൂഹങ്ങളിൽവെച്ച് ഷൂട്ടിങ് നടത്തിയ ആ ചിത്രം ഞാൻ ദുബായിൽ വെച്ചാണ് കാണുന്നത്. ഒരു കാര്യാട്ട് ടച്ച് ഉള്ള സിനിമ തന്നെ; സംശയമൊന്നും ഉണ്ടായില്ല.

'ദ്വീപി'ന്റെ പ്രൊഡ്യൂസർ അബു, 'ചെമ്മീൻ' കാലഘട്ടത്തിലേതന്നെ ഞങ്ങളുടെ സുഹൃത്തായിരുന്നു. ഞാനും കാര്യാട്ടും അന്നേ അബുവിന്റെ വീട്ടിലൊക്കെ പോയിട്ടുണ്ട്. അബു ഒരുദിവസം ദുബായിൽ എന്റെ ഫ്ളാറ്റിലും വന്നിരുന്നു. ദുബായിൽ മലയാളസിനിമകൾ പ്രദർശിപ്പിക്കുന്നതുമായി ബന്ധപ്പെട്ട ബിസിനസ്സിന് പറ്റിയ ചിലരെയൊക്കെ ഞാൻ അബുവിന് പരിചയപ്പെടുത്തിക്കൊടുക്കുകയും ഉണ്ടായിട്ടുണ്ട്.

'അണിയാത്ത വളകൾ', 'പ്രിയ' എന്നിങ്ങനെ ഏതാനും നല്ല ജനപ്രിയസിനിമകൾ നിർമിച്ച പ്രൊഡ്യൂസറാണ് എൻ.പി.അബു. ഈ അടുത്തകാലത്താണ് അദ്ദേഹം അന്തരിച്ചത്. ഉത്തമസുഹൃത്തായിരുന്ന വിജയൻ കരോട്ടും നേരത്തേതന്നെ യാത്രയായിക്കഴിഞ്ഞിരുന്നു.

വഴിമദ്ധ്യേ ഒരു സഡൻ കൂടിക്കാഴ്ച!

ഞങ്ങളുടെ കല്യാണം കഴിഞ്ഞ് അധികനാളായില്ല. ഒരുദിവസം ഞാനും ഉഷയും ചേറ്റുവായിലെ വീട്ടിൽ കാര്യാട്ടിനെ കാണാൻ പോവുകയാണ്. അയ്യന്തോൾ-കാഞ്ഞാണി റോഡിൽവെച്ച് ഒരു വിദേശ നിർമിതകാർ- വാൻഗാർഡ്- ഞങ്ങളുടെ കാറിനെതിരെ വന്ന് സഡൻ ബ്രേക്കിട്ട് നിന്നു.

കാര്യാട്ട് ഉണ്ട് ആ കാറിൽ. ഒറ്റയ്ക്കാണ്. റോഡരികിൽവെച്ച് നേരിട്ട് ആദ്യമായി പരിചയപ്പെടുത്തി: 'ഇതാണ് ഉഷ.' ഉഷയും കാര്യാട്ടും അന്യോന്യം തൊഴുതു. എന്തെങ്കിലും പറയണ്ടേയെന്ന് കരുതി ഞാൻ പറഞ്ഞു. 'ഉഷ എട്ടുംപൊട്ടും തിരിയാത്ത ഒരു പതിനെട്ടുകാരിയാണ്. സാഹിത്യം, സംഗീതം, നൃത്തം, തുന്നൽ ഒക്കെ ഉണ്ട്!'

'ഉണ്ണി ഇത് എത്രാമത്തെ പ്രാവശ്യമാണ് എന്നോട് പറയുന്നത്, എനിക്കറിയില്ലെ?' - കാര്യാട്ടിന്റെ തുറന്നടിച്ച ഇങ്ങോട്ടുള്ള മറുപടി.

അങ്ങനെ നേരിയ കുശലങ്ങൾക്കുശേഷം ഞങ്ങൾ അവരവരുടെ കാറിൽ കയറാൻ നേരത്ത്, കാര്യാട്ട് അടുത്തുവന്ന് ഉഷയോടായി സ്വതസ്സിദ്ധമായ ഘനഗംഭീര സ്വരത്തിൽ പറയുകയാണ്: 'ഉഷേ, ഉണ്ണി ആള് ഒരു പോക്കിരിയാണ് കേട്ടോ, ശ്രദ്ധിക്കണം'.

പിന്നെ കാറിലിരുന്ന് ചിരിച്ചുകൊണ്ട് ഉഷ എന്നോട് പറഞ്ഞു: 'എനിക്ക് അങ്ങേരെ വളരെ ഇഷ്ടപ്പെട്ടു. ആ ആത്മാർഥത നന്നെ പിടിച്ചു, ഉണ്ണ്യേട്ടാ.'

ഇത് കഴിഞ്ഞ് ഏതാണ്ട് പതിനാല് വർഷങ്ങൾക്കുശേഷം, ദുബായിൽ ഞങ്ങൾ താമസിക്കുന്ന ഫ്ളാറ്റിൽ ഫിലിം പ്രൊഡ്യൂസർമാരായ വി.ബി.കെ.മേനോനും ഹരിപോത്തനും വരുന്നു. സൽക്കാരത്തിനുശേഷം

പോകാൻ നേരത്ത് ഹരിപോത്തൻ ഉഷയോട് "ഞങ്ങടെ ഉണ്ണിമേനോനെ നല്ലോണം സൂക്ഷിക്കണം കേട്ടോ."

എൻ്റെ കൂട്ടുകാർക്ക് എന്നോടുള്ള സൗഹൃദത്തിൻ്റെ ആഴം ഉഷ മനസ്സിലാക്കുകയായിരുന്നു.

'അതിരാത്ര'യാത്ര

സ്ഥലം തൃശ്ശൂർ പി.ഡബ്ലിയു.ഡി. റെസ്റ്റ്ഹൗസ്. നല്ല ഉഷ്ണകാലമാണ്. മുറിയിൽ തലേന്ന് ചർച്ചകൾ നടത്തിയിരുന്ന ചങ്ങാതിമാരൊക്കെ അവരവരുടെ സ്ഥലങ്ങളിലേക്ക് പോയിരുന്നു, രാത്രിതന്നെ.

കാലത്ത് ഞാനും രാമുകാര്യാട്ടും മാത്രമുണ്ട് റൂമിൽ. ബ്രേക്ക്ഫാസ്റ്റ് കാര്യാട്ടിന് പ്രിയമായ പുട്ടും കടലയുമായിരുന്നു. അതൊക്കെ റെസ്റ്റ് ഹൗസിലെ ഭാസ്കരന് അറിയാം. ന്യൂസ്പേപ്പറുകൾ പലവട്ടം മറിച്ചു നോക്കി, മടുത്തിരിപ്പാണ്. അപ്പോൾ ഒന്ന് രണ്ടു സുഹൃത്തുക്കൾകൂടി എത്തിച്ചേർന്നു.

കാര്യാട്ട് തീരെ നിരുത്സാഹനായി പറയുകയാണ്. 'ഉണ്ണീ, ഒരു Vacum Feeling തോന്നുന്നു.' അങ്ങനെ ഞങ്ങൾ മൂന്നാലുപേർ ചെറുതുരുത്തി ക്കടുത്തുള്ള പാഞ്ഞാളിൽ 'അതിരാത്ര'ത്തിൻ്റെ അന്തിമരംഗം കാണാൻ തയ്യാറെടുത്തു.

-ഗണേശ് ബീഡി വലിച്ചിരിക്കുന്ന കാര്യാട്ടിന് പൊടുന്നനെ ഉണ്ടായ ഒരു വെളിപാടാണ്, കാരണം. പിന്നെ രംഗം സജീവമായി. കാറിലിരുന്ന് വാദങ്ങൾ, എതിർവാദങ്ങൾ, പൊട്ടിച്ചിരികൾ...

എന്നെ സംബന്ധിച്ചിടത്തോളം, ഞാൻ ഇൻ്ററസ്റ്റഡ് ആയിരുന്നേയില്ല. ഞാനത് കാര്യാട്ടിനോട് തുറന്നു പറയുകയുമുണ്ടായി.

തുടർന്നുണ്ടായ രാമുകാര്യാട്ടിൻ്റെ ശുദ്ധമായ പ്രതികരണത്തിൻ്റെ real depth, വളരെ കൊല്ലങ്ങൾ കഴിഞ്ഞാണ് എനിക്ക് ഉൾക്കൊള്ളാനായത്. ഉപനിഷത്തുക്കൾ പലതും പലവട്ടം വായിച്ചതിനുശേഷം. അതിന്, ഇരു പത്തിയൊന്നാംനൂറ്റാണ്ട് ആവേണ്ടിവന്നു! കാര്യാട്ടിൻ്റെ ഉള്ളിലെ ആത്മീയചിന്തയുടെ ആഴം!

-'അതിരാത്രം നടക്കുന്ന സ്ഥലത്തുചെന്ന് ആ ചുറ്റുപാടിൽ അലിഞ്ഞു ചേർന്ന് കാര്യങ്ങൾ ഗ്രഹിക്കുന്നതുകൊണ്ട് എന്തു കുഴപ്പമാണുണ്ടാവുക? വിശ്വാസത്തിൻ്റെയോ വിശ്വാസമില്ലായ്മയുടെയോ പ്രശ്നമേ അല്ല. ചെന്ന് അവിടത്തെ പരിപാടി ശ്രദ്ധിക്കുക; വീക്ഷിക്കുക അത്രതന്നെ. മഴ പെയ്യലോ പെയ്യാതിരിക്കലോ ഒന്നുമല്ല കാര്യം'- ഇതായിരുന്നു രാമുകാര്യാട്ടിൻ്റെ നിലപാട്.

ആ അഭിപ്രായം മാനിക്കാതിരിക്കാൻ ആർക്കും ആവുമായിരുന്നില്ല. അങ്ങേരുടെ ശബ്ദത്തിൻ്റെ കമാൻ്റിംഗ് പവർ!

അങ്ങനെ ആവേശത്തോടെ ഞങ്ങൾ കാറിൽ കയറി യാത്ര തുടങ്ങി. അന്തരീക്ഷം ഉഷ്ണമയം. യജ്ഞം നടക്കുന്ന സ്ഥലത്ത് കുറച്ചുമാറി ചില

വിദേശികളുമുണ്ട്. ചുറ്റുവട്ടത്തായി ഒട്ടേറെ കാണികളും ഉണ്ടായിരുന്നു. പലരും ഫോട്ടോ എടുക്കുന്നു. തീനാളങ്ങളായിരുന്നു, എല്ലായിടത്തും. വി.കെ.എൻ പറഞ്ഞപോലെ, 'കനലടുപ്പിനുമുന്നിൽ കമ്പിളി പുതച്ച് കുന്തിച്ചിരിക്കുമ്പോഴത്തെ അവസ്ഥ!'

ഞങ്ങൾ മടങ്ങുന്നതിനു മുമ്പുതന്നെ ആകാശത്ത് പരുന്തുകൾ പറക്കുന്നത് കണ്ടു. ഇതിലൊക്കെ എന്തെങ്കിലും അർഥം ഉണ്ടായിക്കൂടെന്നില്ല എന്ന് കാര്യാട്ട് പറയുന്നു. എനിക്കും ഏതാണ്ടൊക്കെ യോജിപ്പ് തോന്നി.

ഞങ്ങൾ മടങ്ങി റെസ്റ്റ്ഹൗസിൽ എത്തിയതും മഴ തുടങ്ങി. ചെറിയ മഴയൊന്നുമല്ല, ഉഗ്രൻ മഴ! ഏപ്രിൽ മാസമാണെന്നാണ് ഓർമ.

ഉപനിഷത്തിലാവാം, ഇങ്ങനെ ഒരു സൂചന ഓർക്കുന്നു. "ഈ ധ്യാനം ചെയ്യണമെന്ന് പറയുന്നത് നിങ്ങൾ കണ്ണടച്ച് വിശ്വസിക്കരുത്. ശ്രദ്ധിക്കുക. (ശ്രദ്ധ എന്ന വാക്ക് അർഥഗർഭമാണ്) അത് മനസ്സിലാക്കി സ്വയം പരീക്ഷിച്ചു നോക്കിയതിൽപ്പിന്നെ ശരിയെന്ന് ബോധ്യപ്പെട്ടാൽ മാത്രമേ അംഗീകരിക്കേണ്ടതുള്ളൂ."

രാമുകാര്യാട്ടിന്റെ സ്വാഭാവികപ്രതികരണത്തിൽ അടങ്ങിയ ഇതേ തത്ത്വം ഉപനിഷൽ സന്ദേശങ്ങളിൽ സൂചിപ്പിക്കുന്നതുതന്നെ എന്നറിയാൻ, കാലം ഏറെ വേണ്ടിവന്നു എനിക്ക് എന്ന്മാത്രം. 'അതിരാത്ര'ത്തിൽ നിന്ന് തികച്ചും പുതിയ ആഴമുള്ള പാഠം ഉൾക്കൊള്ളാനായത്, വലിയ ഒരു നേട്ടമായി രാമുകാര്യാട്ട് കണക്കാക്കിയതുപോലെ തോന്നി.

ഗുരുവായൂരമ്പലത്തിൽ

അന്ന് രാമനിലയത്തിലെ ഒരു മുറിയിലാണ് രാമുകാര്യാട്ട് ക്യാമ്പ് ചെയ്യുന്നത്. കാലത്ത് ഞാൻ ചെല്ലുമ്പോൾ മുറിയിൽ സന്ദർശകരും സുഹൃത്തുക്കളും ആരുമില്ല.

കാര്യാട്ട് ബെല്ലടിച്ച് ചായ വരുത്തി. ഗണേശ് ബീഡി വേണ്ട. ഒരു സിഗരറ്റാവാം എന്ന് പറഞ്ഞു എന്റെ കീശയിൽനിന്നും ഒരു ഗോൾഡ് ഫ്ളേക്ക് സിഗരറ്റ് എടുത്തു കത്തിച്ചു.

'ഉണ്ണി, ഇന്നെന്താ പരിപാടി?'– കാര്യാട്ട്.

ഞാൻ ഒന്നും പറഞ്ഞില്ല.

'നമുക്ക് പീച്ചിയിലേക്ക് പോകാം" – കാര്യാട്ട്.

ഞാൻ തികഞ്ഞ മൗനത്തിൽത്തന്നെ. എന്റെ മനസ്സിൽ കുറച്ചുകാലമായി കൊണ്ടുനടക്കുന്ന ഒരാശയം രൂപപ്പെട്ടുവരുകയായിരുന്നു.

'ഒരു കാര്യം ചെയ്യാം. ഗുരുവായൂർക്ക് ആകാം യാത്ര.' ഞാൻ ഉറപ്പിച്ച് പറഞ്ഞു.

'ആയിക്കോട്ടെ' – കാര്യാട്ട് തന്റെ സ്ഥിരം ശൈലിയിൽ സമ്മതിക്കുന്നു.

കുളിച്ച് വൃത്തിയായി, കാര്യാട്ട്. വെള്ളമുണ്ടും വെള്ളഷർട്ടും. ഞാൻ കാലത്തേ കുളിച്ച് ചന്ദനക്കുറിയും ഒരു കുടയും സഞ്ചിയും ആയിട്ടാണ്.

'ഉണ്ണീ, ആ കുടയും സഞ്ചിയും ഇവിടെ ഇരിക്കട്ടെ.' കാര്യാട്ടിന് extra അനാവശ്യസാമഗ്രികൾ അത്ര ഇഷ്ടമല്ലെന്ന് തോന്നി.

'ഫ്രാൻസിസ് ടാക്സി' ഫോൺ ചെയ്തു. കാർ ഉടനെ എത്തി. ഞങ്ങൾ അതിൽ കയറി യാത്രയും ആരംഭിച്ചു.

കാറിലിരുന്ന് അധികസമയവും 'നീലക്കുയിൽ' സംബന്ധമായ സംസാരമായിരുന്നു; ഷൂട്ടിംഗ് അനുഭവങ്ങൾ etc. പിന്നെ, അതിലെ മനോഹരങ്ങളായ പാട്ടുകൾ ഓരോന്നും ഞങ്ങൾ ഒരുമിച്ചുതന്നെ പാടി രസിച്ചുകൊണ്ടിരുന്നു.

'തങ്കനിലാവത്ത് താലികെട്ടിയ താമരവള്ളിയ്ക്ക് തുള്ളാട്ടം' 'ഉള്ളിൽകടന്ന് കരൾ കൊള്ളയടിക്കും നിന്നെ കള്ളിപ്പെണ്ണെന്ന് വിളിക്കും' 'പെണ്ണുകെട്ടിന് കുറിയെടുക്കുമ്പോ ഒരു നറുക്കിന് ചേർക്കണേ...' ഇങ്ങനെപോയി പാട്ടുകൾ.

ഡ്രൈവർ ജോസ് നിർവികാരനായി ചോദിക്കുന്നുണ്ട്: 'നമ്മൾ എപ്പളാ മടങ്ങാ?.' ഞാൻ പറഞ്ഞു, 'അതൊന്നും പറയാൻ പറ്റില്ല. ചിലപ്പോൾ കോഴിക്കോട്ടൊക്കെ ഒന്ന് പോവേണ്ടിവരും, ആർക്കറിയാം! ഞാൻ സത്യസന്ധമായിട്ടാണ് പറഞ്ഞത്.

ഗുരുവായൂരെത്തി ഒരു ബ്രാഹ്മണാൾ ഹോട്ടലിൽ കയറി ഡിക്കോഷൻ കാപ്പിയും ഇഡ്ഡലിയും പൂശി. കുപ്പായമഴിച്ച് തോളിൽ തൂക്കി, ചെരിപ്പ് കിഴക്കെനടയിൽവെച്ചു. ഞങ്ങൾ അമ്പലത്തിനുള്ളിലേക്ക് നീങ്ങി. കാര്യാട്ട് പറയുന്നുണ്ട്, 'ഇതെന്റെ ആദ്യ വരവാണെന്നാണ് തോന്നുന്നത്, ഉറപ്പില്ല.'

'പതിനഞ്ചുകൊല്ലം ത്രൂഔട്ട് ഇവിടെ കഴിഞ്ഞവനാ ഈ ഞാൻ.' എന്റെ കമെന്റ്. ഞാൻ ശ്രീകോവിലിനടുത്തേക്ക് കാര്യാട്ടിനെ ആനയിച്ചു. ഏറെക്കാലമായി ചെരുപ്പിടാതെ നടന്ന് ശീലമേ ഇല്ലാത്ത അങ്ങേർക്ക് കാലടികൾ പൊള്ളുന്നുണ്ടായിരിക്കണം! മനമില്ലാമനസ്സോടെ എന്റെ ഒപ്പം വരുന്നു എന്ന് മാത്രം ഞാൻ മനസ്സിലാക്കി.

തുടർന്ന് ശ്രീകോവിലിന്റെ വടക്കും തെക്കും പടിഞ്ഞാറും ചുമർഭിത്തികൾ ഞാൻ കാര്യാട്ടിന്റെ ശ്രദ്ധയിൽപെടുത്തി. വൃന്ദാവനലീലകളുടെ അതിമനോഹരങ്ങളായ ആലേഖനങ്ങൾ, വർണ്ണശബളമായ ബിംബങ്ങൾ, ശ്രീകൃഷ്ണലീലകൾ ഒക്കെ ചുമരുകളിൽ ഒരു നിശ്ശബ്ദചലച്ചിത്രത്തിൽ എന്നപോലെ കാണുകയായിരുന്നു. ചുരുങ്ങിയത് ഇരുപത് മിനുട്ടോളം കാര്യാട്ട് അത് മുഴുവനും ശ്രദ്ധിച്ചു. എനിക്കും എന്തെന്നില്ലാത്ത ഒരു സംതൃപ്തി അനുഭവപ്പെട്ടു.

ഇന്ത്യയിലെ ഏത് ഗുഹാചിത്രങ്ങളെയും വെല്ലുവിളിക്കുന്ന അത്ര കലാസൗഷ്ഠവം അവയ്ക്കുണ്ട്.

'എന്റെ ഉണ്ണീ, ഞാനിത്ര പ്രതീക്ഷിച്ചില്ലാട്ടോ. ഉഗ്രനായിരിക്കുന്നു. ഇതെന്റെ ആദ്യാനുഭവമാണ്.

രാമുകാര്യാട്ടിന്റെ ആ വാക്കുകൾ ഞാനിന്നും ഓർക്കുന്നു; അവ എന്റെ ചെവിയിൽ മുഴങ്ങുന്നു.

പിന്നീട് ആ ചിത്രങ്ങളെയും ബിംബങ്ങളെയും മൊത്തം കമ്പിവല കൊണ്ട് മറച്ചുവെച്ചു, അധികൃതർ!

കാര്യാട്ട് പിന്നീട് പല സുഹൃദ്സദസ്സുകളിലും ഈ അപൂർവസന്ദർശനത്തെപ്പറ്റി പൊടിപ്പും തൊങ്ങലും ചേർത്ത് കഥകൾ പറഞ്ഞ് സദസ്സുകളെ ഉത്സാഹഭരിതമാക്കാറുണ്ട്.

മൃഗശാലയിലെ പുലി

തൃശ്ശൂർ പി.ഡബ്ല്യു.ഡി. റെസ്റ്റ്ഹൗസിനടുത്താണ് കാഴ്ചബംഗ്ലാവ്-മൃഗശാല. കാര്യാട്ട് റെസ്റ്റ്ഹൗസിൽ ക്യാമ്പ് ചെയ്യുന്ന അവസരമാണ്. ഞങ്ങൾ രണ്ടുപേർ മാത്രമേ ഉള്ളൂ. ചങ്ങാതിമാരൊക്കെ ഓരോ വഴിക്ക് പോയിരിക്കുകയാണ്.

വല്ലാതെ ബോറടിച്ചിരിക്കുന്ന സമയം. അപ്പോൾ കാര്യാട്ടിന് ഒരൈഡിയ. നമുക്ക് കാഴ്ചബംഗ്ലാവൊക്കെ ഒന്ന് കണ്ടുവരാം. ശരിയെന്ന് ഞാൻ. തൊട്ടടുത്താണ്, പതുക്കെ നടന്നുപോയി. ടിക്കറ്റൊന്നും എടുക്കേണ്ടിവന്നില്ല. കാര്യാട്ടിന്റെ കൈയിൽ ഒരു റഷ്യൻ ക്യാമറയുമുണ്ട്.

ഇടതൂർന്ന് നിൽക്കുന്ന കൂറ്റൻ മരങ്ങളുടെ തണൽപ്പരപ്പിലൂടെ പച്ചപ്പും കൊച്ചുജീവജാലങ്ങളുടെ ചലനങ്ങളും കണ്ട് രസിച്ച് ഞങ്ങൾ അങ്ങനെ നടന്നുനീങ്ങി.

കുറച്ച് കഴിഞ്ഞപ്പോൾ കാര്യാട്ട് കിതക്കാൻ തുടങ്ങി. നടത്തം വെട്ടിച്ചുരുക്കി മടങ്ങുന്നവഴി പുലികളുടെ കൂടുകൾക്കരികിലെത്തിയപ്പോൾ, ഒരാരാധകൻ (അവിടത്തെ സ്റ്റാഫ് ആണ്) എന്റെ അടുത്തുവന്ന് ചിരിച്ചു. ഞാൻ കരുതി കാര്യാട്ടിനെ കണ്ട് വന്നതാണെന്ന്. ആയിരുന്നില്ല. അയാൾ എന്റെ ഒരു സുഹൃത്തിന്റെ ബന്ധു ആണ്. എന്നെ നല്ലപോലെ അറിയും.

രാമുകാര്യാട്ട് ഇതിനിടയിൽ പല പുലിക്കൂടുകൾക്കടുത്തുകൂടെയും മാറിമാറി നിരീക്ഷണവുമായി നടക്കുന്നുണ്ടായിരുന്നു.

'ഉണ്ണിക്ക് ഈ പുലിക്കൂട്ടിൽ കയറാൻ ധൈര്യമുണ്ടോ?' പ്രതീക്ഷിക്കാത്ത ചോദ്യം, ഞാൻ ഒരു നിമിഷം അന്തംവിട്ടുനിന്നു.

അതിനിടയിൽ ആ സ്റ്റാഫ് ഫ്രണ്ട് ഒരു പുലിയുടെ കൂടു തുറക്കുന്നു; ഒരു മുതിർന്ന പുലിക്കുട്ടിക്ക് ആഹാരം കൊടുക്കാൻ. നല്ല വലിപ്പവും നീളവും ഉള്ള പുലിക്കുട്ടിയാണെന്ന് കണ്ടാൽ തോന്നില്ല.

ഒരു ഇൻസ്പിരേഷൻ ഉള്ളിൽ ഉദിച്ചപോലെ, ഞാൻ അയാളുടെ ഒപ്പം

അയാൾപോലും അറിയാതെ കൂട്ടിനുള്ളിൽ കയറി. പുലിയുടെ ഏതാണ്ട് അടുത്ത് നിന്നു!

പെട്ടെന്നാണ് കാര്യാട്ടിന്റെ ശ്രദ്ധയിൽ ആ കാഴ്ച പെട്ടത്. 'ഉണ്ണീ, ഉണ്ണീ' എന്നലറി അങ്ങേർ. ഇതുകേട്ട് ചില സന്ദർശകരും ഓടിയെത്തി. പതുക്കെപ്പതുക്കെ സ്റ്റെപ്പ് വെച്ച് ഞാൻ കൂട്ടിൽ നിന്നും പുറത്തുവന്നു.

"ശ്ശെ, ക്യാമറയിൽ ഫിലിം കഴിഞ്ഞിരുന്നു" – കാര്യാട്ട്.

"എന്റെ ധൈര്യം എങ്ങനെ?" ഞാൻ ചോദിച്ചു.

"ഈ മാതിരി ധൈര്യമൊന്നും ഇനിവേണ്ട" എന്നായി കാര്യാട്ട്.

ഗെയ്റ്റ് വരെ ആ സ്റ്റാഫ് സുഹൃത്ത് ഞങ്ങളുടെ ഒപ്പം വന്നു. അയാൾക്ക് വലിയ കാര്യമായി. കാര്യാട്ടിനെ അടുത്ത് കാണാനായതിന്റെ സന്തോഷവും. ഞാൻ പുലിക്കൂട്ടിനുള്ളിൽ കയറിയത് മാത്രം അയാൾക്ക് അത്ര പിടിച്ചില്ലെന്ന് എനിക്കു തോന്നി.

പിന്നെ കുറച്ചുകാലം ഈ സംഭവം ഞങ്ങളുടെ സുഹൃദ്സദസ്സുകളിൽ 'ന്യൂസ്' ആയി പരന്നു.

അർച്ചനയോടെ, സ്വന്തം.

തോരാമഴമൂലം മുൻവശത്ത് മുറ്റമാകെ പച്ചപ്പ് പരന്ന് പടർന്നു കഴിഞ്ഞു. ചിരിതൂകുന്ന ചെടികളും പൂക്കളും പുൽക്കൂട്ടവും.

അമ്പലങ്ങളിലൊന്നും പോക്കില്ലാതെ, വീട്ടിലിരുന്ന് ധ്യാനചര്യയുമായി നീങ്ങുന്ന എന്റെ മനസ്സ് പറയുന്നു: പ്രകൃതിയുടെ കണിശമായ കണക്കിൽ, പ്രിയസുഹൃത്ത്, ഇന്നും നിലവിലുണ്ട്. അതെ, രാമുകാര്യാട്ടിന് ഒന്നും സംഭവിച്ചിട്ടില്ല!

പല സന്ദർഭങ്ങളിലും കാര്യാട്ട് ഇൻറ്റ്യൂഷന്റെ പിൻബലത്തിൽ, ഒച്ച വെച്ച് പറഞ്ഞ പ്രവചനതുല്യമായ പ്രസ്താവനകൾ, വാസ്തവങ്ങളായി മാറിയിരുന്നു!

ഓരോ നിമിഷത്തെയും ഉത്സവമാക്കി മാറ്റാൻ ഉടയോൻ അറിഞ്ഞ് ദാനം ചെയ്ത 'വരപ്രസാദ'മായിരുന്നു, ആ ധന്യജീവിതം.

ആത്മീയതയിലേക്ക് അന്നേ അപ്രതീക്ഷിത മിന്നലാട്ടങ്ങൾ നടത്തിയിരുന്ന രാമുകാര്യാട്ട്, അറിയാതെ തുടക്കം കുറിച്ച ആ പവിത്ര പ്രയാണം, 'പൂർണ്ണ'ത്തിലേക്ക് ആയിരുന്നു.

പ്രകാശവേഗത്തിലും കവിഞ്ഞ്, 'അതി'ലേക്ക് അലിഞ്ഞ്, 'അതാ'വാം എന്ന സഫലസ്വപ്നവുമായി, സ്വന്തം.

എന്റെ ആദ്യ പുസ്തകം, മുണ്ടശ്ശേരിമാഷും പ്രേംജിയും

ആദ്യസൃഷ്ടി വെളിച്ചം കാണുമ്പോഴത്തെ ഉൾപ്പുളകം ഒന്നു വേറെ തന്നെയാണല്ലോ. ഒട്ടനേകം വർഷങ്ങൾ പിന്നിട്ടാൽപോലും അതൊരു കുളിർമ പകരുന്ന ഓർമതന്നെ.

അമ്പതിൽപരം കൊല്ലം മുമ്പ് നടന്ന കാര്യമാണ്. ആദ്യകഥ ചങ്കൂറ്റത്തോടെ രണ്ടും കല്പിച്ച് അന്നത്തെ പ്രമുഖ വാരികയിലേയ്ക്കങ്ങയച്ചു. അദ്ഭുതപ്പെടുത്തിക്കൊണ്ട് ആ കഥ അവർ പ്രസിദ്ധീകരിക്കുന്നു!

കുറെ കഴിഞ്ഞ് ഒരുദിവസം 'മാതൃഭൂമി' യിൽ നിന്ന് മണി ഓർഡറായി പത്ത് രൂപ ലഭിച്ചു. ഡിഗ്രി വിദ്യാർത്ഥിയായ എനിക്ക് ജീവിതത്തിൽ ആദ്യമായി കിട്ടുന്ന പ്രതിഫലം.

തുടർന്ന് ആനുകാലികങ്ങളിൽ കഥകൾ എഴുതാൻ തുടങ്ങി. അപ്പോഴാണ്, എല്ലാ കഥകളും ചേർത്ത് ഒരു പുസ്തകമിറക്കിയാലോ എന്ന ഒരാശയം ഉദിക്കുന്നത്.

അന്ന് തൃശ്ശൂരിലെ പേരെടുത്ത പ്രസിദ്ധീകരണശാലയാണ് 'മംഗളോദയം'. സ്വരാജ് റൗണ്ടിലെ തെക്കുവശത്ത് ജോസ് തിയേറ്ററിന്റെ തൊട്ടടുത്ത് തന്നെയാണ്.

എന്തിനധികം, എന്റെ ആദ്യത്തെ സമാഹാരം 'മംഗളോദയ'ത്തിലൂടെ പുറത്തിറങ്ങി. 104 പേജ്. വില 1 ക 25 പൈസ. എന്തോ ഒരു വലിയ സംഭവം നടന്ന പ്രതീതിയായിരുന്നു എനിക്ക്.

നിയമബിരുദമെടുത്ത് അഭിഭാഷകനായി തൃശൂർ പ്രിൻസിപ്പൽ മുൻസിഫ് കോടതിയിൽ സീനിയർക്കുവേണ്ടി ആദ്യമായി ഞാൻ ഒരു സാക്ഷിയെ വിസ്തരിച്ച് ഇറങ്ങിപ്പോരുമ്പോൾ, 'കക്ഷി' വന്ന് എന്റെ കൈത്തലത്തിൽ ഭവ്യതയോടെ ഒരു നോട്ട് തിരുകിത്തന്നു. ആവേശം പുറത്തുകാണിക്കാതെ ഞാൻ പതുക്കെ നടന്ന് ടോയ്‌ലെറ്റിനകത്ത് കയറി കോട്ടിന്റെ കീശയിൽനിന്നും ആകാംക്ഷയോടെ നോട്ടെടുത്ത് നോക്കി.

ഒരു പത്തുരൂപ നോട്ട്! ബാർ കൗൺസിൽ മുറിയിൽ അടുത്ത സുഹൃത്തുക്കൾക്കായി ചായയും പരിപ്പുവടയും നൽകി സൽക്കരിക്കയുണ്ടായി ഞാനന്ന്. പ്യൂണിന് ഒരു നാലണ നാണ്യം കൊടുത്തു. സമ്പാദ്യശീലം എന്റെ രീതി അല്ലായിരുന്നു അന്നും ഇന്നും. ആദ്യ കഥ എഴുതിയതിന് പ്രതിഫലം പത്തുരൂപ. കോടതിയിലെ കന്നി പെർഫോമൻസിന് കിട്ടിയതും പത്തുരൂപ. ആയിരത്തിത്തൊള്ളായിരത്തി അറുപതുകളിലെ ആദ്യാനുഭവങ്ങൾ.

ബന്ധുക്കൾക്കും സുഹൃത്തുക്കൾക്കും പുസ്തകം സമ്മാനിച്ചു. കോഫീഹൗസിലും പത്തൻസിലും കൊണ്ടുപോയി അവരെ സൽക്കരിച്ചു. ഇഷ്ട കാമുകിക്ക് പ്രത്യേകസമ്മാനമായി പുസ്തകവും ഒരു സ്വിസ്സ് വാച്ചും നൽകി. വീട്ടിൽ പ്രശ്നങ്ങൾ ഉണ്ടാക്കുമെന്ന് പറഞ്ഞ് വേദനയോടെ വാച്ച് തിരിച്ചുതന്നു.

പിന്നീടൊരു ദിവസം മുറിയിൽ സ്വസ്ഥമായിരുന്ന് പുസ്തകം വായിച്ചു നോക്കി. ഒരേ അക്ഷരപ്പിശക് പല സ്ഥലത്തും. പിറ്റേന്ന് ഞാൻ നേരിട്ട് 'മംഗളോദയം' ഓഫീസിലേക്ക് ചെന്നു. അവർ പറഞ്ഞു. "തെറ്റുവരാൻ ന്യായമില്ല. ഏതായാലും ഭട്ടതിരിപ്പാട് അകത്തുണ്ട്. അദ്ദേഹത്തെ കാണിച്ചോളൂ. പ്രൂഫ് നോക്കുന്നത് അദ്ദേഹമാണ്."

'അന്തരീക്ഷം' എന്ന് വരുന്നിടത്ത് 'അന്തരിക്ഷം' എന്നാണ് അച്ചടിച്ചിരിക്കുന്നത്.

അങ്ങേര് ചിരിച്ചുകൊണ്ട് പറഞ്ഞു: "അന്തരീക്ഷം തെറ്റാണ്; അന്തരിക്ഷം ആണ് ശരി. അന്തർഭാഗത്തിങ്കലുള്ള ഋക്ഷം ആണത്."

എനിക്ക് സമാധാനമായി. ഞങ്ങൾ പല വർത്തമാനങ്ങളും പറഞ്ഞു. പെട്ടെന്ന് അടുത്തപോലെ . ആ വ്യക്തിത്വം അത്രമാത്രം ആകർഷണീയമായിരുന്നു. പിന്നീട്, പ്രേംജി എന്ന പേരിൽ ദേശീയപുരസ്കാര ജേതാവായി കേരളസിനിമാലോകം ആദരിച്ച എം.പി. ഭട്ടതിരിപ്പാടായിരുന്നു അദ്ദേഹം.

എൺപതുകളിൽ പ്രേംജിയുടെ "ഏകലോചനം" എന്ന ഭാവാഭിനയ ഫോട്ടോ പത്രങ്ങളിൽ വന്നത് ദുബായിലെ അഭ്യസ്തവിദ്യരായ അറബി സുഹൃത്തുക്കൾക്ക് ഞാൻ കാണിച്ചുകൊടുക്കുകയുണ്ടായി. മുഖത്തിന്റെ ഇടത്തേ പകുതിവശത്ത് ദുഃഖവും മറ്റേ പകുതിയിൽ സന്തോഷവും സ്ഫുരിക്കുന്ന ആ ചിത്രം അവരെ അദ്ഭുതപ്പെടുത്തി. അവർ അങ്ങേയറ്റം പ്രശംസിക്കുകയും ചെയ്തു.

മാനേജർ എം.സി.വാസുദേവൻ നമ്പൂതിരിയുമായും അടുത്ത സൗഹൃദം പുലർത്താനായി. കാവാലം നാരായണപ്പണിക്കരെ വാസുദേവനാണ് എനിക്ക് പരിചയപ്പെടുത്തിത്തന്നത്. എം.ആർ.ബിയെയും.

അക്കാലത്ത് മംഗളോദയത്തിൽ പ്രമുഖ സാഹിത്യകാരന്മാർ സന്ദർശ കരായി എത്തുമായിരുന്നു. ജോസഫ് മുണ്ടശ്ശേരിയെ കാണാറുണ്ട്, എന്നാൽ ആരാണെന്ന് വ്യക്തമായി അറിഞ്ഞിരുന്നില്ല.

പഴയ "മംഗളോദയ"ത്തിൽ മുണ്ടശ്ശേരി മാസ്റ്റർ ജെ.മുണ്ടശ്ശേരി എന്ന പേരിലാണ് ലേഖനങ്ങൾ എഴുതിയിരുന്നത്.

'മംഗളോദയം', 'മാതൃഭൂമി' വീക്കിലി, 'കൗമുദി', 'ബ്ലിറ്റ്സ്' ഇവ യൊക്കെ എനിക്ക് ഏറെ ഇഷ്ടപ്പെട്ട പ്രസിദ്ധീകരണങ്ങളായിരുന്നു.

ദുബായിൽ നിന്ന് ലീവിന് വന്ന സമയം. വീട്ടിൽ സ്വസ്ഥമായി കുട്ടി കളുമൊത്ത് സന്തോഷപൂർവം കഴിയുകയാണ്. ഒരു ദിവസം വഴിയിൽ വച്ച് പഴയ ഒരു കോളേജ് ഫ്രണ്ടിനെ കാണാനിടയായി. സംഭാഷണ ങ്ങൾക്കിടയ്ക്ക്, 'കേരളവർമ്മ'യിലെ പ്രൊഫസർ രാജരാജവർമ്മയുടെ വീട്ടിൽ എൻ.മോഹനൻ വന്നിട്ടുണ്ട് എന്നറിഞ്ഞു.

ഞാൻ പ്രൊഫസറുടെ വീട്ടിലേക്ക് വിട്ടു. മോഹനനെ കണ്ടിട്ട് കുറേക്കാലമായി. ഗേറ്റ് തുറന്ന് വീടിനടുത്തെത്തിയപ്പോൾ മോഹനൻ ഉമ്മറത്തുതന്നെ ഉണ്ട്, സ്വതഃസിദ്ധമായ പുഞ്ചിരിയുമായി. അദ്ദേഹം അക ത്തേക്ക് ഉച്ചത്തിൽ വിളിച്ചു പറഞ്ഞു: "ഭാമേ, ഇതാരാ വന്നിരിക്കുന്നതെന്ന് നോക്കൂ. സാക്ഷാൽ ഉണ്ണിമേനോൻ!"

കുറേ നേരം പല കുശലപ്രശ്നങ്ങളുമായി കഴിഞ്ഞു. രാജരാജ വർമ്മയ്ക്ക് എന്നെ നല്ലപോലെ അറിയാം. അദ്ദേഹം എന്റെ സൈക്കോ ളജി മാഷായിരുന്നു. എന്നാൽ എൻ.മോഹനനുമായുള്ള എന്റെ സുഹൃദ്ബന്ധം അറിയില്ലായിരുന്നു. ഇറങ്ങാൻ നേരത്ത് മോഹനൻ എനിക്ക് രണ്ട് ടിക്കറ്റ് തന്നു. തൃശ്ശൂരിൽ നടക്കാനിരിക്കുന്ന ഗംഭീരമായ സ്റ്റാർ നൈറ്റിന്റെ വി.ഐ.പി. ടിക്കറ്റാണത്.

അന്നത്തെ ഫാഷനായ സഫാരി വേഷവുമായി ഞാനും ഒപ്പം ഉഷയും വളരെ നേരത്തെതന്നെ മുൻനിരയിൽ സ്ഥാനം പിടിച്ചിരിപ്പായി. മുഖ്യമന്ത്രി ഉദ്ഘാടനം ചെയ്യുന്ന വേദിയാണ്. ജനം വന്നുതുടങ്ങുന്നേ ഉള്ളൂ.

കൈയിൽ സെർച്ച് ലൈറ്റുമായി വന്ന പോലീസ് സൂപ്രണ്ട് ഡേവിഡ് എന്നോട് ക്ഷേമാന്വേഷണം നടത്തി. പഴയ കോളേജ് ഫ്രണ്ടാണ് ഡേവിഡ്. എന്റെ ലോ കോളേജ് സഹപാഠിയായ പ്രൊഡ്യൂസർ പി.പി. കുഞ്ഞുമുഹമ്മദ് വന്നു സംസാരിച്ചു. പിന്നെ എൻ.മോഹനൻ അടുത്തു വന്ന് ഉഷയോടായി പറഞ്ഞു: "ഞാൻ മോഹനൻ, ഉണ്ണിമേനോന്റെ സുഹൃ ത്താണ്."

അപ്പോൾ എന്റെ തൊട്ടടുത്തിരിക്കുന്ന ഒരാൾ എന്റെ കൈയിൽതട്ടി "താനിപ്പൊ എവട്യാ, ശ്ശി കാലായല്ലോ കണ്ടിട്ട്?" ഞാൻ അദ്ഭുതപ്പെട്ടു.

അത് പ്രേംജിയാണ്. ദുബായിയെക്കുറിച്ചും മറ്റും പല വിശേഷങ്ങളും കൈമാറി

പിന്നെ, പ്രേംജിയെ കണ്ടപാടെ മോഹനൻ നേരിട്ട് വന്ന് അദ്ദേഹത്തെ സ്റ്റേജിലേക്ക് ആനയിച്ചു, ആദരവോടെ

ആ സ്റ്റേജിൽ വച്ച് വയലാർ രാമവർമ്മയുടെ മകൻ അച്ഛന്റെ ഒരു കവിത ശ്രുതിമധുരമായി ചൊല്ലി.

“കൈയിലൊരിന്ദ്രധനുസ്സുമായ്
വാനത്ത് പെയ്യുവാൻവന്ന തുലാവർഷമേഘമേ
കമ്രനക്ഷത്ര രജനിയിലിന്നലെ
കണ്ടുവോ നീയെന്റെ രാജഹംസത്തിനെ......”

ആ വരികൾ ഇന്നും കാതിൽ മുഴങ്ങുന്നു. വയലാറിനോടൊപ്പം കഴിഞ്ഞുകൂടിയ ഉല്ലാസ നാളുകൾ ഓർമ്മയിൽ തെളിയാൻ തുടങ്ങി.

എന്റെ ആദ്യകഥാ സമാഹാരത്തിന്റെ കാര്യവുമായി ബന്ധപ്പെട്ട ഒന്നാമത്തെ പ്രമുഖവ്യക്തിയായ പ്രേംജിയെ അവസാനമായി കണ്ട തിളങ്ങുന്ന സ്റ്റാർനൈറ്റ് രംഗം ഇന്നലെ കഴിഞ്ഞപോലെ ഇന്നും അങ്ങനെ പച്ചപിടിച്ചു നിൽക്കുന്നു മനസ്സിൽ.

രണ്ടാമത് ബന്ധപ്പെട്ട മാന്യദേഹം ജോസഫ് മുണ്ടശ്ശേരിയാണ്. മുൻപെന്നോ “ദുഷ്കവികളാകുന്ന ആനകളേ ഓടിക്കോൾവിൻ ഓടിക്കോൾവിൻ ഉദ്ദണ്ഡനെന്ന സിംഹം ഇതാവരുന്നു” എന്നലറിവന്ന പണ്ഡിതാഗ്രേസരൻ ഉദ്ദണ്ഡശാസ്ത്രികളെപ്പോലെ സിംഹഗർജ്ജനവുമായി മലയാളത്തിനെ വിറപ്പിച്ച സാക്ഷാൽ മുണ്ടശ്ശേരി!

ഓർക്കുമ്പോൾ ഇപ്പോഴും എന്റെ രോമകൂപങ്ങൾ എഴുന്നുനിൽപാണ്.

അക്കാലത്ത് തൃശ്ശൂരിന്റെ ഹൃദയഭാഗത്തായി കുറുപ്പം റോഡിൽ ഒരു ബഹുനിലക്കെട്ടിടം പൊങ്ങിവന്നു. ‘ജയ ലോഡ്ജ്’. പെട്ടെന്ന് അത് പ്രശസ്തിയിലേക്ക് ഉയർന്നുവരികയായിരുന്നു. അവിടെ വച്ചാണ് ഉറൂബുമായും രാമുകാര്യാട്ടുമായും ഞാനടുക്കുന്നത്.

തൊട്ടു മുൻവശത്ത് അരികിലായി തൃശ്ശൂരിലെ ആദ്യത്തെ വലിയ ട്യൂട്ടോറിയൽ കോളേജാണ്. ‘മാസ്കോട്ട്’ എന്നായിരുന്നു പേര്. പിന്നീട് ‘ബീസീസ്’ ആയി. ലോഡ്ജിന്റെ വടക്കുഭാഗത്ത് മുട്ടിനിൽക്കുന്ന വലിയ ലേഡീസ് ഹോസ്റ്റലും. ട്യൂട്ടോറിയൽ വിദ്യാർത്ഥികൾ ജയാലോഡ്ജ് പരിസരങ്ങളിൽ പലപ്പോഴും പതുങ്ങി നടക്കുക പതിവാണ്.

ഒരു ദിവസം ഞാൻ ജയ ലോഡ്ജിലേക്ക് ചെല്ലുമ്പോൾ എന്റെ സ്നേഹിതനും പത്രപ്രവർത്തകനുമായ ദാമോദരനെ കണ്ടുമുട്ടി. ദേശാഭിമാനി ദാമോദരൻ എന്നാണ് അന്നൊക്കെ അങ്ങേര് അറിയപ്പെട്ടിരുന്നത്.

ഒരിക്കൽ കണ്ടാൽ പിന്നെ മറക്കില്ല. ശരീരവടിവ് അങ്ങനെ ആയിപ്പോയി! മെലിഞ്ഞ് ഉയരത്തിൽ. ചുരുണ്ട മുടി നടുവിൽ വകഞ്ഞിട്ട് സദാ മുഖത്ത് ചിരിയുമായി എല്ലായിടത്തും ഓടിപ്പാഞ്ഞു നടക്കുന്ന ഒരപൂർവ മനുഷ്യനാണ് പുള്ളി. ഉന്നത തലങ്ങളിലെല്ലാം നല്ല സ്വാധീനശക്തിയുണ്ടു താനും.

എന്നെക്കണ്ടവശം കാത്തിരുന്ന ആളെ കൈയിൽകിട്ടിയ മുഖഭാവവുമായി 'നമുക്ക് മുകളിലേക്ക് പോവാം' എന്ന് ക്ഷണിച്ചു. എനിക്ക് റെയിൽവേ സ്റ്റേഷനിൽ പോകേണ്ട ഒരു കാര്യമുണ്ട് എന്ന് പറഞ്ഞതൊക്കെ ആര് കേൾക്കാൻ?

അതിനിടയിൽ മാനേജരുടെ മുറിയിൽ കയറി എന്തൊക്കെയോ കുശുകുശുക്കി റൂം ബോയിയോടും എന്തോ പറഞ്ഞ് അങ്ങേര് എന്റെ കൈയും പിടിച്ച് നേരെ കോണിപ്പടികൾ കയറി. മൂന്നാം നിലയിലെ ഒരറ്റത്തുള്ള തുറന്നിട്ടിരിക്കുന്ന മുറിയിൽ ഞങ്ങൾ കടന്നു.

അവിടെ ഗൗരവപ്രകൃതക്കാരനായ ഒരാൾ കട്ടിലിൽ ഒരിംഗ്ലീഷ് പത്രം മറിച്ചുനോക്കിയിരിപ്പുണ്ട്. ദാമോദരൻ വർത്തമാനം തുടങ്ങിയാൽ എളുപ്പമൊന്നും നിർത്തില്ല. നല്ല സാഹിത്യത്തിലങ്ങു തുടരും. അതാണ് മൂപ്പരുടെ രീതി. കുറെ കൊല്ലങ്ങളായി എനിക്ക് പരിചയമുള്ളതാണ്.

"മാഷേ ഇത് നമ്മടെ പി. ഉണ്ണിമേനോൻ" എന്നും പറഞ്ഞ് മേശപ്പുറത്തുള്ള രണ്ടു കുപ്പി ഗ്ലാസ്സിനോടൊപ്പം മുറിയുടെ മൂലയിലെ സ്റ്റൂളിൽ മൺകൂജയിലെ വെള്ളം മൂടിവെച്ച ഗ്ലാസ്സും എടുത്ത് മേശപ്പുറത്ത് വെച്ച്, മേശയ്ക്കടിയിൽ നിന്നും ഒരു ഹെർകുലീസ് റം ബോട്ടിൽ എടുത്തു.

മുണ്ടശ്ശേരിയുടെ ഛായയില്ലേ. ഒരു സംശയം പിന്നെ തോന്നി. ഇവിടെ വരാൻ യാതൊരു സാധ്യതയുമില്ലല്ലൊ. ഏതായാലും ദാമോദരനെ തോണ്ടി ആംഗ്യഭാഷയിൽ ആ ഇരിക്കുന്നതാരാണെന്ന് ചോദിച്ചു.

"ദ് നമ്മടെ മുണ്ടശ്ശേരി മാഷല്ലേ." എന്ന് ഈസിയായിപ്പറഞ്ഞ് കുപ്പി തുറക്കുകയായി.

ഞാൻ, ഇരുന്ന കസേരയിൽ നിന്നും ചാടി എഴുന്നേറ്റു. ഇതിനിടയിൽ റൂംബോയ് കഴുത്തിടുങ്ങിയ കട്ടി ഗ്ലാസ്സിന്റെ പഴയകാല സോഡാക്കുപ്പികൾ മൂന്നാലെണ്ണം കൊണ്ടുവന്നുവച്ചു.

മംഗളോദയത്തിൽ വെച്ച് കാണാറുള്ള ആൾ തന്നെ. അദ്ഭുതവും സന്തോഷവും ഇടകലർന്ന വിധം ഞാനോർത്തു.

ദാമോദരൻ കണിശമായി ഗ്ലാസ്സുകളിൽ റം പകർന്ന് സോഡയൊഴിച്ച് സപ്ലൈ തുടങ്ങിക്കഴിഞ്ഞു.

ഞാൻ പറഞ്ഞു "എനിക്ക് വേണ്ട. ഞാനിത് ഇപ്പോൾ ഉപയോഗിക്കില്ല."

‘വേഷം കെട്ട് വേണ്ട’ എന്നായി ദാമോദരൻ. എന്നിട്ട് മാഷോട് പറഞ്ഞു. ‘ആള് കഥാകൃത്തൊക്കെയാണ്’ നിർത്തുന്നില്ല, വീണ്ടും തുടർന്നു. “എം. എന്നിന്റെ ബന്ധുവാണ്. ഭാസ്കരപ്പണിക്കരും അപ്പൻ തമ്പുരാന്റെ മകൻ കുട്ടൻ മേനോനും ഒക്കെ മൂപ്പരുടെ ബന്ധുക്കളാ. ഉളനാട്ട് ജന്മിയല്ലേ. വക്കീൽ കുഞ്ഞുണ്ണിപ്പണിക്കരുടെ ഏക സന്തതിയാണ്. പാർട്ടി അനുഭാവിയും.”

(ഉയർന്ന ബന്ധുത്വം വെളിപ്പെടുത്തി പ്രകീർത്തിക്കുന്ന ഈ പല്ലവി മുമ്പ് അംബാസഡർ ഹോട്ടലിൽ വച്ച് കാവാലവും എം.ആർ.ബിയുമൊത്തു ചേർന്ന അവസരത്തിലും ദാമോദരൻ നടത്തിയിട്ടുള്ളതാണ്.)

മാഷ് ഇടയിൽ കയറി പറഞ്ഞു. “കുഞ്ഞുണ്ണിപ്പണിക്കരെക്കുറിച്ച് കേട്ടിട്ടുണ്ട്. കോൺഗ്രസ്സാണല്ലോ? മലബാർ ഡിസ്ട്രിക്ട് ബോർഡ് മെമ്പറായിരുന്ന പണിക്കർ തന്നെയല്ലേ?”

“അതെ. പിന്നെ എന്റെ ഒരു കഥാസമാഹാരം മംഗളോദയം ഇറക്കിയിട്ടുണ്ട്.” എന്ന് ഭവ്യതയോടെ വെട്ടിത്തുറന്ന് പറഞ്ഞു ഞാൻ.

“ഞാനത് അവിടെ എവിടെയോ കണ്ടു. “കറുപ്പുനിറങ്ങൾ” അല്ലെ? വായിച്ചില്ല.”

ദാമോദരൻ ബലമായി എന്റെ കൈയിൽ ഗ്ലാസ് തിരുകി. എന്റെ പരുങ്ങൽ മാഷ് ശ്രദ്ധിച്ചു. എന്നിട്ട് ഒട്ടും കൂസാതെ എന്നോടായി ഇംഗ്ലീഷിൽ പറയുകയാണ്: “Drinking is not a crime, man; Have it.”

അതു കേട്ടപടി കോരിത്തരിപ്പിന്റേതായ ആ നിമിഷത്തിൽ ധൈര്യമായി ഞാനൊരു സിപ്പ് അകത്താക്കി.

പിന്നെ ആരോടും ഒന്നും പറയാതെ വരാന്തയിലൂടെ പാഞ്ഞ് കോണിപ്പടികൾ ചാടിയിറങ്ങി കുറുപ്പം റോഡിലൂടെ മണികണ്ഠനാൽ ജംഗ്ഷൻ വരെ ഓടുകയായിരുന്നു. ഫ്രാൻസിസ് ടാക്സിക്കാരുടെ വാടക സൈക്കിളെടുത്ത് കിഴക്കോട്ട് ആഞ്ഞുചവിട്ടി. മംഗളോദയത്തിൽ നിന്ന് “കറുപ്പുനിറങ്ങൾ” രണ്ടു കോപ്പി വാങ്ങി തിരിച്ച് ജയ ലോഡ്ജിലെത്തി; കോണി കയറി കിതച്ചുകൊണ്ട് മുറിയിലും.

ഒന്നും സംഭവിക്കാത്ത മട്ടിൽ, ഉത്തരേന്ത്യയിലെ ഏതോ തീവണ്ടിയപകടത്തെക്കുറിച്ചുള്ള ചർച്ചയാണവിടെ.

ഒരു പുസ്തകം കട്ടിലിൽ കിടക്കയിൽ ചാഞ്ഞ് ഇരിക്കുന്ന മാഷ്ക്ക് കൊടുത്തു. ഞൊടിയിട കൊണ്ട് പുസ്തകം സംഘടിപ്പിച്ചുകൊണ്ടുവന്ന എന്റെ മിടുക്കിനെ അവർ മൗനഭാഷയിൽ അഭിനന്ദിക്കുന്നതായി എനിക്ക് തോന്നി.

കഷ്ടി രണ്ടു പെഗ്ഗ് അവർ രണ്ടാളുംകൂടി അകത്താക്കിക്കാണണം

എന്ന് ഞാൻ ഊഹിച്ചു. വറുത്ത കപ്പലണ്ടിപ്പൊതി മേശപ്പുറത്ത് എത്തിയിരിക്കുന്നു.

ദാമോദരൻ ഇതിനിടെ ഫോൺ ചെയ്യാനെന്നും പറഞ്ഞ് താഴോട്ടിറങ്ങിപ്പോയി.

അതാ, മാഷ് എന്റെ പുസ്തകം കൈയിലെടുത്ത് ആദ്യപേജ് മറിക്കുന്നു. ഞാനാകട്ടെ അക്ഷമയോടെ ഒരഭിനന്ദനം പ്രതീക്ഷിച്ച് ഇരിപ്പും.

ആന്റി ക്ലൈമാക്സ് അഥവാ ആദ്യത്തെ തിരുമുറിവ് വരുന്നതേ ഉള്ളു.

മാസ്റ്ററുടെ മുഖത്തെ ഭാവം മാറുന്നതായി കണ്ടു. ഒട്ടും വൈകാതെ എന്നെ നോക്കി ആക്രോശിക്കയായിരുന്നു പിന്നെ,

"എടോ, ആരാണ് ഈ ജി? എന്താണിതിലെഴുതി വച്ചിരിക്കുന്നത്. തനിക്ക് ചങ്ങമ്പുഴയുടെ രണ്ടു വരി ചേർക്കാമായിരുന്നില്ലേ?"

പുസ്തകത്തിന്റെ തുടക്കത്തിൽ ജിയുടെ രണ്ടുവരി കവിത ഞാൻ ഉദ്ധരിച്ചിരുന്നു.

"നീ മറക്കില്ലേ കുറ്റം നിൻ സ്മിതാർദ്രമാംചുണ്ടിൽ
സോമലേഖയെകണ്ടു നിന്നിൽ ഞാൻ ലയിക്കില്ലേ?"

—ജി

"അതൊരു പ്രത്യേക ഉദ്ദേശ്യം വെച്ചുകൊണ്ട് ചെയ്തതാണ്. ചങ്ങമ്പുഴയും രമണനും ഒക്കെ എനിക്കറിയാഞ്ഞിട്ടല്ല." എന്ന് ഞാൻ.

"എന്ത് അറിയാം തനിക്ക്? താൻ രമണൻ വായിച്ചിട്ടുണ്ടോ?" മാഷ്

"ആദ്യം അവഗണിച്ച്, പിന്നീട് പ്രകീർത്തിച്ച് ജോസഫ് മുണ്ടശ്ശേരി 'രമണ'നെഴുതിയ നീണ്ട അവതാരികയും അതിലെ കവിതകളും എനിക്കസ്സലായറിയാം മാഷേ"

(എന്റെ സ്വരം സ്വല്പം കടുത്തുപോയില്ലേ. അന്നൊക്കെ ഞാനങ്ങിനെയാണ്. എതിർക്കുന്നവരെ അവൻ ദേവേന്ദ്രനായാലും വിടില്ല, ഞാൻ)

തുടർന്ന് മാഷ് എഴുതിയ അവതാരിക അതേപടി ഏതോ ഒരു ഉൾപ്രേരണപോലെ തലങ്ങും വിലങ്ങും ഞാൻ ഉച്ചത്തിൽ പറഞ്ഞുകൊണ്ടിരുന്നു.

ഗ്ലാസ് ഒരു വലിയോടെ കാലിയാക്കി എന്നെ തുറിച്ചുനോക്കി രമണനിലെ വരികൾ ചൊല്ലാൻ പറഞ്ഞു അദ്ദേഹം. മാഷെ അമ്പരപ്പിച്ചുകൊണ്ട് കമ്പോട് കമ്പ് വെള്ളം പോലെ വരികളങ്ങനെ നിർത്താതെ പാടിക്കൊണ്ടിരുന്നു.

മാഷുടെ മുഖഭാവം പതുക്കെ പ്രസന്നമായി വരുന്നത് ഞാൻ ശ്രദ്ധിച്ചു. തുടർന്ന്, എന്റെ പ്രണയകഥയും വെളിപ്പെടുത്തി. കാമുകിയെ

വീട്ടുകാർ അടിച്ചു വേദനിപ്പിച്ചെന്ന് കേട്ട് കുറേക്കാലം ഒഴിഞ്ഞുമാറി നിന്നിരുന്നതും അതവളെ കൂടുതൽ ദുഃഖിതയാക്കിയ കാര്യവും പറയുകയുണ്ടായി. അവൾക്കായി അവളോട് മാപ്പ് ചോദിക്കുന്ന അർത്ഥത്തിലുള്ള വരികളാണ്. "നീ മറക്കില്ലേ കുറ്റം...." എന്നത്. ജി.യോടുള്ള ആഭിമുഖ്യമൊന്നുമായിരുന്നില്ല അത്.

മാഷ് ഇടയ്ക്കിടെ ചിരിക്കുന്നുണ്ടായിരുന്നു. പിന്നീട് മുഖം കഴുകി ഒന്ന് മുറുക്കി ദാമോദരന്റെ കൂടെ പുറത്തേയ്ക്കിറങ്ങി. ഒപ്പം ഞാനും. മാസ്റ്ററുടെ കൈയിൽ എന്റെ പുസ്തകം ഉണ്ടായിരുന്നു. കോണിയിറങ്ങി താഴെയെത്തി അല്പം നടന്ന് റോഡിലേക്കിറങ്ങുമ്പോൾ സംഭവിച്ചത് ഒരിക്കലും മറക്കാനാവില്ല.

എനിക്കഭിമുഖമായി തിരിഞ്ഞുനിന്ന് ചിരിച്ച് തോളിൽതട്ടി "തന്നെ ഞാൻ സമ്മതിച്ചിരിക്കുന്നു." എന്നും പറഞ്ഞ് നിരത്തിലൂടെ നടന്നുനീങ്ങി. ദാമോദരന് ഒന്നും മനസ്സിലാകുന്നില്ല. അയാൾക്ക് വേറെ എന്തോ പരിപാടി ഉണ്ടെന്ന് തോന്നി. മാഷെ അനുഗമിച്ച് പുള്ളിക്കാരനും പോയി.

ഇടംവലം നോക്കാതെ കോണി കയറി മുറിയിൽചെന്ന് ഒരു ഗ്ലാസ്സിൽ നിറയെ സോഡ പൊട്ടിച്ച് ഒഴിച്ച് ഒറ്റയടിക്ക് കുടിച്ചു. അതുകൊണ്ടുതന്നെ മുഖവും കഴുകി. കുപ്പിയിൽ ഇനിയുമെത്രയോ അവശേഷിച്ച 'ഹെർകുലീസ്' തൊട്ടുനോക്കാൻ പോലും തോന്നിയില്ല എന്നതാണ് സത്യം. ഞാൻ തന്നെ ഒരു ഹെർകുലീസ് ആയ പ്രതീതി!

ജോസഫ് മുണ്ടശ്ശേരി എന്ന സിംഹത്തിന്റെ മുമ്പിൽ മറ്റൊരു ചിന്ന ഹിംസ്രമൃഗമായി നിന്ന് ഉച്ചത്തിൽ ശബ്ദിച്ചത് ഞാൻ തന്നെയാണോ? ആ കട്ടിലിൽ കിടന്ന് അവിശ്വാസ്യതയോടെ സ്വയം നിരീക്ഷിക്കുകയായിരുന്നു.

'തന്നെ ഞാൻ സമ്മതിച്ചിരിക്കുന്നു' എന്ന ആ ഘനഗംഭീരശബ്ദം മുറിയുടെ ഭിത്തികളിൽതട്ടി പ്രതിദ്ധ്വനിക്കുന്നതായി എനിക്ക് തോന്നി. സ്നേഹവാത്സല്യത്തിന്റെ ഒരു തിരുമധുരം സാവധാനം നൊട്ടിനുണഞ്ഞുകൊണ്ടിരുന്നു.

ന്യൂസ് പേപ്പറിനൊപ്പം എന്റെ "കറുപ്പുനിറങ്ങൾ" എന്ന ആദ്യകഥാപുസ്തകവും കൈയിലേന്തി കുറുപ്പം റോഡിലൂടെ നടന്നുനീങ്ങുന്നത് മറ്റാരുമല്ല, കേരളം കണ്ട ഒരേ ഒരു ജോസഫ് മുണ്ടശ്ശേരിയാണ്. പകരം വെയ്ക്കാൻ മറ്റൊന്നില്ലാത്ത മഹാനുഭാവൻ.

നേരത്തെ മാഷ് ആവശ്യപ്പെട്ടതനുസരിച്ച് ചങ്ങമ്പുഴയുടെ ഒട്ടേറെ വരികൾ ഞാൻ പാടിയിരുന്നല്ലോ. അതിലെനിക്ക് ഏറ്റവും ഇഷ്ടപ്പെട്ട വരികൾ ആവർത്തിച്ച് അയവിറക്കി, മാഷ് ഇരുന്നിരുന്ന അതേ കട്ടിലിൽ എത്ര നേരമാണ് ഞാൻ മലർന്ന് കിടന്നതെന്നറിയില്ല.

"അതുവെറുമൊരു സുഖസുഷുപ്തിയല്ല,
ചേതനാ മൂർച്ഛതൻ മായയല്ല,
സകലതും മറന്നെങ്ങോ പറക്കുമേതോ,
സായൂജ്യ സംപ്രാപ്തിയായിരുന്നു."

റൗണ്ടിൽ പടിഞ്ഞാറുവശത്ത് പഴയ നടക്കാവിലേക്കുള്ള ഇറക്കത്തിനടുത്തായി ഒരു സ്റ്റുഡിയോ ഉണ്ട്. A.NANDAN എന്ന ബോർഡ് കാണാം. ഫോട്ടോഗ്രാഫിക്ക് സാമഗ്രികളുടെ ബിസിനസ്സാണ് പ്രധാനം.

മുൻവശം മനോഹരമായി അലങ്കരിച്ചിട്ടാണ്. ശുഭ്രവസ്ത്രധാരിയായ, വെളുത്തുതടിച്ച് ഉയരത്തിൽ, നെറ്റിയിൽ ഭസ്മക്കുറിയുമായി കാണുന്ന ഒരു സഹൃദയനാണ് ആർട്ടിസ്റ്റ് നന്ദൻവാരിയർ. ക്രോണിക് ബാച്ചിലർ. ഷോപ്പിൽ സൈഡിലായി കുത്തനെ ഒരു കോണി മുകൾവശത്തേക്കായി കാണാം. അവിടെ എല്ലാ വിധ സൗകര്യങ്ങളുമുള്ള മുറിയുമുണ്ട്.

എക്സ്പ്രസ് ബസുടമ ജോർജ് മുഖാന്തിരമാണ് ഞാൻ പരിചയപ്പെടുന്നത്. സമ്പന്നനും കുലീനകുടുംബജാതനുമായ തനി ശുദ്ധനായ ഒരു തൃശൂർക്കാരൻ. അവിടെ മുകളിലത്തെ മുറിയിൽ പലപ്പോഴും സുഹൃദ് സംഗമങ്ങൾ പതിവാണ്. അധികവും അമ്പത് വയസ്സ് കടന്നവരായിരിക്കും.

തൊട്ടുപിന്നിലുള്ള ബ്രാഹ്മണ മഠങ്ങളിൽനിന്ന് ചൂടു ദോശയും ചമ്മന്തിയും ഇഷ്ടംപോലെ എത്തും. ചർച്ചയും സംഗീതവും തമാശകളും പരദൂഷണങ്ങളുമൊക്കെയായി ജോളിയായി കഴിയുന്ന ഒരു കൂട്ടായ്മ അവിടെ പതിവ് ദൃശ്യമാണ്.

നന്ദന്റെ ഒരടുത്ത സുഹൃത്താണ് നമ്മുടെ മുണ്ടശ്ശേരി മാസ്റ്റർ. അപൂർവ്വ സന്ദർഭങ്ങളിൽ മാഷ് അവിടെ എത്തും. മുകളിലേക്ക് വല്ലപ്പോഴുമേ കയറുകയുള്ളൂ. കുത്തനെ ഉള്ള കോണിയാണല്ലോ. താഴെ ഇരുന്ന് പഞ്ചായത്തുകളും വെടികളും പറഞ്ഞിരിക്കും. അവിടെ വല്ലപ്പോഴും ആ കൂട്ടത്തിൽ ഞാനും ഉണ്ടാവാറുണ്ട്.

മാസ്റ്റർക്ക് എന്നോട്, എന്തോ വാത്സല്യം കലർന്ന സമീപനമായിരുന്നു. നന്ദൻ വാരിയരോട്, 'കഴിവുള്ള കുട്ടിയാണ്, മിടുക്കനാണ്' എന്നൊക്കെ കമന്റുകൾ അടിക്കാറുണ്ട്, മാഷ്.

"മാഷേ, ഉണ്ണി ഈ കാണുന്നമാതിരിയൊന്നുമല്ല. ആള് ഭയങ്കരനാണ്." എന്ന് ഏറുകണ്ണിട്ട് എന്നെ നോക്കി നന്ദൻ പറയും.

"ചെറുപ്പക്കാർ അങ്ങനെ വേണം. ചൊടിയും ചുണയുമൊന്നുമില്ലെങ്കിൽ പിന്നെ എന്തിന് കൊള്ളും" എന്ന് മാസ്റ്റർ.

മാഷ് ഒഴിവുള്ള അപൂർവം അവസരങ്ങളിൽ നന്ദന്റെ കാറിൽ പൂങ്കുന്നത്ത് പുതുതായി പണിത വീട്ടിലേക്ക് എത്തും. അവിടെ ആരും താമസമൊന്നുമില്ല. മാഷ് ഉള്ളപ്പോൾ നന്ദൻ എന്നെയും ജോർജിനെയും പ്രത്യേകം വിളിപ്പിക്കാൻ മറക്കില്ല.

സഞ്ജയന്റെ ഹാസ്യാഞ്ജലിയിലെ കവിതകൾ കേൾക്കാൻ മാഷ്ക്ക് വലിയ ഇഷ്ടമാണ്. എനിക്കാണെങ്കിൽ അതത്രയും കാണാപ്പാഠവും. അതൊക്കെ ചൊല്ലും. പ്രായഭേദം മറന്ന് ആ മദ്ധ്യവയസ്കർ പൊട്ടിച്ചിരിക്കുന്ന യുവാക്കളായി മാറുന്നത് കൗതുകമുള്ള ഒരു കാഴ്ച തന്നെയാണ്. പിന്നെ തിക്കുറിശ്ശിയുടെ ലേറ്റസ്റ്റ് പാരഡികൾ വേറെയും. അശ്ലീലച്ചുവയുള്ളതിനാൽ ഞാൻ മടിച്ചു നിൽക്കുമ്പോൾ മാഷ് നിർബന്ധിക്കും. “അതൊന്നും സാരമില്ല, താൻ ധൈര്യമായി പാടിക്കോളൂ.”

പിന്നീടൊരിക്കൽ തനി പച്ചക്കറി ശാപ്പാടിനുള്ള ഒരുക്കമാണ്. നേരം ഉച്ചയോടടുക്കുന്നു. രംഗം പൂങ്കുന്നത്തെ വീടുതന്നെ. വെറ്റില മുറുക്കണം. ഞാൻ പുറത്തുപോയി അതെല്ലാം വാങ്ങിക്കൊണ്ടുവന്നു. വെറ്റിലയുടെ നാരുകൾ ഉരിഞ്ഞുകളഞ്ഞ് ചുണ്ണാമ്പും അശോകപാക്ക് സുപ്പാരിയും ചേർത്ത് ഞാനടക്കം മൂന്നുപേരും സുഖമായി മുറുക്കി.

എന്റെ കണ്ണിൽ നിന്ന് വെള്ളം വരാൻ തുടങ്ങി. മാഷ്ക്കും നന്ദനും എന്തോ പന്തികേട് തോന്നിയിട്ടുണ്ട് തീർച്ച. എന്നാൽ ഒന്നും അങ്ങനെ പ്രകടിപ്പിക്കുന്നില്ലതാനും.

മാഷ് എന്നെ നോക്കി പറയുകയാണ്: “എടോ ചുണ്ണാമ്പ് കുറച്ച് കൂടുതലായിപ്പോയി.” അത്രമാത്രം. എന്റെ നാവാകട്ടെ ആകെ പൊള്ളിയിരിക്കയാണ്. പരിചയ സമ്പന്നതമൂലം അവരെ അത്ര ബാധിച്ചിട്ടില്ലായിരിക്കാം.

എന്റെ ജന്മനാ ഉള്ള ധൂർത്ത് സ്വഭാവമാണ് എന്തും അധികം ചെയ്യുക എന്നത്. ജീവിതത്തിൽ ഒട്ടേറെ ദോഷങ്ങളും ചില ഗുണങ്ങളും അതുമൂലം സംഭവിച്ചിട്ടുമുണ്ട്.

ഞാൻ വെറ്റിലപ്പുറമേ ലാവിഷായി കമലവിലാസിന്റെ വാസന ചുണ്ണാമ്പ് അങ്ങ് തേമ്പിക്കൊടുത്തു. കുറച്ച് ഗംഭീരമായിക്കോട്ടെ എന്ന് കരുതി ചെയ്തതാണ്.

ടിഫിൻ കാരിയറിൽ വന്ന ഭക്ഷണത്തിനു പുറമേ മാസ്റ്ററുടെ സ്പെഷ്യൽ നിർദേശപ്രകാരം, വാടക സൈക്കിളിൽ പറപറന്ന് വീട്ടിൽ നിന്ന് ഉഷ ഉണ്ടാക്കിത്തന്ന ഉള്ളിച്ചമ്മന്തി കൊണ്ടുവന്നു.

മാഷ് അത് തൊട്ടു നക്കി “നന്നായി. എന്നാൽ നമുക്കിത് ഒന്നുകൂടെ നന്നാക്കാം. ചെറുനാരങ്ങയുടെ തൊണ്ട് ഒരു നുള്ളും വട്ടകപ്പുളിനാരക

ത്തിന്റെ ഇലത്തുണ്ടും ഒന്ന് പിരിച്ച് ചേർത്ത് ഒന്നുകൂടെ ഞെരിച്ചാൽ ഗംഭീരമാകും."

കേൾക്കേണ്ട താമസം 'ഒരഞ്ചുമിനിറ്റ്, ഞാനിപ്പൊ വരാം' എന്ന് പറഞ്ഞ് ഞാൻ സൈക്കിളിൽ വീട്ടിലെത്തി. ഉഷ അന്തംവിട്ടു നിൽപാണ്. മാഷ് പറഞ്ഞമട്ടിൽ രണ്ടും സംഘടിപ്പിച്ച് തിരിച്ചെത്തി. ഉള്ളിച്ചമ്മന്തിയിൽ ആ കൂട്ട് ചേർത്ത് തൊട്ടുനക്കുമ്പോൾ നാവിൽ വെള്ളമൂറുന്ന ഒരു പുതിയ രുചി രൂപംകൊള്ളുന്നുണ്ടായിരുന്നു.

മറ്റൊരു സന്ദർഭം. സെന്റർ ഹോട്ടലാണ് സ്ഥലം. ഞാൻ കുവൈറ്റിൽ നിന്നും വരുന്ന ഒരു കൂട്ടുകാരനെ കാത്ത് മുറ്റത്ത് നടക്കുകയാണ്. അപ്പോൾ മുണ്ടശ്ശേരി മാഷുണ്ട് പതുക്കെ നടന്നുവരുന്നു.

"താനിവിടെ താമസമാണോ?" ആദ്യത്തെ ചോദ്യം. പിന്നെ നേരെ ബാറിലേയ്ക്കായി യാത്ര.

വീട്ടുവർത്തമാനങ്ങൾ ചോദിച്ചു. മറുപടി പറഞ്ഞ് ഞാൻ വിഷയം മാറ്റി സാഹിത്യത്തിലേക്ക് കടന്നു. 'തിലകം' മാസികയിൽ വന്ന 'ഞാൻ എന്തിനെഴുതുന്നു' എന്ന എം.ടിയുടെ കാഴ്ചപ്പാടുകൾ എടുത്തിട്ടു.

'ഞാൻ എനിക്കുവേണ്ടിയാണ് എഴുതുന്നത്. എഴുതുമ്പോൾ എന്റെ മുന്നിൽ വായനക്കാരില്ല, പ്രസാധകരില്ല' എന്ന പരാമർശത്തെപ്പറ്റി മാഷോട് വെറുതെ ഒന്ന് സൂചിപ്പിച്ചു.

മാഷ്, സിമ്പിളായി എന്നാൽ അല്പം ശബ്ദമുയർത്തി ഇങ്ങനെ പ്രതികരിച്ചു: "എടോ, അവനവനു വേണ്ടിയാണെങ്കിൽ സ്വയം എഴുതിയങ്ങ് വായിച്ചാൽപോരേ. എന്തിനത് അച്ചടിച്ച് പ്രസിദ്ധീകരിക്കുന്നു? ഒരു കാര്യം മനസ്സിലാക്കണം, കമ്മ്യൂണിക്കേഷൻ എന്ന ഒരു വസ്തുത അതിപ്രധാനമാണ്; അടിസ്ഥാനപരമാണ്. എനിക്ക് വേണ്ടി എന്നൊക്കെ പറയുന്നത് ശുദ്ധ അസംബന്ധം."

തേട്ടിവന്ന നേരിയ അഭിപ്രായഭിന്നത ഞാൻ പുറത്തെടുക്കാതെ വിഴുങ്ങി. മാഷ് ആ പറഞ്ഞതിൽ കാര്യമുണ്ടെന്ന് എനിക്ക് തോന്നുകയും ചെയ്തു.

പൊടുന്നനെ ഉണ്ട് അവിടേയ്ക്ക് അതാ മാഷ്ടെ മകൻ കറന്റ് തോമസ് കടന്നുവരുന്നു. രംഗം കണ്ടതോടെ പുള്ളി പൊടുന്നനെ മറ്റൊരു വശത്തേക്ക് മറഞ്ഞു.

മാഷ് ഒന്നു മുറുക്കി സാവധാനം മടങ്ങിപ്പോയി.

ഞാനവിടെത്തന്നെ കുവൈറ്റുകാരനെ കാത്ത് കുത്തിയിരിപ്പാണ്. അപ്പോൾ തോമസ്സ് വന്നടുത്തിരുന്ന് എന്റെ തലയ്ക്ക് തട്ടി. "എടാ, നീയിപ്പോ അപ്പനുമായിട്ടാ കമ്പനി അല്ലേ?" എന്ന് തമാശയായി ഒരു ചോദ്യവും.

ഒരൊന്നര പെഗ്ഗ് ഒറ്റയടിക്ക് കുടുകുടുന്നനെ വിഴുങ്ങിയ തോമസ് വെറുതെ എന്നെ ഒന്ന് വിരട്ടി. "ചെലർക്കൊക്കെ ഇപ്പോ വക്കീൽ നോട്ടീസയയ്ക്കലാ പണി, അല്ലേ?"

ഞാൻ വി.കെ.എന്നുമായി കുറേയേറെ അടുപ്പത്തിലായിരുന്ന കാലമായിരുന്നു. ഒരു ചൂടിൽ വി.കെ.എൻ തോമസ്സിന് വക്കീൽ നോട്ടീസ് അയച്ചതായി പറയപ്പെട്ടിരുന്നു. ഞാൻ കോടതിയിൽ പ്രാക്ടീസ് ചെയ്യുന്ന സമയമായതിനാൽ തോമസ്സ് എന്നെ പാടെ അന്ധമായി തെറ്റിദ്ധരിച്ചതാണ് കാരണം. എനിക്ക് കാര്യം മനസ്സിലായി.

"നീയെന്താ ഒന്നും കഴിക്കുന്നില്ലേ?" എന്ന് ചോദിച്ചു എന്നോട്. എന്നിട്ട് പിന്നെ തിരക്കിട്ട് തിരിച്ചുപോയി.

എന്റെ മനസ്സിൽ കുവൈറ്റുകാരൻ രവിയായിരുന്നു. കുണ്ടുകാട് സ്വദേശിയാണ്. കുറെ നേരം സിഗരറ്റും വലിച്ചിരുന്ന്, മടുത്തപ്പോൾ ഞാനും അവിടെനിന്ന് ഇറങ്ങിനടന്നു. ഇന്നത്തെ ക്ഷമ അന്നില്ലായിരുന്നു.

പിന്നീടൊരിക്കൽ A.I.R. ഉദ്യോഗ സംബന്ധമായി മാസ്റ്റർ എനിക്ക് ഒരുഗ്രൻ സർട്ടിഫിക്കറ്റ് എഴുതി ഒപ്പിട്ട് തന്നത് ഇപ്പോൾ വിനയത്തോടെ ഞാൻ ഓർക്കുന്നു.

എത്രയെത്ര നല്ല മനുഷ്യരാണ് നമുക്ക് ചുറ്റും ഉള്ളത്. നാം പലരും പലപ്പോഴും അതൊന്നും കാണാതെ പോവുന്നു എന്നതാണ് സത്യം.

തനതായ സംസ്കാരമഹിമ സ്വായത്തമാക്കിയ ഈ തൃശൂർ നഗരത്തെ ഞാൻ മാനിക്കുന്നു. ജീവിതം ഉത്സാഹപൂർവം ഒരു ഉത്സവമാക്കാൻ മാത്രമല്ല, ആത്മീയതയുടെ പാവനസ്പർശം തന്ന് സമാശ്വാസമേകാനും ഈ നഗരത്തിന് ഒരു പ്രത്യേക കരുത്തുണ്ട്. പച്ചയായ അനുഭവപരമ്പരകൾ പകർന്നുതന്ന പക്വതയാർന്ന ജീവിതപാഠങ്ങൾ. ∎

www.ingramcontent.com/pod-product-compliance
Lightning Source LLC
LaVergne TN
LVHW041855070526
838199LV00045BB/1608
* 9 7 8 9 3 8 7 3 3 1 9 3 8 *